ചോലമരങ്ങളില്ലാത്ത വഴി

cholamarangalillatha vazhi
stories
•
k p sudheera
•
first chintha edition
october 2012
•
typesetting
nakshathra graphotech, poojappura
•
published
chintha publishers, thiruvananthapuram
•
cover
blackmole

വിതരണം
ദേശാഭിമാനി ബുക്ക് ഹൗസ്
H O തിരുവനന്തപുരം-695 035
www.chinthapublishers.com
chinthapublishers@gmail.com

ബ്രാഞ്ചുകൾ
ഹെഡ്ഡാഫീസ് കുന്നുകുഴി • ഓവർബ്രിഡ്ജ് തിരുവനന്തപുരം • കെ എസ് ആർ ടി സി ബസ് സ്റ്റേഷൻ ആലപ്പുഴ • കെ എസ് ആർ ടി സി ബസ് സ്റ്റേഷൻ എറണാകുളം • മച്ചിങ്ങൽ ലെയ്ൻ തൃശൂർ • ഐ ജി റോഡ് കോഴിക്കോട് • കെ എസ് ആർ ടി സി ബസ് സ്റ്റേഷൻ കോഴിക്കോട് • എൻ ജി ഒ യൂണിയൻ ബിൽഡിങ് കണ്ണൂർ • സെൻട്രൽ ബസ് ടെർമിനൽ കോംപ്ലക്സ് താവക്കര കണ്ണൂർ

CO - 1828 / 3021

ചോലമരങ്ങളില്ലാത്ത വഴി

(കഥകൾ)

കെ പി സുധീര

ചിന്ത പബ്ലിഷേഴ്സ്
തിരുവനന്തപുരം-695 035

ഡോ. കെ പി സുധീര

കോഴിക്കോട് ജനിച്ചു. അച്ഛൻ കെ സി പത്മനാഭൻ. അമ്മ ശാരദ. കോഴിക്കോട് ബി ഇ എം ഗേൾസ് ഹൈസ്കൂൾ, ഗവ. ആർട്സ് ആന്റ് സയൻസ് കോളേജ്, പ്രോവിഡൻസ് വിമൻസ് കോളേജ് എന്നിവിടങ്ങളിൽ വിദ്യാഭ്യാസം. സുവോളജിയിൽ ബിരുദം. സൗത്ത് മലബാർ ഗ്രാമീണ ബാങ്കിന്റെ കമ്പ്യൂട്ടർ ട്രെയിനിങ് സെന്റർ മേധാവി.

യുവസാഹിത്യകാരിക്കുള്ള ലളിതാംബിക അന്തർജനം അവാർഡ്, *മാതൃഭൂമി ഗൃഹലക്ഷ്മി* മാസിക അവാർഡ്, കേസരി ബാലകൃഷ്ണപ്പിള്ള സമ്മാനം, കൊടമന അവാർഡ്, ഉറൂബ് അവാർഡ്, ദില്ലി സുലഭ് സാഹിത്യ അക്കാദമി അവാർഡ്, കസ്തൂർബാ സമ്മാൻ (ദില്ലി) ദലപുരസ്കാരം. 2010 ൽ ബിഹാറിലെ വിക്രംശിലാ യൂണിവേഴ്സിറ്റി വിദ്യാവാചസ്പതി ഡോക്ടറേറ്റ് നൽകി ആദരിച്ചു.

കൃതികൾ: *ആകാശചാരികൾ, സ്നേഹസ്പർശങ്ങൾ, അതീതം, ആരോ ഒരാൾ, നീലക്കടമ്പ്, സഹയാത്രിക, സുധീരയുടെ കഥകൾ, പ്രണയം മധുരം, നിത്യകല്യാണി, മടക്കയാത്ര* (ചെറുകഥ), *ഗംഗ, ആജീവനാന്തം, പ്രണയസമീരേ, സ്മൃതി* (നോവൽ) *ശാശ്വതം, മായക്കണ്ണൻ, ജീവനകല, കുടിലും കൊട്ടാരവും* (ബാലസാഹിത്യം) *ഇഖ്ബാൽ ജീവൽസ്പർശങ്ങളുടെ കാതലും കരുതലും, ജിബ്രാൻ അനശ്വരതയുടെ രഹസ്യം* (ജീവചരിത്രം), *ഹൃദയസ്മിതസ്മരണ, സ്നേഹത്തിന്റെ മുഖങ്ങൾ, അഴീക്കോട് എന്ന മനുഷ്യൻ* (കവിത), *ജിബ്രാന്റെ പ്രണയലേഖനങ്ങൾ* (കത്തുകൾ), *മൺതരി മുതൽ മഹാകാശം വരെ, പിരമിഡുകളുടെ നാട്ടിൽ, ചൈന മാറുന്ന മുഖം* (യാത്രാവിവരണം) *രോഷത്തിന്റെ മുന്തിരിപ്പഴങ്ങൾ (Grapes of wrath by Johnsteen beek) ഗംഗ* നോവൽ ഹിന്ദിയിലേക്കും *ആകാശചാരികൾ, ചോലമരങ്ങളില്ലാത്ത വഴി* ഇവ തമിഴിലേക്കും വിവർത്തനം ചെയ്തിട്ടുണ്ട് (പരിഭാഷ).

ഭർത്താവ് : ടി എം രഘുനാഥ്
മക്കൾ : അമിത്, അതുൽ
വിലാസം : വിശ്രാന്തി, കൊട്ടാരം റോഡ്,
കോഴിക്കോട് 673 006
ഫോൺ : 984743386
Email : kpsudheera2006@gmail.com
website : kpsudheera.com

ഉള്ളടക്കം

സമർപ്പണം

മീനച്ചൂടിൽ ഇടിമുഴക്കത്തിന്റെ ആകസ്മികത എന്നപോലെ, ഈ ജീവിതത്തിന്റെ പടി കടന്നു പോയ പ്രിയ അനുജൻ അരുൺ കുമാറിന്.

സ്മൃതിമാല്യം

ഈ ലോകത്ത് എന്നെന്നും സുഹൃത്തായും വഴികാട്ടിയായും ഉണ്ടാവും എന്ന് കരുതിയ പുണ്യപരിവ്രാജകൻ നിത്യചൈതന്യയതിയെ ഒരിക്കലും വറ്റാത്ത സ്നേഹത്തോടെ ഞാനോർക്കുന്നു.

എന്റെ കഥകളെ എന്നെന്നും പരിപോഷിപ്പിക്കുകയും അവയ്ക്ക് പ്രേരണയും പ്രോത്സാഹനവും തന്ന് വളർത്തുകയും ചെയ്ത പിതൃതുല്യനായ എൻ മോഹനൻ എന്ന മഹാസാഹിത്യകാരനെ കണ്ണീരുണങ്ങാത്ത ഹൃദയത്തോടെ സ്മരിക്കുന്നു.

ഈ നഷ്ടങ്ങളെ യാതൊരു ലാഭവും ഉപശമിപ്പിക്കാൻ പോകുന്നില്ല എന്നുമറിയുന്നു.

കെ പി സുധീര

കാലത്തിനപ്പുറത്തേക്ക് നീളുന്ന ജീവിതബന്ധത്തെക്കുറിച്ച്

വശ്യവചസ്സുകളുടെ മാനസഭാവങ്ങൾക്കപ്പുറത്ത് മഹത്തായ മൗനമുണ്ട്. ഈ മൗനത്തിന്റെ കടവിലേക്ക് അണയുകയാണ് എഴുത്തുകാരുടെ തോണി. വജ്രഗംഭീരമായ സ്വരങ്ങളും, ജീവൽ പ്രധാനമായ ബന്ധങ്ങളും അറ്റുപോവുമ്പോൾ, കെട്ടിമുറുക്കാൻ ശ്രമിക്കുന്ന താമരനൂലുകൾ താനേ അയഞ്ഞുപോകുമ്പോൾ, അവനിൽ അല്ലെങ്കിൽ അവളിൽ ഒരിക്കലും അവസാനിച്ചുപോകാത്ത സ്നേഹമായി നിൽക്കുന്നത് ഒരുപിടി അക്ഷരങ്ങളാണ്.

സ്നേഹം അതിന്റെ സകല പ്രൗഢിയോടും ഓജസ്സോടും കൂടി വാരിപ്പുണരാനെത്തുമ്പോൾ എന്തിന് മനുഷ്യൻ സ്വയം മറക്കുന്നു? മരപ്പടർപ്പുകൾ താരും തളിരുമണിയുമ്പോൾ എന്തിന് ആനന്ദത്താൽ അഹങ്കരിക്കുന്നു? കുങ്കുമം ചിതറിവീണ് തുടുപ്പെഴുമ്പോൾ സന്ധ്യ എന്തിനായി മോഹാവേശങ്ങളിൽപ്പെട്ട് ഭ്രമിച്ചു പോവുന്നു? ഈ ചിന്തകളെ നിത്യവും സത്യവുമായ ഒരു തീരത്തേക്കടുപ്പിക്കുവാനാണീ സംരംഭം.

ഈ ലോകത്തിൽ അടുപ്പവും ബന്ധവും സ്നേഹവുമെല്ലാം നൈമിഷികമായിത്തീരുകയാണോ എന്ന് സംശയിച്ചു പോകുന്നു. സ്നേഹബന്ധങ്ങളെ നിങ്ങൾ എത്രത്തോളം അടുപ്പിക്കുവാൻ ശ്രമിക്കുന്നുവോ, അത്രത്തോളം അവ നിങ്ങളെ ചതിക്കും. കണ്ണാടിയെ സ്വന്തം മുഖത്തിൽ നിന്നും നിങ്ങൾ എത്രത്തോളം അകറ്റിപ്പിടിക്കുന്നുവോ അത്രയും നിങ്ങളുടെ രൂപം സുഭഗമായിരിക്കും. ഈ അന്വേഷണത്തിലൂടെയുള്ള ഒരു യാത്ര... സത്യവും നിത്യവുമായതിനെ പ്രാപിക്കുവാനുള്ള തീർഥയാത്ര.....

നിണം ചോരുന്ന സ്വന്തം മുറിവുകളെ അമർത്തിപ്പിടിച്ചാണ്, നിശ്ശബ്ദ നിലവിളിയോടെ കഥാകൃത്ത് സൃഷ്ടി നടത്തുന്നത്. ഈ വേദനയിലൂടെ ശ്രേഷ്ഠമായൊരു ആഹ്ലാദം അവൻ അല്ലെങ്കിൽ അവൾ കൈവരിക്കുകയും ചെയ്യുന്നു.

നിരാർദ്രമായ മനുഷ്യബന്ധങ്ങൾ, ക്ഷുബ്ധവും അശാന്തവുമായ മനസിൽ മൂർച്ചയുള്ള മുറിവുകൾ സൃഷ്ടിക്കുമ്പോൾ, അവിചാരിതമായി പുറപ്പെടുന്ന ഒരു ചിരിപോലെയാണ് എന്നിൽ കഥ മുളക്കുന്നത്. ആത്മാവിനെ വശീകരിക്കുന്ന ഒരു നോട്ടം പോലെ, സകല വൈകൃതങ്ങളേയും നിസ്സാരവൽക്കരിക്കുന്ന ഒരു ചിരി. മർത്യതയിലേക്ക് നടന്നടുക്കുന്ന ഒരനുഭവം -- ജീവിതത്വരയുടെ വറ്റാത്ത ഉറവിടമാണ് എനിക്ക് സാഹിത്യം എന്നുതന്നെയർഥം.

നമുക്ക്, ഹൃദയനൊമ്പരങ്ങളറിയുന്ന സ്നേഹിതനില്ല, ആത്മഖേദങ്ങളറിയുന്ന മിത്രവുമില്ല എന്ന വ്യാകുലത ഉണ്ടായിപ്പോകുന്ന അവസരങ്ങളുണ്ട് ജീവിതത്തിൽ.

'ഇനി പോകാം ആൾപ്പാർപ്പില്ലാത്തൊരു ദിക്കിൽ.....
അവിടെ നമുക്കറിവുള്ള ഭാഷ പറയുന്നവർ
ഇല്ലാതിരിക്കട്ടെ
ഭിത്തികളും വാതിലുകളുമില്ലാത്തൊരു ഗൃഹം
പണിയുക.....
അവിടെ ഇല്ലാതിരിക്കട്ടെ അയൽവാസികളും കതക്
സൂക്ഷിപ്പുകാരും'

മിർസാഗാലിബിന്റെ ഉറുദുകവിതയിലെ ഈ വരികൾ ഇപ്പോൾ ഓർത്തുപോകുന്നു. അപ്പോൾ, തീവ്രസംഘർഷങ്ങളെ പ്രശാന്തതയാക്കുന്നത്, പ്രജ്ഞയുടെ വെളിച്ചം കെടാതെ നോക്കുന്നത് എനിക്ക് കഥകൾ തന്നെയാണ്. എഴുത്തിലൂടെ മാനവികതയെ ശുദ്ധീകരിക്കാനും, സ്വയം ശുദ്ധീകരിക്കപ്പെടുവാനും മറ്റേത് എഴുത്തുകാരനേയും പോലെ എളിയ ശ്രമം നടത്തുകയാണിവിടെ.

കത്തിലൂടെയും ടെലിഫോണിലൂടെയും നിരന്തരം എന്റെ കഥകളെ പ്രോത്സാഹിപ്പിക്കുന്ന, സുഹൃത്തുക്കൾക്ക് ഹൃദയം നിറഞ്ഞ നന്ദി അറിയിക്കട്ടെ. ഈ പുസ്തകം ഉടനെ പ്രസിദ്ധീകരിക്കുവാൻ എനിക്ക് പ്രചോദനം തന്നത് ഒരേ സമയം ഗുരുതുല്യനും സുഹൃത്തുമായ റിട്ട: ജസ്റ്റീസ് കെ സുകുമാരനാണ്.

അറ്റമില്ലാത്ത ജീവിതവേദന ദാനമായി കിട്ടിയ അവസരത്തിലും എന്റെ കഥകൾ വായിക്കുകയും പ്രൗഢമായ അവതാരികയാൽ പുസ്തകത്തെ ധന്യമാക്കുകയും ചെയ്ത പ്രൊഫ. എം ലീലാവതി ടീച്ചറോട് എങ്ങനെയാണ് സ്നേഹവും സന്തോഷവും അറിയിക്കുക എന്ന് അറിയുന്നില്ല.

എപ്പോഴും എന്റെ കഥകളെ ആർദ്രഹൃദയത്തോടെ സമീപിച്ച, സ്വീകരിച്ച സഹൃദയരോട് ഒരു വാക്ക്:

സത്യസൗന്ദര്യങ്ങളുടെ അനന്തഗോപുരം തേടിയുള്ള ഒരു യാത്ര മാത്രമാണീ കഥകൾ. എന്നും അപ്രാപ്യമായ പൂർണതയ്ക്ക് വേണ്ടി ഭാവിയുടെ ഹൃദയത്തിലേക്ക് ഒരു കൈനീട്ടൽ. അത്രമാത്രം, സ്വീകരിക്കുക, അനുഗ്രഹിക്കുക.

കോഴിക്കോട്, **കെ പി സുധീര**

1.3.2000

അവതാരിക

കഥാസാഗരത്തെ നോറ്റ കഥാകാരി

എം ലീലാവതി

അനന്തമായും നിരന്തരമായും തീരത്തെത്തല്ലിയോ തലോടിയോ പിൻവാങ്ങുന്ന അലമാലകളിലൂടെ അടിത്തട്ടിലെ അത്ഭുത ജീവിതങ്ങളുടെ അകക്കാമ്പുകളെയും പുറന്തോടുകളെയും സാഗരം തീരത്തിലേക്കു വാരിക്കോരിച്ചൊരിഞ്ഞു കൊണ്ടിരിക്കുന്നു. അവയിൽ അതിസുന്ദരങ്ങളും വർണശബളങ്ങളും, വിശ്വവിധാതാവിന്റെ വിസ്മയകരമായ ചിത്രസർജന വൈവിധ്യത്തിനു നിദർശനങ്ങളുമായ കവിടികളുണ്ടാവും; അതിസാധാരണങ്ങളെങ്കിലും, തുടിച്ചുകൊണ്ടിരുന്ന ജീവന് ആവരണമായി അതിനെ കാത്തുപോന്ന ശിലാദൃഢശരീരങ്ങളുടെ തിരുശേഷിപ്പുകളായ കക്കകളുണ്ടാവും; സത്തയുടെ ശുഭ്രവും ശുദ്ധവുമായ സ്രവങ്ങളെ ഉരുട്ടിയുരുട്ടിക്കൂട്ടിയെടുത്തു സൂക്ഷിച്ച് ഒടുവിൽ ശുക്തികകൾ വിടപറയുമ്പോൾ കടലമ്മയുടെ കരകല്ലോലങ്ങളിലേൽപ്പിച്ച മണിക്കുഞ്ഞുങ്ങളായ മുത്തുകളുണ്ടാവും; കടൽക്കരയിൽ കണ്ണുതുറന്ന് കയ്യും നീട്ടിയിരിക്കാനൊരുക്കമുള്ളവർക്ക് അവരുടെ ഉൽക്കണ്ഠയുടെയും ഉദ്വേഗത്തിന്റെയും കാത്തിരിക്കാനുള്ള ക്ഷമയുടെയും അളവുകൾക്കനുസൃതമായി, സർവോപരി അവരുടെ സൂക്ഷ്മനിരീക്ഷണപടുതയ്ക്കനുഗുണമായി, ഇവയെ കൈവശമാക്കാം. ഇവയെ നേടിയെടുക്കാൻ കഴിയാത്തവരും കണ്ടെത്തിയാൽ ആഹ്ലാദതരളിതചിത്തവൃത്തികളാകാൻ കഴിവുള്ളവരുമായ അനേകലക്ഷം സൗന്ദര്യോപാസകരുടെ കരങ്ങളിലേക്കെത്തിക്കാം.

ജീവിതം ഒരു കഥാസരിത് സാഗരമാണ്. ശൈലങ്ങളിൽ നിന്ന് പൊട്ടിയടർന്നു ചിതറുന്ന ശിലാഖണ്ഡങ്ങളുടെ കൂർത്തുമൂർത്ത അറ്റങ്ങളെ ഉരുട്ടിയുരുട്ടിത്തേച്ചുതേച്ചു മിനുസപ്പെടുത്തിയെടുത്ത ഉരുളൻ കല്ലുകളും സാളഗ്രാമങ്ങളുമുള്ള സരിത്തുകൾ. കവിടികളും കക്കകളും മുത്തു

കളുമുള്ള സാഗരം. ജീവിതമെന്ന കഥാസരിത്സാഗരം നോറ്റുനോറ്റ് കാത്തുകാത്ത് നോക്കിനോക്കി ഇരിക്കുന്ന സർഗനിരതരുടെ കൈകളിലേക്ക് കഥാബീജങ്ങൾ സമർപ്പിക്കുന്നതിൽ വിരാമമോ വിരതിയോ വിമുഖതയോ കാണിക്കാറില്ല. കഥകൾ ഒടുങ്ങുകയേയില്ല – കണ്ടെത്താൻ കഴിവുള്ള കണ്ണുകൾ വേണം. കൈവശപ്പെടുത്താൻ കഴിവുവേണം. സംവിധാനഭംഗിയിലൂടെ ആകർഷകമാക്കാൻ കരവിരുതുവേണം; അത്രയേ വേണ്ടു; അത്രയും വേണം; അതത്ര എളുപ്പമല്ല. അതുകൊണ്ട് അനന്തതയിൽനിന്ന് കഥാബീജങ്ങൾ നിരന്തരം വർഷിക്കപ്പെടുന്നുണ്ടെങ്കിലും എല്ലാവരും കഥാകൃത്തുകളാകുന്നില്ല. ഏതു മഹത്തായ ഉപമയിലും രൂപകത്തിലും കാണാവുന്നപോലെ ഈ രൂപകത്തിലുമുണ്ട് ചില വ്യത്യാസങ്ങൾ. വിമോഹനമായ ഒരു കവിടി കൈവശപ്പെടുത്താൻ കഴിഞ്ഞാൽ യഥാതഥമായി വിപണിയിലെത്തിക്കാം. സ്വയംഭൂവായ കഥാബീജത്തെയോ കവിതാബീജത്തെയോ സ്വീകർത്താക്കൾക്കു സമർപ്പിക്കുംമുമ്പ് മനീഷിക്കുമാത്രം സാധ്യമായ ഒരു പ്രക്രിയയുണ്ട്: "യാഥാതഥ്യതഃ അർത്ഥാൻ വ്യദധാത്" എന്ന് അതിനെ *ഈശാവാസ്യോപനിഷത്തിൽ* വിവരിച്ചിരിക്കുന്നു. ഇതിനു കഴിവില്ലാത്തവർ കണ്ണുണ്ടായാലും കാണാത്തവരെപ്പോലെയാണ്; കയ്യും നീട്ടിയിരുപ്പാണെങ്കിലും കണ്ണുകളടച്ചതിനാൽ അമൃതം കിട്ടാതെ വഞ്ചിതരായ അസുരരെപ്പോലെയാണ്. എന്തു ചെയ്യാം! മനുഷ്യവംശത്തിലെ ബഹുഭൂരിപക്ഷം അംഗങ്ങളും കഥാമൃതവും കവിതാമൃതവും കലാമൃതവും കടഞ്ഞെടുക്കാൻ കഴിവില്ലാത്തവരാണ്. എന്നാലും കഴിവുള്ളവർ കടഞ്ഞെടുത്തു വിളമ്പിത്തന്നാൽ ഉൾക്കൊള്ളാനുള്ള ഭാഗ്യം ബഹുഭൂരിപക്ഷത്തിനുണ്ട്. രണ്ടുമില്ലാത്തവർ ചെറിയൊരു ന്യൂനപക്ഷമായിരിക്കും. കഥകേൾക്കാൻ താൽപ്പര്യമില്ലാത്ത മനുഷ്യരുണ്ടോ? ഈശ്വരഭക്തിപോലും കഥാരസാമൃതപാനത്തിലൂടെ വളർത്താം എന്നാണല്ലോ മഹാനുഭവന്മാർ പറയുന്നത്. അതിദുസ്തരമായ സംസാരസിന്ധു തരണം ചെയ്യാൻ "പുരുഷോത്തമലീലാ കഥാമൃത നിഷേവണ"മേ സഹായിക്കൂ എന്ന് *ശ്രീമഹാഭാഗവത* കർത്താവ്. "ത്വദ്ഭക്തിസ്തു കഥാരസാമൃതത്സരീ നിർമജ്ജനേന സ്വയം സിധ്യന്തീ" എന്ന് ഭട്ടതിരിപ്പാട്. കഥകേൾക്കാനുള്ള കൗതുകം എല്ലാവർക്കുമുള്ളതുകൊണ്ടാണ് ഇതിഹാസ പുരാണാദികളെല്ലാം നിലനിൽക്കുന്നത്. കഥകളെല്ലാം പറഞ്ഞു തീർന്നു എന്ന ഒരവസ്ഥയുണ്ടാവില്ല – മാനുഷവംശം നിലനിൽക്കുന്നിടത്തോളം പുതിയ പുതിയ കഥകൾ ഉണ്ടായിക്കൊണ്ടേയിരിക്കും. കഥാബീജങ്ങൾ ജീവിതാനുഭവങ്ങളുടെ അലമാലയിലൂടെ സർഗശക്തിധനരുടെ മനസിന്റെ തീരത്ത് അടിഞ്ഞുകൊണ്ടേയിരിക്കും. അവയെ കണ്ടെടുത്ത് ഭാഷ എന്ന മാധ്യമത്തിലൂടെ പുതിയ പുതിയ രീതികളിൽ സംവിധാനം ചെയ്യുന്ന കഥാകൃത്തുക്കൾ പിറവി പൂണ്ടുകൊണ്ടുമിരിക്കും.

മലയാളത്തിൽ ചെറുകഥയ്ക്ക് ഇത് വളർച്ചയുടെ കാലമാണ്. എഴുത്തുകാരികൾക്കും ഉണർവിന്റെ കാലമാണ്. വരും ദശകങ്ങളിൽ കഥ

യെഴുത്തുകാരികൾ എണ്ണത്തിൽ കൂടിക്കൊണ്ടിരിക്കും എന്ന് അനുമാനിക്കാം. എന്തെന്നാൽ സ്ത്രീകൾക്ക് എഴുത്തു പഠിക്കാനുള്ള അവസരങ്ങളും എഴുതാൻ വേണ്ടുന്ന സമയവും, അനുഭവങ്ങൾ ഉള്ളിൽനിന്നു വരുന്നവയും പുറത്തുനിന്നു വരുന്നവയുമായ വിലക്കുകൾ കൂടാതെ പ്രകാശിപ്പിക്കാനുള്ള ധീരതയും കൂടിക്കൊണ്ടുവരികയാണ്. വിലക്കുകളെ അവഗണിച്ച് എഴുതാൻ തന്റേടം കാണിച്ച കെ സരസ്വതിയമ്മയെപ്പോലെ ഏറെപ്പേർ ആ തലമുറയിലുണ്ടായിരുന്നില്ല. ഉള്ളിൽ നിന്നു വരുന്ന വിലക്കുകൾ അറിയാതെ തന്നെ മനസിന്റെ ശീലമായിക്കഴിഞ്ഞിരുന്നവരാണ് പഴയ തലമുറയിലെ പല എഴുത്തുകാരികളും. പുരുഷന്മാരെപ്പോലെ എന്തും തുറന്നു പറയാനുള്ള ചങ്കൂറ്റം സ്ത്രീകൾക്കു ഭൂഷണമല്ല എന്ന 'ഉത്തമവിശ്വാസ'ത്തിന്റെ വിലക്കുകളാണ് ഉള്ളിൽ നിന്നു വരുന്ന വിലക്കുകൾ. അത്തരം വിലങ്ങുകൾ പൊട്ടിച്ചെറിയാൻ പുതിയ എഴുത്തുകാരികൾക്ക് ആത്മവിശ്വാസവും തന്റേടവും ചങ്കൂറ്റവും വേണ്ടുവോളം നൽകിപ്പോരുന്നതു കൊണ്ടാണ് വരും ദശകങ്ങളിൽ പുതിയ എഴുത്തുകാരികൾ പുതുപുത്തൻ കഥകൾ പറയും എന്ന് പ്രവചിക്കാൻ കഴിയുന്നത്. സമൂഹജീവിതത്തിലെ ചില വിഭാഗങ്ങളിൽ പുതിയ തലമുറയിലെ പെൺപ്രജകൾ കണ്ണാടിക്കൂടുകളിലൊതുങ്ങാനുള്ള ചില പ്രവണതകൾ പ്രദർശിപ്പിക്കുന്നത് ആശങ്ക വളർത്തായ്കയല്ല. ഉപഭോഗസംസ്കാരം അവരെ അങ്ങനെ "ഒതുക്കാൻ" കൂട്ടുനിൽക്കുന്നുമുണ്ട്. എങ്കിലും സർഗശക്തികൊണ്ടനുഗൃഹീതരായ സ്ത്രീകൾ അപ്രകാരം ഒതുങ്ങുകയില്ലെന്നാണ് എന്റെ അനുമാനം. അങ്ങനെ അനുമാനിക്കാൻ സഹായിക്കുന്നത് ഇപ്പോൾ വളർന്നുവരുന്ന എഴുത്തുകാരികളാണ്.

അവരിൽ ശ്രദ്ധിക്കപ്പെടുന്ന ഒരു സ്വരം ഉള്ള വ്യക്തിയ്ക്ക് ആ സ്വരത്തിന്റെ സഹജഗുണമെന്തെന്ന് സൂചിപ്പിക്കുന്ന പേരും ലഭിച്ചിരിക്കുന്നു സുധീര — ധൈര്യം എന്ന ഗുണത്തിന് രണ്ടു വശങ്ങളുണ്ട്: ഒന്ന് സ്വത്വത്തിനോട് ആത്മാർഥത പുലർത്തുന്ന ധൈര്യം. മറ്റേത് ധീരതയുടെ പേരിൽ വാഴ്ത്തപ്പെട്ടതായാൽ പോലും അന്യർ വെട്ടിത്തെളിയിച്ച വഴിയെ ആശ്രയിക്കാതിരിക്കാനുള്ള ധൈര്യം. ഇതു രണ്ടും സുധീരയുടെ കഥകളിൽ കാണാം. വിലക്കുകളും വിലങ്ങുകളും തകർക്കുന്നു എന്നു പ്രഖ്യാപിക്കാൻ വേണ്ടി അവ തകർക്കുന്നതാണ് നിലവിലുള്ള 'ഫാഷൻ' എന്നതുകൊണ്ടു മാത്രം ആ വഴിയിലൂടെ നീങ്ങുന്നവരുണ്ട്. സുധീരയെ ആ വഴിയിൽ കാണില്ല. 'ഫാഷൻ ഭ്രമം' എന്നത് സ്ത്രീകളുടെ ഒരു ദൗർബല്യമാണെന്നു പുരുഷന്മാർ കരുതാറുണ്ട്. അവർ പറയുന്നു എന്നതുകൊണ്ടു മാത്രം അത് എല്ലായ്പ്പോഴും ഭള്ളോ പൊള്ളോ ആവണമെന്നില്ല. ചിലപ്പോഴെങ്കിലും അത് സ്ത്രീകളുടെ ദൗർബല്യമാകാറുണ്ട്. സുധീരയുടെ കഥകളിൽ യാതൊരു തരത്തിലുമുള്ള ഫാഷൻ കമ്പം കാണുന്നില്ല. മനഃപൂർവം ചങ്കൂറ്റം പ്രകടിപ്പിച്ച് ശ്രദ്ധയാകർഷിക്കാൻ ശ്രമമില്ല.

മനുഷ്യമനോലോകം അപാരമായ കാവ്യസംസാരമാണല്ലോ. ആ

സംസാരസാഗരത്തിൽ നിന്നു പൊങ്ങിവരുന്ന ഏത് അനുഭൂതിയും കഥാബീജം തന്നെയെന്ന കാഴ്ചപ്പാട് എങ്ങോട്ടൊക്കെ നയിക്കുന്നുവോ അങ്ങോട്ടൊക്കെ നീങ്ങുന്നതാണ് സുധീരയുടെ എഴുത്തിന്റെ പ്രകൃതം. അതിൽ വിലക്കുകൾ തകർക്കുന്ന പ്രവണതയും കാണാം. സ്ത്രീക്ക് പുരുഷനോടുള്ള ബന്ധത്തിൽ സമൂഹമനസ്സ് സങ്കൽപ്പിക്കുന്ന ചില വിലക്കുകളുണ്ട്. പ്രണയം, പുത്രവാത്സല്യം, സഹോദരസ്നേഹം എന്നതൊക്കെ ജീവിതത്തിൽ ഇന്നിന്ന പുരുഷവ്യക്തികളോട് ബന്ധപ്പെട്ടായിരിക്കണം എന്നതിനെ സംബന്ധിച്ചുള്ള സങ്കൽപ്പങ്ങൾ നോക്കുക. പുത്രവാത്സല്യം സ്വന്തം കുഞ്ഞുങ്ങളോടുള്ളതാണെങ്കിലേ 'ശരി' ആവൂ; 'സ്വാഭാവികം' ആവൂ എന്നതാണ് പ്രായേണ പുരുഷന്റെ കാഴ്ചപ്പാട്. അതുപോലെ ഭർത്താവ്, പിതാവ്, ബന്ധുജനം എന്നീ വിഭാഗങ്ങളിൽപ്പെട്ടവരോടല്ലാതെ അന്യരോട് ഒരു സ്ത്രീയ്ക്ക് തീവ്രമായ സ്നേഹാദരങ്ങളുണ്ടാവാം എന്ന് വിശ്വസിക്കാൻ സമൂഹമനസിന് ഇഷ്ടമില്ല. ഇത്തരം വിലക്കുകളോടുള്ള വെല്ലുവിളികൾ ചില കഥകളിൽ കാണാം. *സ്ഫുരണം* എന്ന കഥയിലെ കല്യാണി ഒരാളെ 'രൂക്ഷമായി' പ്രണയിക്കുന്നുണ്ട്. അതേസമയം അവൾ വിശ്വനാഥൻ എന്ന എഴുത്തുകാരനോട് അത്യന്തം ആർദ്രതയോടുകൂടിയ മാതൃസ്നേഹതുല്യമായ വികാരങ്ങൾ പുലർത്തുന്നു. ഇതു രണ്ടും കൂടി പാടില്ല എന്നാണ് പ്രായേണ സമൂഹം വിധിക്കുക. ഒരു സ്ത്രീയും പുരുഷനും കൂടി പ്രണയേതരമായ ഒരു ഹൃദ്യമാനസബന്ധം പുലർത്താമെന്നോ പ്രണയഭാജനം ഉള്ളപ്പോൾത്തന്നെ മറ്റൊരാളോട് സ്നേഹാദരാരാധനാഭാവങ്ങൾ പ്രകടിപ്പിക്കാമെന്നോ ആളുകൾ വകവെച്ചുകൊടുക്കില്ല. *സ്ഫുരണം* ഇതിനെതിരായ പ്രതികരണമാണ്. ഇങ്ങനെയും ചില വൈകാരികാവസ്ഥകൾ സംഭാവ്യവും സ്വാഭാവികവും സാധ്യവുമാണ് എന്ന് ആ കഥയ്ക്ക് ശക്തിമത്തായ ധ്വനിയുണ്ട്—കഥ നന്നാവുമ്പോഴാണ് ആ ധ്വനി നമ്മുടെ ബോധ്യപ്പെടലായി മാറുന്നത്. അങ്ങനെ ബോധ്യപ്പെടുത്താൻ പറ്റുന്ന രീതിയിൽ കഥ പറയുക എന്നതാണ് കഥാതന്ത്രം. വിശ്വനാഥൻ സ്വന്തം അനുഭവങ്ങൾ വിവരിച്ച കൂട്ടത്തിൽ ഉത്തരേന്ത്യയിൽ വെച്ചുണ്ടായ ഒരു രംഗം വർണിച്ചു. അത് കഥയിലെ അവശ്യഘടകമായിത്തീരുന്നത് ആ തന്ത്രത്തിന്റെ ഒരു ഘടകമാണ്. ആ രംഗത്തുനിന്നാണ് നാം വിശ്വനാഥനെ അറിയുന്നതും നാമറിയാതെ നമ്മുടെ ആർദ്രതയുടെ ഉറവയുണരുന്നതും.

ഉമയുടെ മകൻ എന്ന കഥയിൽ താൻ പ്രസവിക്കാത്ത കുഞ്ഞിനോട് ഒരു സ്ത്രീക്ക് അമ്മയുടെ വാത്സല്യം തോന്നാം എന്നു മനസിലാക്കാൻ ആ സ്ത്രീയുടെ ഭർത്താവിനു കഴിയുന്നില്ല. "അവനെ വേണോ? എന്നെ വേണോ?" എന്ന നിർദയമായ ചോദ്യം വരുന്നത് ആ മനസിലാവായ്കയിൽ നിന്നാണ്. പ്രായേണ ഏതു സ്ത്രീയും വിചാരിക്കുക ഭർത്താവിനെ ഏതോ ഒരു കുട്ടിക്ക് വേണ്ടി നഷ്ടപ്പെടുത്തിക്കൂടാ എന്നാണ്.

മറിച്ച് ഒരു സ്ത്രീ കരുതും എന്ന് വിശ്വസിക്കാൻ സമൂഹമനസിനും കഴിയാറില്ല. അന്യയായ ഒരുവളുടെ കുഞ്ഞിന്റെ പേരിൽ ഭർത്താവിനെ ഉപേക്ഷിച്ചവളാണ് *ഉമയുടെ മകൻ* എന്ന കഥയിലെ അമ്മ. ആ അമ്മയുടെ പ്രവൃത്തി വിശ്വാസ്യമാക്കിത്തീർക്കുവാൻ കഴിയുന്നു എന്നതാണ് കഥയിലെ കലാതന്ത്രം. ഉമയെ പരിചയപ്പെട്ട സാഹചര്യവും ഉമയുടെ ദാരുണമായ അന്ത്യവും വർണിച്ച രീതിയിലൂടെ മനുഷ്യമനസിന്റെ നിഗൂഢപ്രവർത്തനങ്ങൾ അനാവരണം ചെയ്യാനും അവയെ തികച്ചും സ്വാഭാവികമെന്നംഗീകരിപ്പിക്കാനും കഴിഞ്ഞിരിക്കുന്നു – കഥ നന്നായി എന്നർഥം. *കുഞ്ഞിമ്മ* എന്ന കഥയിലും കാണാം ഇതുപോലെ വിജയിച്ച രചനാതന്ത്രം. എഴുത്തുകാരിയെ അന്യർ മനസിലാക്കുന്നതും ആദരിക്കുന്നതും പൊറുക്കാത്ത ഒരു ഭർത്താവും അയാളെ ധിക്കരിക്കാതെ എല്ലാം സഹിച്ച് എഴുത്ത് തുടരുന്നതിൽ വിജയിച്ച ഭാര്യയും ആണ് *അവളുടെ വീട്* എന്ന കഥയിലുള്ളത്. ആ ഭാര്യയെ മറ്റൊരു തരത്തിൽ, അതായത് ഭർത്താവിനെ ധിക്കരിക്കുന്നവളായി ചിത്രീകരിക്കേണ്ടിയിരുന്നു എന്നു വാദിക്കുന്ന സ്ത്രീപക്ഷവാദികളുണ്ടാവാം. അങ്ങനെ പാടില്ല ഇങ്ങനെത്തന്നെ വേണം എന്നോ, ഇങ്ങനെ പാടില്ല അങ്ങനെത്തന്നെ വേണമെന്നോ ശഠിക്കുന്നതിൽ ഞാനൊരർഥവും കാണുന്നില്ല. രണ്ടുതരത്തിലുമാവാം. എന്തെന്നാൽ രണ്ടുതരത്തിലുള്ള 'മനോഭാവ'ങ്ങളും മനുഷ്യസഹജങ്ങളാണ്. ധിക്കാരം സഹനം എന്ന രണ്ടു പ്രക്രിയകളിൽ കഥാപാത്രം സ്വീകരിക്കുന്നത് ഏത് എന്ന് പ്രശ്നമില്ല. ഏതായാലും കൊള്ളാം, ധ്വനി സ്ത്രീയുടെ സർഗശക്തി പീഡിതമാകുന്നതിനെതിരാകണം എന്നതിൽ സംശയവുമില്ല. എഴുത്തുകാരിയുടെ സഹനസ്വഭാവം വർണിച്ച് അവളുടെ പീഡിതത്വത്തിനെതിരായ ധ്വനി കഥാർഥമാക്കുന്നതിൽ സുധീര വിജയിച്ചു. ഇത് ഒരു ധീരമായ കൃത്യവുമാണ്. ഇതുപോലെ അർഥവത്തായ ധ്വനികൾ ഉള്ള കഥകളുടെ സമാഹാരം രണ്ടാം സഹസ്രാബ്ദത്തിന്റെ അന്ത്യഘട്ടത്തിൽ അവതരിപ്പിക്കുമ്പോൾ അത് വരുംകാലങ്ങളിലെ എഴുത്തുകാരികളുടെ സുധീരതയ്ക്കും സുശോഭനതയ്ക്കും സൂചകമായിത്തീരട്ടെ എന്ന് ആശിക്കുകയും ആശംസിക്കുകയും ചെയ്യുന്നു.

ടാജ്മഹൽ

അയാൾ ആഗ്രാഫോർട്ടിലേക്കുള്ള ബസ്സ്റ്റേഷൻ ലക്ഷ്യമാക്കി നടക്കുകയായിരുന്നു. ഹേമന്തത്തിലെ പൗർണമി തലയ്ക്കുമീതെ, നിലാവ് ഇടതടവില്ലാതെ പെയ്യുന്ന മഴപോലെ, തിമിർത്തൊഴുകുന്ന കാല പ്രവാഹം പോലെ പരന്നൊഴുകുകതന്നെ ആയിരുന്നു.

പത്തുമണിവരെ അയാൾ ടാജ്മഹലിന്റെ മട്ടുപ്പാവിൽ അനേകം സഞ്ചാരികളുടെ കാലടിയിലെ ചേറുപറ്റിയ മാർബിൾ തറയിൽ മലർന്നു കിടന്നു. സ്വപ്നത്തിന്റെ പാലാഴിയിൽ നീന്തിത്തുടിക്കുംപോലെ, പ്രിയവും, വിപ്രിയവുമായ അനുഭവങ്ങൾ മനസിൽ മിന്നിയും മാഞ്ഞും പോയ്ക്കൊണ്ടിരിക്കുന്നു.

സത്യവും നിത്യവുമായൊരു ലോകത്തിലേക്ക് കടന്നുകയറും മുമ്പുള്ള ഒരു തയ്യാറെടുപ്പായിരുന്നു ഈ ടാജ് സന്ദർശനം. ടാജിന്റെ തണുത്ത തറയിൽ, ചന്ദ്രിക പ്രവഹിച്ചപ്പോഴുണ്ടായ സൗന്ദര്യദീപ്തിയിൽ മയങ്ങി ഒരു കിടപ്പ്. കാമക്രോധലോഭമോഹ മനോവികാരങ്ങളിൽ നിന്ന് വേറിട്ട ഒരു ജീവിതം അയാൾ സ്വപ്നം കണ്ടുതുടങ്ങിയിരുന്നു. വികാരവും വിവേകവും പൊരുത്തപ്പെട്ടുപോകണം. മരീചികയ്ക്ക് പിറകേയുള്ള ഓട്ടം മതിയായിരിക്കുന്നു. സ്വാതന്ത്ര്യത്തിന്റെ മധുരം രുചിക്കുംമുൻപ് അത് നേടുവാൻ കുടിക്കേണ്ടിവന്ന കയ്പുണ്ട്, നാവിൻതുമ്പത്ത്. ഭൗതികസാഹചര്യങ്ങൾ വെടിയുംമുൻപ് ഈ ലോകം കണ്ട ഏറ്റവും മനോഹരമായ പ്രണയകുടീരം കാണുവാൻ നിശ്ചയിച്ചു.

അയാൾ ഗുരുവിന്റെ നിശ്ശബ്ദവും വിശുദ്ധവുമായ സ്നേഹത്തിൽ ആണ്ടുപോയിരുന്നു. ഗുരു സന്യാസിയല്ല. ആത്യന്തികമായി ഒരു ജീനിയസ്സായിരുന്നു. അദ്ദേഹത്തിന്റെ ഗഹനമായ ലേഖനങ്ങൾ, പഠനങ്ങൾ മനസിനെ ജാഗരൂകമാക്കാനും സഹായിച്ചു. അയാൾ ഗുരുവിന് നിരന്തരം

കത്തുകളയച്ചു. അതിന് സ്നേഹയുക്തങ്ങളായ മറുപടികളും ലഭിച്ചു കൊണ്ടിരുന്നു. അതിൽപ്പിന്നീടാണ് പരസ്പരം കണ്ടത്. അതിനുശേഷം ആവുമ്പോഴൊക്കെ അയാൾ ഗുരുവിനെ ചെന്നു കണ്ടു.

ദില്ലിയിലേക്കുള്ള യാത്രയെക്കുറിച്ച് പറഞ്ഞപ്പോൾ ഗുരു പറഞ്ഞു:

"ഇരുപതു വർഷങ്ങൾക്ക് മുൻപ് തന്നത്താനെ ഗസലുണ്ടാക്കി പാടുമായിരുന്ന സുഹൃത്ത് എന്നെ ടാജിൽ കൊണ്ടുപോയി...."

ഹൃദയത്തിൽ എന്നോ ഒരു പ്രേമകുടീരം പണിഞ്ഞുകഴിഞ്ഞിരുന്ന അയാൾക്ക് ആ കഥ കേട്ടപ്പോൾ ആത്മാവിൽ കണ്ണുനീരുണർന്നു.

"ഒരു പൗർണമി ദിവസം ടാജ്മഹലിലെ ചെറിയ മുറിയിലിരുന്ന് ചന്ദ്രനെ നോക്കാനും പാട്ടുകേൾക്കാനും സന്തോഷം തോന്നി. എന്റെ സുഹൃത്ത് സത്നാംസിങ് പാടിക്കൊണ്ടിരുന്നു. അന്നു രാത്രിയിൽ അവിടുത്തെ കബറിൽ കിടത്തിയിരിക്കുന്നതായി പറയുന്ന മുംതാസിനെ കനവിൽകണ്ടു."

ഗുരുവിന്റെ മുഖത്ത് നിറനിലാവിന്റെ ഉണ്മ നിറയുകയായിരുന്നു. കണ്ണുകളിൽ സ്നേഹത്തിന്റെ സ്വർണകാന്തി.

"സൗമ്യമായ ആകർഷകത്വമുള്ള കണ്ണുകളുള്ള ഒരമ്മ. അവർ എനിക്ക് ഒരു രഹസ്യം വെളിപ്പെടുത്തിത്തന്നു. ടാജിലെ മനോഹരമായ കബറിൽ കിടക്കുന്നത് മുംതാസല്ല, ഷാജഹാന്റെ പോറ്റമ്മയാണ് എന്ന്. മുംതാസ് എല്ലാ പൗർണമിക്കും ചന്ദ്രികയോടൊപ്പം ടാജിന്റെ മട്ടുപ്പാവിലെത്തും. എന്നിട്ട് കുറെ സമയത്തേക്ക് ഷാജഹാനെ പുറത്തെടുത്ത് ചന്ദ്രികയിൽ, തന്റെ നെഞ്ചിൽ ചേർത്തുവെക്കും. ചന്ദ്രനും ചന്ദ്രികയും രണ്ടല്ല എന്ന് ആ അമ്മ പറഞ്ഞുതന്നു."

ടാജിലെ ഹേമന്തപൗർണമി തന്റെ ആത്മാവിലാകെ പരക്കുന്നതായി അയാൾക്ക് തോന്നി.

"കാലത്തിന്റെ കപോലത്തിൽ നിത്യനിതാന്തമായി തിളങ്ങുന്ന ഒരു കണ്ണുനീർ മണിയാണ് ടാജ്മഹൽ" എന്നു പറഞ്ഞ വിശ്വമഹാകവിയേയും അയാളന്നേരം ഓർത്തു.

കത്തിലും കാഴ്ചകളിലും ഗുരു ഓർമിപ്പിച്ചിരുന്നത് ഈശ്വരനെക്കുറിച്ചായിരുന്നില്ല, അറിവിനെക്കുറിച്ചായിരുന്നു. ഈ ലോകത്തിന് നല്ലതേ വരാവൂ എന്ന തീവ്രാഭിലാഷം. "മനസ്സ് ചൊൽപ്പടിക്ക് നിർത്തണം, അപ്പോഴേ നിന്റെ ഉള്ള് ശുദ്ധമാവൂ. സംശുദ്ധമായ മനസിലേക്കേ അറിവ് പ്രവേശിക്കൂ. അറിവ് തളരാത്ത വീര്യവും, തകരാത്ത ആനന്ദവും നിനക്ക് തരും."

ഇരുളിനെ ദീപ്തമാക്കുന്ന ഗുരുവിന്റെ പുഞ്ചിരി മനസിലെ തീ കെടുത്തി.

ദില്ലിയിൽ അയാൾക്ക് ധാരാളം പരിചയക്കാരുണ്ടായിരുന്നു. സമ്പന്നരും; അങ്ങനെ അല്ലാത്തവരും. എങ്കിലും രാംകിഷനെ പോയി കാണുവാനാണ് ആദ്യം തോന്നിയത്. തുഗ്ലക്ബാദ് ഇൻസ്റ്റിറ്റ്യൂഷണൽ ഏരിയായിലെ ബാത്ര ആശുപത്രിയിൽ ജോലി ചെയ്യുന്ന രാംകിഷനെ. ശരാ

ശരി ജീവിതം നയിക്കുന്നവൻ, ജീവിതത്തിന്റെ രണ്ടറ്റവും കൂട്ടിയോജി പ്പിക്കുവാൻ പാടുപെടുന്നവൻ.

രാംകിഷൻ ജോലിക്ക് പോകാനൊരുങ്ങുമ്പോഴാണ് അയാൾ കയ റിച്ചെന്നത്. കണ്ടയുടൻ തീവണ്ടിയിലിരുന്ന് ഒന്നരദിവസത്തെ ചേറും പൊടിയും പുരണ്ട അയാളുടെ മെലിഞ്ഞ ദേഹത്തെ രാംകിഷൻ ആഹ്ലാ ദത്തോടെ ആശ്ലേഷിച്ചു.

"ആർതീ, അറിയില്ലേ, എന്റെ സ്നേഹിതൻ. കേരളത്തിൽ നിന്ന്. ഞാനവിടെ അമ്മാവന്റെ കൂടെനിന്ന് ഗുജറാത്തി സ്കൂളിലാണ് പഠിച്ചത് എന്ന് പറഞ്ഞിട്ടില്ലേ? അന്ന് ഇവനായിരുന്നു എന്റെ വിട്ടുമാറാത്ത കൂട്ടു കാരൻ. ഇപ്പോൾ കൂട്ടുകെട്ട് കത്തിലൂടെ മാത്രം!" രാംകിഷൻ ആഹ്ലാദം മറയ്ക്കാനാവാതെ പൊട്ടിച്ചിരിച്ചു.

ചേലത്തുമ്പെടുത്ത് ശിരസിലേക്ക് വലിച്ചുകൊണ്ട് ലേശം വിളർത്ത മുഖത്തോടെ ആരതി പുഞ്ചിരിതൂകി. ഉപചാരം പറഞ്ഞു:

"ഇരിക്കൂ ഭായിസാബ് ഇരിക്കൂ."

ഒറ്റമുറി. പിന്നെ പിറകിൽ ചായ്പ് പോലൊരു അടുക്കള, ചെറി യൊരു ടോയ്‌ലറ്റ്, തീർന്നു. ഒരു വശത്ത് തയ്യൽ മിഷൻ, ഒരു മടക്കു കട്ടിൽ, ചെറിയ മേശ. ഒരു മൂലയിൽ പൂജാമുറിയുടെ വിഭജനം. റാക്കിലെ തട്ടുകളിൽ വൃത്തിയായി അടുക്കിവെച്ച പുസ്തകങ്ങളും, മാസികകളും.

പഴയ മരക്കസേരയിലേക്ക് ആശ്വാസത്തോടെ ചാഞ്ഞുകൊണ്ട് അയാൾ പറഞ്ഞു:

"ഞാനിവിടെ മൂന്നാലുദിവസം കാണും. നാളെ നീ അവധിയെടു ക്കേണ്ടിവരും. നമുക്ക് നാളെ ആഗ്രയിലേക്ക് പോകണം."

രാംകിഷന്റെ ഓർക്കാതെ ചുവന്നുപോയ മുഖത്ത് ജാള്യം പടർന്നു.

"നീ ഈ വീട്ടിലോ..... ഇവിടെ സൗകര്യങ്ങളേക്കാൾ അസൗകര്യ ങ്ങളല്ലേ? ഞാൻ നല്ലൊരു ഹോട്ടലിൽ മുറിയെടുക്കാം. കേരളത്തിൽ നിന്റെ പദവി, ഉദ്യോഗം ഒക്കെ ഓർക്കുമ്പോൾ....."

അത് കേൾക്കാത്ത മട്ടിൽ അയാൾ തന്റെ കട്ടിത്തുണിസ്സഞ്ചി തുറ ന്നുകൊണ്ടു പറഞ്ഞു:

"എനിക്കൊന്ന് കുളിക്കണം."

കുളിമുറിയെന്ന് പറയുന്ന ചെറിയ തട്ടില്ലാത്ത മുറിയിൽ അലക്കു വാനായി നനച്ചുവെച്ച തുണികൾ, വില കുറഞ്ഞ സോപ്പുപൊടി, തുണി തല്ലിവെളുപ്പിക്കുന്ന വടി, ഇരിക്കുന്ന പലക. ഇവയെല്ലാം നീക്കിവെച്ച് കഷ്ടിച്ച് നിന്നുകുളിക്കാനുള്ള സ്ഥലമുണ്ടാക്കാം. ടാപ്പ് തിരിച്ചയുടൻ തന്നെ ആരതിയുടെ അടക്കിയിട്ടും അടങ്ങാത്ത ശബ്ദം അയാൾ കേട്ടു.

"കേട്ടുവോ? ഇവിടെ അതിഥി സൽക്കാരത്തിന് ഒന്നുമില്ല. ആട്ട തീർന്നു. പഞ്ചസാര കഴിഞ്ഞു. പരിപ്പും, ഉള്ളിയും ഉരുളൻകിഴങ്ങും എല്ലാം വാങ്ങിക്കേണ്ടിവരും. നമ്മുടെ അതിഥിക്ക്, അല്ല നിങ്ങളുടെ ചങ്ങാ തിയുടെ നാശ്തയ്ക്ക് ഞാനെന്താണീശ്വരാ കൊടുക്കുക? ഉള്ളത് നാം കഴിച്ചും പോയില്ലേ?"

"ശ്ശ് ആർതീ പതുക്കെ" രാംകിഷൻ സ്വകാര്യം പറയുന്നതും കേട്ടുപോകുന്നു.

"ഞാൻ രാവിലെ ജോലിക്കുപോയിവരട്ടെ. ഉച്ചക്ക് ശേഷം ലീവെടുക്കാം. ഇനി കടയിൽ പോകാനോ കടം വാങ്ങാനോ നേരമില്ല. നീ അപ്പുറത്തെ ഹട്ടംഗഡിയുടെ വീട്ടിൽ നിന്ന് നാശ്ത സംഘടിപ്പിക്ക്. പക്ഷെ, നീയെന്റെ ആത്മസുഹൃത്തിനെ നന്നായി പരിചരിക്കണം."

കുളികഴിഞ്ഞ് വസ്ത്രം മാറി. മുറിയിലെ ചെറിയ കണ്ണാടിയിലേക്ക് തലകുനിച്ച് മുടിചീകിക്കൊണ്ട് അയാൾ പറഞ്ഞു:

"രാവിലെ ഞാൻ ഭക്ഷണം ട്രെയിനിൽ നിന്ന് കഴിച്ചതാണ്, രാംകിഷൻ വൈകിക്കേണ്ട. ഇറങ്ങാം. ഞാനും നിന്റെയൊപ്പം ഉണ്ട്. ഒന്ന് ടെലഫോൺ ചെയ്യണം. തിരിയെ വന്നിട്ട് എനിക്കൊന്ന് നന്നായി ഉറങ്ങണം. നീ തിരിച്ചെത്തിയാൽ എന്നെ വിളിച്ചുണർത്തണം. മറക്കേണ്ട, നാളെ അവധിയെടുത്തു വരാൻ....."

ഒഴിഞ്ഞ കുടലിലെ വർധിച്ച അമ്ലോല്പാദനം നെഞ്ചിനു നടുവിലെ വലിയ വേദനയായി മാറും മുൻപ് എന്തെങ്കിലും കഴിക്കണം. രാംകിഷൻ ബസിൽ കയറിയപ്പോൾ അയാളൊരു ഫാസ്റ്റ് ഫുഡിന്റെ കടയിൽ നിന്ന് ലഘുഭക്ഷണം കഴിച്ചു. അടുത്തുകണ്ട സൂപ്പർ മാർക്കറ്റിൽ കയറി അടുക്കളവ്യഞ്ജനങ്ങളും കുറച്ച് പച്ചക്കറികളും വാങ്ങിച്ചു.

ആരതി കിടക്ക വിരിപ്പു മാറ്റി. കട്ടിൽ ഉറങ്ങുവാൻ ഒരുക്കിയിരുന്നു.

"സഹോദരീ എനിക്കിപ്പോൾ നന്നായൊന്നുറങ്ങണം. നിങ്ങളുടെ വക പരിപ്പുംകൂട്ടി ഒരൂണ്. ഉച്ചയ്ക്ക് എനിക്ക് ചപ്പാത്തി ഇറങ്ങുകയില്ല. അതുകൊണ്ട് ചിലതെല്ലാം വാങ്ങിച്ചുകൊണ്ടുവന്നു!"

ഊണു വിളമ്പിവെച്ചശേഷമാണ് രാംകിഷൻ അയാളെ ഉണർത്തിയത്.

"മതി, ഉറങ്ങിയത് മതി സ്നേഹിതാ. നിന്റെ ഇഷ്ടഭോജനം തയ്യാറായിരിക്കുന്നു!"

അയാൾ കണ്ണുതിരുമ്മി എഴുന്നേറ്റിരുന്നപ്പോൾ ആരതി കേൾക്കാതെ രാംകിഷൻ പതുക്കെ പറഞ്ഞു:

"നീ ഒട്ടും മാറിയിട്ടില്ല. എല്ലാം അറിഞ്ഞു പ്രവർത്തിക്കുന്ന എന്റെ ആ പഴയ സുഹൃത്തുതന്നെ!"

രാംകിഷന്റെ കൂടെ ആഗ്രാഫോർട്ടിൽ ബസിറങ്ങിയപ്പോൾ അയാളുടെ ഹൃദയം പഴയ ചക്രവർത്തിക്ക് വേണ്ടി വേദനിച്ചു. അദ്ദേഹം മുപ്പത് കൊല്ലത്തെ രാജവാഴ്ചയ്ക്ക് ശേഷം തടവിലായത്, സഹജാതരെ വധിച്ച് അറംഗസീബ് രാജാവായത്, ഇതൊക്കെ ഓർത്തു. മകൻ അച്ഛന് വേണ്ടി തീർത്ത തടവറ, ആഗ്രാഫോർട്ട്. എണീറ്റു നിന്നാൽ ശിരസ്സ് മുട്ടിപ്പോകുന്ന ഇടുക്കുമുറിയിൽ എട്ടു വർഷം. മരണംവരെ കഴിയേണ്ടിവന്ന ഉഗ്രപ്രതാപി. ഖുറം രാജകുമാരനും അർജുമാണ്ട് ബാനുബീഗവും ചരിത്രത്തിൽ നിന്ന് ഉയിർത്തെഴുന്നേറ്റുവരുംപോലെ. അവർ പിന്നീട് ഷാജഹാനും മുംതാസും ആയി.

ആഗ്രഫോർട്ടിൽ നിന്ന് ടാജിലേക്കുള്ള യാത്ര ഉല്ലാസപ്രദമായിരുന്നു. വൻമരങ്ങൾ കാവൽ നിൽക്കുന്ന നീണ്ടപാതയിലെ യാത്ര അവസാനിക്കും മുൻപ് മരങ്ങൾക്കിടയിലൂടെ ആകാശത്ത് ടാജിന്റെ വെൺമകുടം കണ്ടു. അയാൾ ശ്വാസം ദീർഘമായി അകത്തേക്ക് വലിച്ചു. ഒരു ചക്രവർത്തിയുടെ ഹൃദയത്തിന്റെ പ്രണയ പ്രതീകം. ശുദ്ധവും സൗമ്യവുമായ ഒരു കണ്ണുനീർക്കണംപോലെ ഹൃദയത്തിൽ ഒട്ടിനിൽക്കുന്ന ഒരു സ്നേഹത്തിന്റെ ഓർമ അയാൾക്കുള്ളിലും ഉണർന്നു.

ആദ്യമായല്ല താനിവിടെ എത്തുന്നത് എന്ന് രാംകിഷൻ അറിയരുത്. ദില്ലിയിൽ ഒരു വർഷത്തോളം ജോലി നോക്കിയിട്ടുള്ള കാര്യം അവനോട് പറഞ്ഞിട്ടില്ല. ഹൃദയത്തിൽ ഉറന്നുയരുന്ന കണ്ണുനീർ ആരും കാണരുത്. ഉള്ളിൽ തലചായ്ച്ചുറങ്ങുന്ന ഹൃദയഭാജനത്തെക്കുറിച്ചും ആരോടും പറയേണ്ട.

തീവണ്ടിയാത്രക്കിടയിലെ സൗഹൃദം സ്നേഹമായി മുളച്ചത്, വളർന്നു പന്തലിച്ചത്, താജിലേക്കുള്ള കുടുംബയാത്രയെക്കുറിച്ച് മുൻകൂറായി വിവരം തന്ന് അവിടെ എത്തുവാൻ പറഞ്ഞത്..... ഒന്നും മറന്നിട്ടില്ല. ടാജിൽ പോകും മുൻപ് ഒരാഗ്രഹം. ഒരു നിബന്ധന അവൾക്കുണ്ടായിരുന്നു. ആൾത്തിരക്കിനിടയിൽ കുടുംബത്തിൽനിന്ന് കൂട്ടംതെറ്റി ഒന്നിച്ചാവുമ്പോഴോ, സൂത്രത്തിൽ കിട്ടുന്ന ഏകാന്തതയിൽ അടുത്തു കിട്ടുമ്പോഴോ, അനശ്വരപ്രണയകുടീരത്തിൽവെച്ച് ആരുമറിയാതെ ഒരു സ്നേഹസമ്മാനം. അതേ വേണ്ടിയിരുന്നുള്ളു. അവിസ്മരണീയ പാരിതോഷികത്തിന് അനശ്വരമുഹൂർത്തം കൈവന്നില്ല. അമ്മയുടെ സുഹൃത്തിന്റെ ചെറുമകളുടെ കവിളത്ത് അയാൾ കാൺകെ അവൾ മാറിമാറി ചുംബിക്കുന്നുണ്ടായിരുന്നു. അപരിചിതരെപ്പോലെ അടുത്തടുത്തുകൂടെ നടന്നു. തിരക്കിനിടയിൽ കയ്യെത്താദൂരത്ത് നടന്നു. എല്ലാവരും യമുനയിലേക്ക് നോക്കി നിൽക്കേ, കൈവരിയിൽ പിടിച്ചുനിന്ന ആ കൊച്ചുകുട്ടിയുടെ കവിളത്ത് നിന്ന് അയാൾ ചുംബനം ഒപ്പിയെടുത്തു. അത്രമാത്രമേ കഴിഞ്ഞുള്ളു. മറ്റൊന്നിനും ധൈര്യം കിട്ടിയില്ല. അവളെ ഒന്നു സ്നേഹത്തോടെ സ്പർശിക്കുവാനോ, സുദീർഘമായൊരു ചുംബനത്താൽ തളർത്തുവാനോ ഒന്നിനും — ഒരിക്കലും കൈമാറാൻ കഴിയാതെപോയ സ്നേഹസമ്മാനം. അതൊന്നും ആരും അറിയേണ്ട.

ടാജിനെക്കുറിച്ച് തീസിസ് തയ്യാറാക്കുന്നതിന് അവൾ എത്തിയതായിരുന്നു ദില്ലിയിൽ.

സമാധാനത്തിന്റെ വെള്ളപ്രാവ് ഇരുന്ന് വിശ്രമിക്കുന്നതുപോലെ ടാജ്മഹൽ. വെയിലത്ത് മിന്നൽപ്പിണരിന്റെ ശോഭയുണ്ടതിന്. പക്ഷെ, അവളന്ന് പറഞ്ഞുതന്നത് ടാജിന്റെ ആന്തരികശോഭ പകൽവെളിച്ചത്തിലും; പുറംപകിട്ട് നിറനിലാവത്തുമാണ് കാണേണ്ടത് എന്നാണ്.

'ഹേമന്തത്തിലെ പൗർണമി നാളിൽ ചന്ദ്രൻ തലയ്ക്ക് മീതെ എത്തുന്ന ഒരു രാത്രിയുണ്ട്. അപ്പോഴാണ് വെൺകുടീരത്തിന്റെ രൂപം അതിന്റെ പ്രതിരൂപത്തെ യമുനയിൽ വെച്ച് ആലിംഗനം ചെയ്യുന്നത്.

അന്നാണ് നിലാവ് വെള്ളിപൂശിയ മട്ടുപ്പാവിൽ പരസ്പരം സ്നേഹിക്കുന്നവർ സംഗമിക്കേണ്ടത്.

സംയോഗമല്ല വിയോഗമാണുണ്ടായതെന്ന് മാത്രം.

ഗേറ്റിൽ നല്ല തിരക്കുണ്ടായിരുന്നു. ഏതൊക്കെയോ നാട്ടിൽ നിന്ന് പ്രണയപ്രതീകത്തിന്റെ മഹത്തായ ശവകുടീരം കാണുവാൻ എത്തിയവർ! "കമാനത്തിലെ കാലിയോഗ്രാഫി ആരാണ് ചെയ്തതെന്നറിയുമോ?" രാംകിഷൻ ചോദിച്ചു.

"കേട്ടിട്ടുണ്ട് രാംകിഷൻ ഷിറാസിലെ മുഹമ്മദ്ഖാൻ. പിന്നെയൊരു വിബ്ഖാനോ മറ്റോ ബാഗ്ദാദിൽ നിന്ന് വന്നത്....!"

അയാൾ ഓർത്തു പറഞ്ഞു.

ടാജിൽ പതിച്ചിരുന്ന രത്നങ്ങൾ എവിടെന്നെല്ലാം കൊണ്ടുവന്നു എന്ന് അവൾക്ക് നല്ല നിശ്ചയം ഉണ്ടായിരുന്നു. ആഗ്രയിൽ പോയി വന്നതിന് ശേഷമാണ് അതേക്കുറിച്ച വിസ്തരിച്ച് പറഞ്ഞുതന്നത്.

"സൂര്യകാന്തം കോംബേയിൽ നിന്ന്, ചന്ദ്രകാന്തം നൈൽ നദീതീരത്ത് നിന്ന്, വെണ്ണക്കല്ല് ജയ്പ്പൂരിൽ നിന്ന്, വൈഡൂര്യം....." അവൾ ഓർത്തുനിന്നു. "പക്ഷെ, എല്ലാം പോയി. എവിടേയും എപ്പോഴും അനർഘ മൗക്തികങ്ങൾ കവർച്ച ചെയ്യപ്പെടുന്നു. അതിരിക്കട്ടെ മുംതാസ് മഹൽ, എന്ന പേരിന്റെ അർഥമറിയാമോ?"

അയാൾ കൈമലർത്തി.

"കൊട്ടാരങ്ങളുടെ രാജകിരീടം."

പറയുമ്പോൾ മുഖത്തിന് ഒരു അപൂർവശോഭ ഉണ്ടായിരുന്നു.

"ചക്രവർത്തിക്ക് മറ്റൊരു പ്രേമഭാജനം ഉണ്ടായിരുന്നു. സർഹിന്ദി ബീഗം. അവർക്കുവേണ്ടിക്കൂടി ഒരു പ്രേമകുടീരം പണിയുവാൻ അദ്ദേഹം മറന്നില്ല." (അറ്റം കാണാത്ത വേദനകൾക്കിടയിലും ചക്രവർത്തി കടമകൾ മറന്നില്ല, ശോകാനുഭൂതികൾ മനുഷ്യനെ ബലവാനും മഹാനും ആക്കിത്തീർക്കുന്നു.)

ഖുർആനിലെ വചനങ്ങളുടെ കാലിയോഗ്രാഫി അവൾ നന്നായി വായിക്കും. മുംതാസിന്റെ കല്ലറയിൽ അല്ലാഹുവിന്റെ തൊണ്ണൂറ്റി ഒമ്പത് നാമങ്ങൾ എഴുതിവെച്ചിരുന്നതും അവൾ ഓർത്തുപറയും; അല്ലാ, അർറഹ്മാൻ, അർറഹിം, അൽമാലിക്..... കല്ലറയുടെ മുകളിൽ എഴുതിയ വചനങ്ങൾ, 'അല്ലാഹുവേ സഹനത്തിനപ്പുറത്തുള്ളത് സഹിക്കുവാൻ ഇട നൽകരുതേ' എന്നാണത്രെ.

പുറത്തേക്കൽപ്പം ചെരിച്ചുനാട്ടിയ തൂണിൽ ചാരിനിന്നുകൊണ്ട് ചെളിച്ചാലായി, ക്ഷീണിച്ചൊഴുകുന്ന യമുനയിലേക്ക് നോക്കി വൃദ്ധനായ ഒരു സർദാർജി വേദനയോടെ ആത്മഗതം ചെയ്തു.

'എന്തെല്ലാം കണ്ടവളാണ് ഇവൾ! സാമ്രാജ്യങ്ങളുടെ ഉയർച്ചയും വീഴ്ചയും, മഹാരാജാവിന്റെ പ്രണയപ്രകർഷങ്ങളും തടവിന്റെ ക്ലേശകാലവും....എന്തെല്ലാം....'

"ടാജിന്റെ പണിതീർന്നപ്പോൾ ഷാജഹാന് ആഹ്ലാദമോ ദു:ഖമോ ഏതാണ് അധികം ഉണ്ടായിരിക്കുക, സ്നേഹിതാ?" അയാൾ ചോദിച്ചു.

"ഒന്നും പറയുവാൻ വയ്യ, സുഹൃത്തേ. പതിനാലാമത്തെ കുഞ്ഞിന്റെ ജന്മത്തോടെയാണ്, അതു മുപ്പത്തെട്ടാം വയസ്സിലാണ് മുംതാസ് പോയത്. പിന്നീട് രാജാവ് സുഖം എന്തെന്നറിഞ്ഞിട്ടില്ല. വിരഹതാപത്താൽ അദ്ദേഹത്തിന്റെ കറുത്ത മുടിനാരുകൾ എളുപ്പം വെളുത്തുപോയത്രെ." തടവറയിൽ കൂട്ടിന് മകൾ ജഹാനറ മാത്രം. ജാസ്മിൻ ടവറിൽ ചെന്നിരുന്ന് വല്ലപ്പോഴും യമുനയ്ക്കപ്പുറത്ത് ശിരസ്സുയർത്തി നിൽക്കുന്ന ടാജ് നോക്കിക്കാണാൻ മകൻ അനുവാദം കൊടുത്തിരുന്നു. ടാജിനെ നോക്കിക്കൊണ്ട്, മകളുടെ മടിയിൽ ശയിച്ചാണ് ആ അനശ്വര കാമുകൻ വിടപറഞ്ഞത്." സർദാർജിയുടെ ശബ്ദത്തിന് കണ്ണുനീരിന്റെ ഈർപ്പമുണ്ടായിരുന്നു.

വെയിൽ ചെരിഞ്ഞു തുടങ്ങിയപ്പോൾ രാംകിഷൻ ധൃതികൂട്ടി. "ഇനി പോയാലോ?"

"വരട്ടെ ഞാൻ പതുക്കെ വരാം. രാംകിഷൻ ചെല്ലൂ. അവിടെ ആരതി തനിച്ചല്ലേ?"

"ശരി അങ്ങനെയാവാം. പക്ഷെ അധികം വൈകരുത്...."

പരന്നൊഴുകുന്ന ചന്ദ്രികയിൽ ഏകാന്തവിവശനായി അയാൾ കിടക്കുകയായിരുന്നു. അവളെക്കുറിച്ചോർത്തപ്പോൾ ഭാവനയുടെ ചിറകുകൾ തളർന്നു. അഗ്നി ജ്വലിക്കുന്ന ഒരു മുഖം രാവിന്റെ നിശ്ശബ്ദതയിൽ തന്റെ നെഞ്ചോട് പറ്റിക്കിടക്കും പോലെ. ഏകപ്രകാരവും, നിരന്തരവുമായ ശോകം ബാക്കിയായി. റിസർച്ച് കഴിഞ്ഞ് അവൾ പോയി. മതത്തിന്റെ വേലി തകർക്കാൻ അവൾക്കായില്ല. വജ്രം പോലെ കടുപ്പമേറിയ ഹൃദയമുള്ള പെൺകിടാവ്. നീണ്ടുനീണ്ടുപോകുന്ന മൗനത്തിലൂടെ യാത്രാമൊഴി പറഞ്ഞ പെൺകുട്ടി.

കാവൽക്കാരൻ വന്ന് തട്ടിവിളിച്ചപ്പോഴാണ് അയാൾ എണീറ്റ് പുറത്തേക്ക് പോന്നത്. നല്ല വിശപ്പ് തോന്നിയത് അപ്പോഴാണ്. പഴസത്ത് വിൽക്കുന്ന കടയുടെ മുൻപിലെത്തിയപ്പോൾ അയാൾ പേഴ്സെടുക്കാൻ കീശതപ്പി. അപ്പോൾ ഒരു നേർത്ത നടുക്കത്തോടെ അറിഞ്ഞു കീശ കാലിയാണെന്ന്. സഞ്ചാരികൾ അയാളെ സൽക്കരിച്ചത് കീശ കവർന്നുകൊണ്ടായിരുന്നു. എവിടേയും കവർച്ചകൾ.

അങ്ങനെയായിരുന്നു അയാൾ നടന്നു തുടങ്ങിയത്. പുതിയ നടപ്പാതയിലൂടെ പരിചയമില്ലാത്ത വഴികളിലൂടെ തനിച്ചു നടക്കുവാൻ അയാൾ ശീലിച്ചിരുന്നു. ഏതോ തട്ടുകടയിൽ നിന്ന് അൽപ്പം പച്ച വെള്ളം വാങ്ങിക്കുടിച്ച്, രാംകിഷന്റെ ഗർഭിണിയായ ഭാര്യ തനിക്കുവേണ്ടി തയ്യാറാക്കിയ ചൂടുള്ള ഭക്ഷണത്തെക്കുറിച്ച് ഓർത്തുകൊണ്ട് അയാൾ നടന്നു. വയറുവിശന്നാൽ നെഞ്ചത്താരോ കോടാലികൊണ്ട് വെട്ടുംപോലെ ഒരു വേദന അയാൾക്ക് വരാറുണ്ടായിരുന്നു. ചിട്ടയില്ലാത്ത ഭക്ഷണക്രമം അയാൾക്ക് സമ്മാനിച്ച വേദന. ഡോക്ടർ അയാളോട് പറഞ്ഞിരുന്നു; അത് അൾസറിന്റെ തുടക്കമാണെന്ന്.

"മൂന്നുകാരണങ്ങളാണ് കൂടിയ അമ്ലാവസ്ഥയെ പുണ്ണിലേക്ക് നയിക്കുന്നത്. Hurry Worry and Curry. തിരക്കുകൾക്കിടയിൽ നിങ്ങൾക്ക് ഭക്ഷണത്തിന് നിഷ്ഠയില്ല. നിങ്ങൾ സദാ ആകുലചിത്തനാണ്. മസാല കൂടിയ ഭക്ഷണം ഇഷ്ടപ്പെടുന്നവനാണ് നിങ്ങൾ, ശരിയല്ലേ? ഇനി ഒരിക്കലും നിങ്ങൾ ദീർഘനേരം ഭക്ഷണം കഴിക്കാതെ ഇരിക്കരുത്. വേദന കൂടും. അന്നേരം രണ്ട് ബിസ്കറ്റെങ്കിലും....."

അയാൾ പുഞ്ചിരിച്ചതേയുള്ളൂ.

ആഗ്രഫോർട്ടിലെ ബസ്സ്റ്റാന്റിൽ ബസ്സുകൾ വിശ്രമത്തിനെത്തിയിരിക്കുന്നു. നിറഞ്ഞ പൊടിക്കും കുപ്പകൾക്കും ഇടയിൽ ഈ അർധരാത്രിയിൽ എവിടെയാണൊന്ന് വിശ്രമിക്കുക എന്ന് കരുതി അയാൾ അസ്വസ്ഥചിത്തനായി അങ്ങുമിങ്ങും ഉലാത്തി. ഉദരം പുകയ്ക്കുന്ന വിശപ്പ്. ഒഴിഞ്ഞ വയറ്റിൽ കൊളുത്തിപ്പിടുത്തം. നെഞ്ചിലെ വേദന രൂക്ഷമായപ്പോൾ അവിടം അമർത്തിത്തടവിക്കൊണ്ട് അയാൾ മതിൽ ചാരി കണ്ണടച്ചു.

"യേ.....ആപ്കോ ക്യാഹോഗയാ ബേട്ടാ?" (എന്താണ് നിനക്ക് പറ്റിയത് മകനേ?) ആരോ ചുമലിൽ കൈവെച്ചപ്പോൾ അയാൾ ആലസ്യത്തോടെ കണ്ണുകൾ തുറന്നു. "എനിക്ക് വിശക്കുന്നു." കണ്ണുകൾ തുറക്കാതെ അയാൾ മലയാളത്തിൽ പറഞ്ഞു. വീണ്ടുമൊരു മയക്കത്തിലേക്ക് കണ്ണുകൾ അടഞ്ഞു. നെറ്റിയിൽ ആരുടേയോ കരസ്പർശം. മുഖത്താരോ തലോടുന്നു. തലമുടിയിൽ വിരലോടിക്കുന്നു. ഉറക്കത്തിൽ അയാൾ മുംതാസിന്റെ കബറിടം സ്വപ്നം കണ്ടു. മുംതാസിന് അമ്മയുടെ ഛായ തോന്നി: എന്നോ മണ്ണിനടിയിൽ തലവെച്ചുറങ്ങുവാൻ പോയ അമ്മയുടെ. അമ്മ ഒരു താലത്തിൽ ചൂടുള്ള ഭക്ഷണം വിളമ്പി അടുത്തേക്ക് വരികയാണ്.

അയാൾ ശിരസ്സ് കുടഞ്ഞു. കണ്ണുകൾ തിരുമ്മി. ശരിയാണ്. ഒരു സ്ത്രീരൂപം അരികെ നിൽക്കുന്നുണ്ട്. കയ്യിലെന്തോ ഉണ്ട്. അതെ എല്ലാം തെളിയുന്നു. അരണ്ട വെളിച്ചത്തിൽ കടുംവർണത്തിലുള്ള സാരിചുറ്റി, അൽപ്പം മങ്ങിയ പുഞ്ചിരിയോടെ ഒരു സ്ത്രീ. കയ്യിലെ കടലാസ്സുപൊതി തുറന്ന് അവർ എന്തോ അയാൾക്ക് നേരെ നീട്ടി. വലുപ്പം കുറഞ്ഞ രണ്ടു ബണ്ണുകളായിരുന്നു. മറ്റേ കയ്യിലെ ഗ്ലാസ്സിൽ ആവി പറക്കുന്ന ചായയും.

തറയിലെ കുപ്പ കാലുകൊണ്ട് തട്ടിനീക്കി വൃത്തിയാക്കി അവർ എവിടെന്നോ കിട്ടിയ രണ്ടുമൂന്ന് വർത്തമാനപത്രങ്ങൾ ചുളുക്ക് നിവർത്തി വിരിച്ചു, അയാളെ പിടിച്ചിരുത്തി. അയാൾ ഒട്ടും ധൃതിയില്ലാതെ ഓരോ കഷ്ണം ബണ്ണും വായിലിട്ടു ചവച്ചു. വയറ്റിനകത്തെ അഗ്നി കെട്ടു. നെഞ്ചിന്റെ കനം കുറഞ്ഞു. അയാൾ ആശ്വാസത്തോടെ തലയുയർത്തി.

"നീ കേരളത്തിൽ നിന്നാണല്ലേ?" അയാൾ പുഞ്ചിരിക്കാൻ ശ്രമിച്ചുകൊണ്ട് തലയാട്ടി. "ശുദ്ധന്മാരെ ഇവിടുള്ളവർ വേഗം പറ്റിക്കും. നീ നിന്റെ പേഴ്സ് വേണ്ടത്ര കരുതലോടെ സൂക്ഷിച്ചിരിക്കില്ല. നിനക്ക് എല്ലാവരേയും വിശ്വാസമാണല്ലേ? നിനക്കീ ലോകത്തെക്കുറിച്ച് ഒന്നുമറിയില്ല എന്നർഥം."

"ശരിയാണ്. എന്റെ കയ്യിൽ കാശില്ല. എനിക്ക് തുഗ്ലക്ബാദിൽ എത്തണം."

"നീ ഇവിടെത്തന്നെയിരിക്ക്. എങ്ങും പോകരുത്. കാലത്ത് പോയാൽ മതി. ഞാനൊന്ന് ശ്രമിക്കട്ടെ. എനിക്കും മക്കളുണ്ടായിരുന്നു."

ശബ്ദം അടങ്ങിയപ്പോൾ അയാൾ മയക്കത്തിലേക്ക് ഉരസിയിറങ്ങുകയായിരുന്നു. ഉറക്കത്തിൽ അയാൾ പഴയ സ്വപ്നം തന്നെ ആവർത്തിച്ചുകണ്ടു. അമ്മയുടെ കൈപ്പത്തിയിൽ തലചായ്ച്ചുറങ്ങുന്ന കുട്ടിയെപ്പോലെ ദു:സ്വപ്നങ്ങൾ കാണാതെ സുഖപ്രദമായ ഒരുറക്കം.

തലയിലാരോ സ്പർശിച്ചപ്പോൾ അയാൾ ഞെട്ടി ഉണർന്നു. പ്രഭാതവെളിച്ചം തെന്നിവീഴാൻ തുടങ്ങുന്നേയുള്ളു. കടും നിറത്തിലുള്ള ചേലത്തുമ്പ് വീണ്ടും കണ്ണിൽപ്പെട്ടു. എഴുന്നേറ്റു നിൽക്കുവാൻ ആയില്ല.

മുഖത്ത് അത്യഗാധമായ ക്ഷീണത്തോടെ ആ സ്ത്രീ അയാൾക്ക് നേരെ കുനിഞ്ഞു. അയാളുടെ കൈപിടിച്ച് ഒരു ചുളുങ്ങിയ നോട്ട് മലർന്ന കൈപ്പത്തിയിൽ വെച്ച്, അത് മടക്കി. അഴച്ചിട്ട തലമുടിയോടെ തിരിഞ്ഞു നടന്ന അവരെ നോക്കി, അയാൾ കണ്ണുകളടച്ചു. അന്തരാത്മാവിന്റെ അഗാധതയിലെവിടെയോ ഒരു മിഴി മലർക്കെ തുറന്നുപോവുന്നു. സ്നേഹത്തിന്റെ സമൃദ്ധിയിൽ മനുഷ്യന് തന്റെ തെറ്റുകളെ തിരുത്തുവാൻ അവസരം കിട്ടുന്നു. നൂറ്റാണ്ടുകളുടെ പഴക്കമുള്ള ചിന്മയസ്നേഹം ഇവിടെ പരുങ്ങിനിൽക്കുകയല്ല, കടന്നുവരികയാണ്. എന്നിട്ട് വാക്കുകൾക്കപ്പുറത്തെ മൗനത്തിലേക്ക് കടന്നുപോവുന്നു. പെരുമഴയിൽ കുതിർന്ന് പതം വന്ന മണ്ണുപോലെ മനസ്സ്.

ബസ്സുകളുടെ യന്ത്രങ്ങൾ ഉണർന്നുതുടങ്ങി. അയാൾ തന്റെ തളർന്ന കാലുകളിൽ എണീറ്റുനിന്നു.

അപ്പോഴാണ് വെള്ളിമിന്നൽപ്പിണർപോലെ ഒരു വേദന ആ ഹൃദയത്തെ മുറിച്ചുകൊണ്ട് കടന്നുപോയത്.

"രാവിലെ പോയാൽ മതി. രാവിലെ പോയാൽ മതി....."

താനിങ്ങനെ അലസനായി കിടന്നപ്പോൾ, ദൈവമേ..... ഒരു രാത്രി മുഴുവൻ അവർ തനിക്ക് വേണ്ടി.....

ആകെ തളർന്ന് അയാൾ വെറും തറയിലേക്ക് തന്നെ ഇരുന്നുപോയി.

ഉമയുടെ മകൻ

ഇന്ന് ഞാൻ ഉമയെക്കുറിച്ച് വല്ലാതെയോർത്തു. വേദനിച്ചുകൊണ്ടു തന്നെ ഓർത്തു. ഉമയെയും അവളുടെ മകനെയും. നേരം സന്ധ്യകഴിഞ്ഞിരിക്കുന്നു. കത്തിക്കരിഞ്ഞ ഒരു ശുഭകഞ്ചുകം പോലെ തലയ്ക്ക് മുകളിൽ ഒരു കീറ് ആകാശം വിറങ്ങലിച്ചുനിന്നു. ഇന്നെന്തോ ഒരൊറ്റ നക്ഷത്രക്കുഞ്ഞും ഉറക്കമുണരുമെന്നും തോന്നുന്നില്ല.

ഇന്ന് മനീഷിന്റെ പത്താംക്ലാസ്സ് പരീക്ഷാഫലം അറിഞ്ഞ ദിവസമാണ്.

"അമ്മേ, റിസൾട്ട് വന്നു. ഞാൻ പാസ്സായിട്ടുണ്ട്. സെക്കന്റ് ക്ലാസ്സുണ്ട്."

രാവിലെ ഷട്ടിൽ കളിക്കാൻ പോകുമ്പോൾ ക്യാൻവാസ്ഷൂസിന്റെ ലേസ് കെട്ടിക്കൊണ്ട് അലക്ഷ്യവിരസമായ ഒരു ശബ്ദത്തിൽ അവൻ പറഞ്ഞു.

സാമാന്യത്തിലധികം ബുദ്ധിയുണ്ടായിരുന്ന അവന് ഉയർന്ന മാർക്ക് പ്രതീക്ഷിച്ചിരുന്ന എനിക്ക് അകമേ ഒരു നടുക്കമുണ്ടായി. പക്ഷെ, ഞാൻ ചിരിച്ചുകൊണ്ട് പറഞ്ഞു:

"നന്നായി നമുക്കിന്ന് നിന്റെ വിജയം ആഘോഷിക്കണം എന്റെ പേഴ്സിൽ നിന്ന് പണമെടുത്ത് ഫ്രൻഡ്സിനൊക്കെ മിഠായി വാങ്ങിച്ചു കൊടുക്കണം. നമുക്കിന്ന് വൈകുന്നേരം....."

പറയുന്നത് മുഴുവൻ കേൾക്കാൻ നിൽക്കാതെ അവൻ റാക്കറ്റെടുത്ത് ഒന്ന് ചുഴറ്റിക്കൊണ്ട് ഒരു തമാശച്ചിരിയോടെ ഇറങ്ങിപ്പോയി.

ഞാൻ ദോശക്കല്ലിൽ ഒഴിച്ച മാവിനെപ്പോലും വിസ്മരിച്ചുകൊണ്ട് ചിന്താധീനയായി അങ്ങനെ നിന്നുപോയി.

അവന് ഒന്നിനെക്കുറിച്ചും ഗൗരവബോധം ഇല്ല. അവന് ജീവിതം

ഒരു കളിപ്പന്താണ്. ഉയർന്ന മാർക്കുകാർക്കല്ലാതെ കലാലയങ്ങളിൽ സീറ്റില്ല എന്ന വിചാരമില്ല. അവന്റെയമ്മ ജീവിതത്തിന്റെ ഏകവും മൂകവുമായ ഒരു ഒറ്റയടിപ്പാത തെരഞ്ഞെടുത്തതിന്റെ ലക്ഷ്യത്തെക്കുറിച്ച് അറിഞ്ഞുകൂടാ. സ്നേഹം നിഷിദ്ധമായ ഒരു ലോകത്ത് ജീവിച്ചിരിക്കുവാനുള്ള ഉപാധി അവൻ മാത്രമാണെന്നും അറിവില്ല. ഈ ലോകത്ത് എല്ലാ മക്കളും ഇങ്ങനെയാവുമോ? അവരെല്ലാം 'അമ്മതൻ നെഞ്ചിൽ നിന്നുണ്ട മധുരം' മറക്കുന്നവരാണോ?

മനീഷിന് ഏറെ സുഹൃത്തുക്കൾ ഉണ്ടായിരുന്നു. ഒരു പതിനാറുകാരന് എന്തിനാണ് ഇത്ര സുഹൃത്തുക്കൾ? ഞാൻ ഓഫീസിലേക്കിറങ്ങിക്കഴിഞ്ഞാൽ ഈ സുഹൃത്തുക്കൾ വീട്ടിലേക്ക് പ്രവഹിക്കുകയായി. പാചകവും, അലക്കും ഗൃഹശുചീകരണവും കഴിഞ്ഞ് കുളിച്ചെത്തുമ്പോഴേക്കും എനിക്ക് പോകാനുള്ള നേരമായി. പ്രഭാതഭക്ഷണം വായിൽ വെക്കാനുള്ള നേരം പോലും പല ദിവസങ്ങളിലും കിട്ടാറില്ലെങ്കിലും അവധിക്കാലമായതുകൊണ്ട് കൃത്യമായി മനീഷിനുള്ള പലഹാരം, ചോറ്, വിഭവങ്ങൾ, ജീരകവെള്ളം ഇവ ഞാൻ മേശപ്പുറത്ത് അടച്ചുവയ്ക്കും. വൈകുന്നേരം തിരിച്ചെത്തുമ്പോൾ ചിലപ്പോൾ ആരും മൂടിതുറന്ന് നോക്കിയിട്ടുപോലുമുണ്ടാവില്ല. മറ്റു ചിലപ്പോൾ മേശപ്പുറം ഒരു യുദ്ധക്കളം പോലെ എന്നെ ഭയപ്പെടുത്തും. അവനും സുഹൃത്തുക്കളും കൂടി പലപ്പോഴും എന്റെ കിടപ്പറപോലും അലങ്കോലപ്പെടുത്തിയിരിക്കും. അതൊക്കെ കൗമാരകുസൃതികളായി എണ്ണാനേ ഞാൻ തുനിഞ്ഞുള്ളു. സ്വീകരണമുറിയിൽ വീഡിയോ ഗെയിമുകളുടെ കാറ്ററിഡ്ജുകൾ, ഓഡിയോവിന്റെയും, വീഡിയോവിന്റെയും കാസറ്റുകൾ ഇവ ചിതറിക്കിടക്കുന്നുണ്ടാവും. പുസ്തകം വായിക്കുന്ന ശീലം അവനും കൂട്ടുകാർക്കും ഇല്ലായിരുന്നു. ഇതിനൊക്കെ പുറമെ ചില പുറവാതിൽക്കളികളിലും അവർ ആനന്ദം കണ്ടെത്തി.

ചില അപകടക്കളികൾ അവൻ തുടങ്ങിക്കഴിഞ്ഞിരിക്കുന്നുവെന്ന് കോളനിയിൽ പലരും എനിക്ക് മുന്നറിയിപ്പ് തന്നുകൊണ്ടിരുന്നു. പതിനാറുപോലും തികയാത്ത അവനിപ്പോൾ മോട്ടോർ ബൈക്ക് മനോഹരമായി ഓടിക്കുമെന്ന്. സമ്പന്നനായ ഒരു സുഹൃത്തിന്റെ കാർ അവൻ ലാഘവത്തോടെ ഓടിക്കുന്നത് കണ്ടവരുണ്ട്. മനീഷ് എന്നും സാഹസികതയെ സ്നേഹിച്ചു.

കഴിഞ്ഞ ഒഴിവുകാലത്ത് മുംബൈയിൽ ജ്യേഷ്ഠന്റെ അടുത്ത് തങ്ങിയകാലത്ത് അവൻ 'എസ്സൽ വേൾഡി'ലെ നാലുതെങ്ങിന്റെ ഉയരമുള്ള 'റെയിൻബോ' എന്ന യന്ത്രത്തിൽ വാശിപിടിച്ചു കയറി. ഉയരത്തിൽ നിന്ന് ഒരു ലോകവിജിഗിഷുവെപ്പോലെ എന്നെ നോക്കി ചിരിച്ചു. പരിഭ്രമം കൊണ്ട് എന്റെ ഹൃദയം പിടഞ്ഞു പിടഞ്ഞ് നെഞ്ചിൻകൂടിൽ നിന്ന് പുറത്തുചാടുമോ എന്ന് ഞാൻ ഭയന്നു. അവന്റെ അച്ഛനും ചെറുപ്പത്തിൽ ഒരു സാഹസികനായിരുന്നിരിക്കും.

എന്നാൽ ചിലപ്പോൾ ചെറിയ കുട്ടിയെപ്പോലെ കൊഞ്ചും:

"അമ്മേ, അമ്മക്കുട്ടീ, എനിക്കൊരു പുതിയ ജീൻസ് വേണം." അവൻ എന്റെ പിറകിൽ വന്നു കെട്ടിപ്പിടിക്കും. അവന് ആവശ്യത്തില ധികം വസ്ത്രങ്ങൾ ഉണ്ടായിരുന്നു. എന്നാലും അവൻ പുതുവസ്ത്രങ്ങളെ സ്നേഹിച്ചു.

പരീക്ഷാഫലം വരുന്നതിന്റെ തലേന്ന് അതായത് ഇന്നലെ അവൻ വളരെ ചിന്താധീനനായിരുന്നു. ചെറിയതോതിലൊരു പരാജയബോധ മോ, ഞാനെത്ര ശ്രമിച്ചിട്ടും വേണ്ടത്ര പഠിക്കാത്തതിലുള്ള കുറ്റബോ ധമോ അവനെ തളർത്തിയിരുന്നിരിക്കണം. ആഴത്തിൽ ചിന്തിക്കുമ്പോൾ അവന്റെ കണ്ണുകൾ വിടർന്നുവരും. അപ്പോൾ എന്റെ സ്നേഹിത ഉമയെ ഞാനോർത്തുപോകും. ചിന്തിക്കുമ്പോൾ അവളുടെ വിടർന്ന കണ്ണുകൾ വികസിച്ചു വരും.

ഞാൻ ക്ലോക്കിലേക്ക് നോക്കി. സമയം ഒൻപത് കഴിഞ്ഞിരിക്കുന്നു. മനീഷ് അപ്പുറത്തെ കൃഷ്ണനങ്കിളിന്റെ വീട്ടിലുണ്ടെന്ന് അവന്റെ സ്നേഹിതൻ അശ്വിൻ നേരത്തെ പറഞ്ഞിരുന്നു. എന്തോ അവിടെപ്പോയി വിളിക്കാനുള്ള ഊർജം പോലും എനിക്കില്ലായിരുന്നു.

എനിക്ക് കലശലായി വിശക്കുന്നുണ്ടായിരുന്നു. പ്രഭാതഭക്ഷണം കഴിച്ചിട്ടില്ല. മകന് സെക്കൻഡ് ക്ലാസാണെന്ന അറിവിൽ ആരോ മരിച്ചി ട്ടെന്ന പോലെയുള്ള സഹപ്രവർത്തകരുടെ സഹതാപത്തിൽ ഉച്ചയ്ക്ക് ഒറ്റ ഉരുളച്ചോറും ഇറങ്ങിയുമില്ല. അവന് എവിടെയാണെനിയൊരു സീറ്റ് ഒപ്പിച്ചെടുക്കുക എന്ന ആധി വേറെയും.

പിന്നെ വൈകിട്ട് വീട്ടിൽ വന്നപ്പോൾ മനീഷ് ഇല്ല. അവൻ വന്നിട്ട് കാപ്പി തിളപ്പിക്കാം എന്നു കരുതി കാത്തു കാത്ത്, നേരം ഇത്രയുമായി. ഞാൻ ഫ്രിഡ്ജിൽ നിന്ന് കാലത്തുണ്ടാക്കിയ ചോറും കറികളും പുറ ത്തെടുത്തുവച്ചു. അവൻ വരുമ്പോഴേക്കും എല്ലാം തയ്യാറാക്കിവയ്ക്കാം.

'ഏക് ശരാരത് ഹോനെ കോ ഹെ
ഏക് ഖയാമത് ഹോനെ കോ ഹെ......'

പുതിയ ഹിന്ദിഗാനം ഈണത്തോടെ മൂളിക്കൊണ്ട് മനീഷ് കയറി വന്നപ്പോൾ ഞാൻ മേശപ്പുറത്ത് ഊണും വിഭവങ്ങളും നിരത്തിക്കഴിഞ്ഞി രുന്നു.

"എന്താത് മനീഷ്? അമ്മയ്ക്ക് വിശന്നിട്ട് വയ്യ. കാപ്പി കുടിക്കാനും കൂടി വന്നില്ലല്ലോ നിയ്യ്?"

"ഓ, അതോ? ഞാനിന്ന് അപ്പുറത്തെ കൃഷ്ണനങ്കിളിന്റെ കൂടെ റമ്മി കളിക്ക്യാരുന്നു. എന്തു രസാ അമ്മേ. സമയം പോണതറീല്യ. ആദ്യം അങ്കിള് കളി പഠിപ്പിച്ചു. പഠിപ്പിച്ചയാളിന്റെ പണം എന്റെ കീശേലായി. ഇപ്പോദാ, അമ്മ കറണ്ടിന്റെ ബില്ലടക്കാൻ തന്ന പൈസേം കൂടെ അങ്കി ളിന്റെ പോക്കറ്റിൽ!"

എന്റെ കയ്യിൽ നിന്നും വെള്ളപ്പാത്രം താഴെ വീണില്ല. പകരം കാൽമുട്ടുകൾ കുഴഞ്ഞു ഞാൻ കസേരയിൽ ഇരുന്നുപോയി.

"എന്റെ മോനെ, പണം വച്ചു കളിച്ചോ നീയ്?"

അവൻ ചുറുചുറുക്കോടെ കൈ കഴുകിവന്ന് എന്റെ എതിരെയുള്ള കസേരയിൽ വന്നിരുന്ന് പുഞ്ചിരിച്ചു.

"അമ്മയിനി ശകാരപൂരം തുടങ്ങണ്ട, ഞാനിനി പണം വച്ചു കളിക്കില്യ പോരെ?"

'പോര മനീഷ്, നീയിനി ആ കളി കളിക്കുകയേ അരുത്. നീ കുഞ്ഞാണ്. ജീവിതം തുടങ്ങിയിട്ടില്ല. നീ ദിനേശന്റെ മാതിരി ആയിത്തീരരുത്. മനുഷ്യന് ജീവിതയാത്രയ്ക്കിടയിൽ വഴികൾ ചിലപ്പോൾ പാളിപ്പോകും. എന്നാൽ സൽപ്പാതകളെ തേടി വഴിയിലെ തെറ്റുകൾ അവൻ തിരുത്തണം' എന്ന് അവനെ നെഞ്ചോട് ചേർത്തുപിടിച്ച് പറയുവാൻ എനിക്ക് ആശയുണ്ടായി. പക്ഷെ, അവൻ കുട്ടിയല്ല. വലുതായിരിക്കുന്നു. മേൽച്ചുണ്ടിനു മുകളിൽ മീശ കുരുത്തിരിക്കുന്നു. ശബ്ദത്തിനും കനം വച്ചു തുടങ്ങിയിരിക്കുന്നു.

"അമ്മ ഒന്നും ചിന്തിക്കേണ്ടേ വേഗം ഉണ്ണാൻ നോക്കൂ. വിശക്കുന്നൂന്നല്ലേ പറഞ്ഞത്?"

അവന്റെയാ നർമ്മം കലർന്ന പുഞ്ചിരി കള്ളച്ചിരി. ഞാൻ വീണ്ടും ഉമയെ ഓർത്തു. ഉമയുടെ നിഷ്കളങ്കഹാസവും.

രാത്രി അവൻ ഉറങ്ങാൻ കിടന്നപ്പോൾ ഞാൻ പതിവുപോലെ മുറിയിൽ ചെന്നു.

"ശരി, ഇന്ന് നല്ല ദിവസമാണ്. നീ റമ്മി കളിക്കാൻ തുടങ്ങി. എസ് എസ് എൽ സി പാസായി. ഇന്നൊരു കഥ പറയാൻ പറ്റിയ ദിവസമാണ്. ഉമയുടെ പേര് കേട്ടിട്ടുണ്ടെന്നെല്ലാതെ ഉമയുടെ കഥ നീ കേട്ടിട്ടില്ലല്ലോ. ഇന്ന് ഞാൻ അവളെക്കുറിച്ച് നിന്നോട് പറഞ്ഞുതരാം."

ഞാൻ അവന്റെ തലയ്ക്കലായി കട്ടിലിൽ ഇരുന്നു.

"ഉമ, ഉമ. അമ്മേടെ ഒരു ഭ്രാന്ത്. മരിച്ചുപോയോരെ ഓർത്ത് എന്തിനാങ്ങനെ ദു:ഖിക്കുന്നത്. അമ്മേ, മുമ്പ് ഗുരു നിത്യചൈതന്യയതിയുടെ ഒരു പുസ്തകം വായിച്ചു തന്നില്ലേ? ഗുരു എന്താ പറഞ്ഞത്? മരിച്ചവരെക്കുറിച്ച്...... ഞാനത് മറന്നു."

ഗുരുവിന്റെ നാമം അവൻ ഉച്ചരിച്ചപ്പോൾ എനിക്ക് രോമാഞ്ചമുണ്ടായി.

"അത് ഗുരുവിന്റെ ഗുരു. അതായത് നടരാജഗുരുവിന്റെ വാക്കുകൾ അദ്ദേഹം ഉദ്ധരിച്ചതല്ലേ?, നാം സ്നേഹിക്കുന്നവരൊക്കെ മരിച്ചു കഴിഞ്ഞാൽ എവിടെപോകാനാണ്? അവർ നമ്മുടെ ഹൃദയത്തിൽ വസിക്കും. ഇതാണ് ഗുരു എഴുതിയത്."

ഉമ. അവളെങ്ങനെയാണ് എന്റെ സ്നേഹിതയായത്? ഹൃദയാഘാതത്താൽ തളർന്ന വൈദ്യരങ്കിളിനെ കാണാൻ ഐ സി യു വിന്റെ വാതിൽക്കൽ ചെന്നു നിന്നപ്പോഴാണ് ചുരിദാർ ധരിച്ച ആ പെൺകുട്ടിയെ കണ്ടത്. ഐ സി യുവിന്റെ മുമ്പിലിട്ട കസേരകളൊന്നിൽ കീഴ്ത്താടി ഉയർത്തിപ്പിടിച്ച് തട്ടിലെ ശൂന്യതയിലേക്ക് മിഴികൾ നട്ട്..... അവളുടെ വലിയ കണ്ണുകളിൽ നിന്ന് ചൂടുള്ള കണ്ണീർക്കണങ്ങൾ കീഴ്ത്താടിയെ

നനച്ച് നെഞ്ചിലേക്ക് ചാലിട്ടുകൊണ്ടിരുന്നു. അവളുടെ ആരാണ് അകത്ത് എന്ന ആശങ്കയേക്കാൾ, ഒരു പരിചയവുമില്ലാതെ അവളെയെങ്ങനെ ആശ്വസിപ്പിക്കേണ്ടൂ എന്ന വേവലാതിയാണ് ഉണ്ടായിപ്പോയത്. അപരിചിതരെ ഭയക്കുന്ന നഗരസംസ്കാരം. എനിക്കാണെങ്കിൽ പരിചയമില്ലാത്തവരോട് നേരെ ചൊവ്വേ പെരുമാറാനും അറിയില്ല.

പക്ഷെ, എന്റെ കാലുകൾ പെൺകുട്ടിയുടെ അടുത്തേക്ക് നീങ്ങി. വലതുകൈ അവളുടെ ചുമലിൽ പതിഞ്ഞു. എങ്ങനെയെന്നറിയില്ല, പെൺകുട്ടി എന്റെ കൈ നെഞ്ചിലേക്ക് വലിച്ചടുപ്പിച്ച് തൊണ്ടയടയും മട്ടിൽ പൊട്ടിക്കരഞ്ഞു. കുറെ കഴിഞ്ഞ് അവൾ ഇടറുന്ന തൊണ്ടയോടെ പറഞ്ഞു:

"ചേച്ചീ അപ്പു മിണ്ടണില്യ എന്റെ അപ്പു....."

പിന്നീടാണ് എല്ലാം അറിഞ്ഞത്. ആരോരുമില്ലാത്ത അവളുടെ സഹായിയായി വന്ന അയൽക്കാരിയിലൂടെ.

അപ്പുവിന് വെറും പനിയായിരുന്നു. ഡോക്ടർ കൊടുത്ത മരുന്ന് കഴിച്ചിട്ടും പനി വിട്ടില്ല. ഛർദി തുടങ്ങിയപ്പോൾ ഡോക്ടർ നടത്തിയ ചില പരീക്ഷണങ്ങൾ ബ്രേയിൻ ഫീവറാണെന്ന് സംശയം. ഉടനെ കുട്ടിയെ ഈ വലിയ ആശുപത്രിയിൽ കൊണ്ടുപോകണം. ഉമ ഒന്നും ചിന്തിച്ചില്ല. സമ്പന്നരെ മാത്രം ചികിത്സിക്കാൻ കഴിയുന്ന ഒരാശുപത്രിയാണെന്നോ, ആയിരങ്ങളുടെ മരുന്നും പരീക്ഷണങ്ങളും വേണ്ടിവരുമെന്നോ ഒന്നും. ഒരു പശുക്കിടാവിനെപ്പോലെ വീട്ടിലും സ്കൂളിലും പ്രസരിപ്പോടെ കളിച്ചുനടന്ന കുട്ടിയിപ്പോൾ ഒരേ കിടപ്പുതന്നെ.

ഐ സി യുവിൽ കടന്നപ്പോൾ ഞാനും ശ്രദ്ധിച്ചു. ഒരേ ഭാഗത്ത് തല ചെരിച്ചു കിടക്കുന്ന കുട്ടി. അവന് എട്ട് വയസ്സ് പ്രായമുണ്ടായിരുന്നു. എന്തൊരു ഓമനയായ കുട്ടി. അവന്റെ നില അതീവഗുരുതരമാണെന്ന് അടുത്തുനിന്ന നഴ്സ് പറഞ്ഞപ്പോൾ ഞാൻ തളർന്നുപോയി. ആ കിളിപ്പൈതലിന്റെ ഇളം തൂവലിന്മേൽ മരണം പിടിത്തമിട്ടുകഴിഞ്ഞുവെന്നോ? ഇടിമിന്നൽപോലെ ശോകം ഹൃദയത്തെ കരിച്ചുകളഞ്ഞു. ഞാനെന്തിനോ പൊട്ടിക്കരഞ്ഞു.

ഈ കുട്ടി എന്റെ ആരുമല്ല. ഞാൻ വിവാഹിതയാണ്. ഹരിയേട്ടൻ വിദേശത്താണ്. എനിക്കും ഒരു കുട്ടിയുണ്ടാവാതിരിക്കില്ല. എന്റേതല്ലാത്ത ഒരു കുട്ടിയേയും എനിക്ക് ഉള്ളഴിഞ്ഞ് സ്നേഹിക്കാം. അന്നു രാത്രി ഞാൻ ഏറെ കരഞ്ഞു. ആ കണ്ണുനീർ ഒരു പ്രാർഥനയായിരുന്നു. ഉമയുടെ മകനുവേണ്ടിയുള്ള പ്രാർഥന. അതൊരു ധ്യാനമായിരുന്നു. തീക്ഷ്ണമായ വ്യസനബോധങ്ങളിൽ നിന്ന് ഉമയെ രക്ഷിക്കാനുള്ള ഒരു ധ്യാനം.

വൈദ്യരങ്കിൾ ആശുപത്രി വിട്ടു പൊയ്ക്കഴിഞ്ഞിട്ടും ഞാൻ പകലുകളിൽ ഉമയുടെ ഒപ്പം മുറിക്ക് പുറത്ത് കാത്തിരിക്കും. ദിവസങ്ങൾ കഴിഞ്ഞിട്ടും ഉമയുടെ മകൻ കണ്ണുതുറന്നില്ല. പതുക്കെപ്പതുക്കെ എനിക്കെല്ലാം മനസിലായി. നമ്പൂതിരി സമുദായത്തിലെ പെൺകുട്ടി കീഴ്ജാതിക്കാരനെ കെട്ടി നാടുവിട്ടത്. ഭർത്താവ് ദിനേശൻ ചൂതുകളിച്ചും, മദ്യ

പിച്ചും ഉമയുടെ അമ്മ രഹസ്യമായി കൊടുത്തയച്ച പണ്ടപ്പെട്ടിയിലും കൈവെച്ചു തുടങ്ങിയത്. ഏതോ റോഡപകടത്തിൽ ദിനേശൻ മരിച്ചപ്പോൾ അമ്മ കൊടുത്ത സ്വർണം ബാക്കിയും അപ്പുവും മാത്രം ശേഷിച്ചത്. ഉമ ഇല്ലത്തേക്ക് തിരിച്ചുപോയി. അമ്മയുടെ മരണശേഷം വീട്ടുഭരണം ഏറ്റെടുത്ത ജ്യേഷ്ഠൻ ഉമ്മറപ്പടി ചവിട്ടുവാൻ സമ്മതിച്ചില്ല. നഴ്സറി സ്കൂളിലെ ചെറിയ ജോലി കൊണ്ടാണത്രെ ഉമ അപ്പുവിനെ നോക്കുന്നത്.

മരുന്നിനും പരിശോധനകൾക്കുമായി ഉമ കൈയിലുള്ള ആഭരണങ്ങൾ ഓരോന്നായി വിറ്റു. റൂമിൽ ഉണ്ടും ഉറങ്ങിയും കഴിഞ്ഞിരുന്ന സഹായിയെ തിരിച്ചയച്ചു. നിരന്തരമായ ഉറക്കമൊഴിപ്പും കാത്തിരിപ്പുമായി ഉമയുടെ പാദങ്ങളിൽ നീരുവന്നു. അവളുടെ കണ്ണുനീർ വറ്റി. പകരം ആ കണ്ണുനീർ ഞാൻ ഏറ്റെടുത്തു.

അനന്ത വൈചിത്യമാർന്ന ഈ ലോകത്ത്, ഈ ഇരുട്ടിൽ ആശയുടെ നേർത്ത ചിറകനക്കം പോലെ അപ്പുവിന്റെ നെഞ്ച് പതുക്കെ മിടിച്ചുകൊണ്ടിരുന്നു. സുഖമന്വേഷിച്ചുള്ള യാത്രയാണ് ഈ ജീവിതമെന്ന് കരുതുന്ന സുഖലോലുപനായ ഏതെങ്കിലുമൊരു മനുഷ്യൻ ഈ ആശുപത്രിവരാന്തയിൽ വന്ന് ഉമയെ കണ്ടിരുന്നുവെങ്കിൽ, ഗാഢവും തീവ്രവുമായ അവളുടെ ആകുലതകൾ കണ്ടിരുന്നുവെങ്കിൽ.....!

ഐ സി യുവിലേക്ക് അന്ന് ധാരാളം രോഗികളെ പ്രവേശിപ്പിച്ചിരുന്നു. ഞാനും ഉമയും പതിവുപോലെ പുറത്തിരിക്കുകയാണ്. വാതിൽ തുറന്ന് ഒരു കുഞ്ഞിന്റെ മുഖം മൂടിയ ജഡം സ്ട്രെച്ചറിൽ പുറത്തേക്ക് എടുക്കുകയാണ്. ഉമ പതുക്കെ തലയുയർത്തി. മരണത്തിന്റെ തണുപ്പ് തട്ടിയതുപോലെ അവളൊരു നിമിഷം വിറച്ചുപോയി. പിന്നെ സകല ശക്തിയും സംഭരിച്ചു അവൾ മുകളിലെ നിലയിലേക്ക് ഓടിക്കയറി. എങ്ങോട്ടേയ്ക്കാണ് അവൾ ഓടുന്നതെന്ന് ആർക്കും മനസിലായില്ല. താഴെ രക്തപ്പുഴയിൽ അവൾ ആഴ്ന്നുകിടന്നു. ആ നിമിഷത്തിലാണ്, അതേ നിമിഷത്തിലാണെന്ന് തോന്നുന്നു ഐ സി യുവിൽ അപ്പു കണ്ണു തുറന്നത്. ആരോ തട്ടിയുണർത്തിയതുപോലെ അവൻ ഉണർന്നു.

“അമ്മേ” അവൻ പതുക്കെ ഞരങ്ങി. ആ വിളി കേൾക്കുവാൻ മാത്രം ഏതൊരു കർണങ്ങൾ ദിവസങ്ങളോളം ജാഗരൂകമായിരുന്നുവോ അവ മാത്രം അതു കേട്ടില്ല.

ക്ഷയങ്ങളായ ഈ ദേഹങ്ങളുടെ അക്ഷയങ്ങളായ ആഗ്രഹങ്ങൾ പലപ്പോഴും സഫലീകരിക്കപ്പെടുന്നില്ല. ഏതോ കവി പാടിയത് ഓർമ വന്നു. ‘ചങ്ങാതീ, മരണത്തിന്റെ മുമ്പിൽ ചൂളിപ്പോകരുത്.’ ഞാൻ മൃത്യുവിനു മുമ്പിൽ ചൂളിപ്പോയില്ല. എന്റെ ഉമയ്ക്കും അവളുടെ മകനും വേണ്ടതെല്ലാം ഞാൻ ചെയ്തു.

ഉമയുടെ മകന് ഓർമക്കുറവുണ്ടായിരുന്നു. ഭൂതത്തിലെ പലതും അവൻ മറന്നു. അമ്മയെന്ന വിളിയൊഴികെ.

“അമ്മേ.....” അവൻ വിളിക്കും. “അപ്പൂ” ഞാൻ വിളി കേൾക്കും.

അവന് സൂപ്പും കഞ്ഞിയും വായിൽ കൊടുക്കുമ്പോൾ ഞാൻ ഉമയെപ്പോലെയാണെന്ന് എനിക്കു തോന്നും. മകന്റെ കാര്യത്തിൽ ഉമയെപ്പോലെ ജാഗരൂക.

ആശുപത്രിജീവിതം കഴിഞ്ഞു. ഉമയുടെ മകനും ഞാനും വീട്ടിലേക്ക് യാത്രയായി.

"ആരാണീ കുട്ടി?" ഏട്ടൻ വാതിൽക്കൽ തടഞ്ഞു.

"ഇവൻ ഉമയുടെ മകനാണ്." ഞാൻ ചിരിച്ചുകൊണ്ട് അവനെയെടുത്തു കൊണ്ട് അകത്തേക്ക് നടന്നു.

ഹരിയേട്ടൻ വിവരങ്ങൾ അറിഞ്ഞും കേട്ടും എത്തി.

"അപ്പുവിനെ വേണോ? എന്നെ വേണോ?" വജ്രകഠിനമായ ഒരു ഹൃദയത്തോടെ അദ്ദേഹം ചോദിച്ചു. ഞാൻ അപ്പുവിനെ നെഞ്ചോടണച്ചു. ഹരിയേട്ടൻ എല്ലാം വിഛേദിച്ച് കടന്നുപോയി.

ഈ ഭൂമിയിൽ പുതിയൊരമ്മയും മകനും പിറന്നു: ജീവിതവും സൗന്ദര്യവും നിറഞ്ഞു. അവർക്കൊരു വീടുണ്ടായി. അമ്മയ്ക്ക് ജോലിയും ഉണ്ടായി.

എന്നു മുതൽക്കാണ് ഞാൻ ഉമയുടെ മകന്റെ അമ്മയായത്? ഓർമയില്ല. അവൻ പുതിയ ജന്മത്തിന്റെ ഉണർച്ചയിൽ എന്നെ അമ്മേയെന്ന് വിളിച്ചു. അപ്പോൾ മുതൽക്കാവാം.

ഏതായാലും മാതൃത്വത്തിന്റെ മമത്വവും മഹത്വവും ഞാനറിഞ്ഞു. ആത്മസമരത്തിന്റെ നാളുകൾ കഴിഞ്ഞുപോയി. ജീവിതം മോഹനസംഗീതം ആലപിക്കുന്ന ഗാനശാലയായി.....

കഥ കേട്ട് മനീഷ് ഉറങ്ങിപ്പോയിരുന്നു. പക്ഷെ, അവന്റെ കടക്കണ്ണിൽ നിന്ന് ലോഭമില്ലാതൊഴുകിയ അശ്രുക്കൾ പുതിയ ഉണർച്ചയുടേതാണെന്ന് ഞാൻ വിശ്വസിക്കുന്നു.

അതെ, ഉമയുടെ മകൻ ഉറങ്ങുകയാണ്. അവന്റെ മുഖം ഒരു വികസിച്ച പുഷ്പം പോലെയുണ്ട്. ഉമയുടെ രക്തത്തിൽ നിന്ന് വർണവും അവളുടെ സ്നേഹത്തിൽ നിന്ന് പരിമളവും സമ്പാദിച്ച പുഷ്പം.

ഉറക്കത്തിൽ എന്റെ കൈ സ്വന്തം നെഞ്ചോട് ചേർത്തുവച്ച് അവ്യക്തമധുരമായി അവനെന്തോ മന്ത്രിച്ചു. ഈ നെഞ്ചിൽ നിന്ന് ആവോളം സ്നേഹസ്തന്യം ഊറ്റിയെടുത്തിട്ടുള്ള അവന്റെ ചുണ്ടുകൾ ഉരുക്കഴിച്ച ആ മൗനത്തിന്റെ പൊരുൾ ഒരു സന്ദേഹവുമില്ലാതെ ഞാൻ തിരിച്ചറിഞ്ഞു.

സ്ഫുരണം

വിശ്വനാഥനെ ആ രൂപത്തിൽ കണ്ടപ്പോൾ വാസ്തവമായും കല്യാണിക്കുട്ടി അതിശയിച്ചുപോയി. കാരണം വിശ്വത്തിന് താടിയില്ല, മീശയില്ല. തലമുടി വൃത്തിയായി ട്രിം ചെയ്തിരിക്കുന്നു! അങ്ങനെ സൗന്ദര്യം തികഞ്ഞ ആ രൂപം ഇതാ ആദ്യമായി തനിക്കു മുമ്പിൽ!

വിശ്വം അടുത്തേക്ക് നടന്നു വരുമ്പോൾ കല്യാണിക്ക് സന്തോഷം കൊണ്ട് ശ്വാസം മുട്ടുന്നതുപോലെ തോന്നി. അതിനും കാരണമുണ്ട്. വിശ്വത്തിന് പകരം അവൾക്കീ ഭൂമിയിൽ വിശ്വം മാത്രം. ഈ ലോകത്തെവിടെ തിരഞ്ഞിട്ടും, എവിടൊക്കെ അലഞ്ഞിട്ടും കിട്ടാതിരുന്ന അത്യപൂർവവസ്തു. നിസർഗ്ഗസുന്ദരമായ സ്നേഹം. അത് ഉള്ളിൽ കോരി നിറച്ചത് ഈ വിശ്വമാണ്. ഈ ഒറ്റ വ്യക്തിയായ, ഏകാകിയായ വിശ്വം. എന്നാൽ വിശ്വത്തെ അവൾ കണ്ടുമുട്ടിയിരുന്നത് വിരലിൽ എണ്ണിയെടുക്കാവുന്നത്ര തവണ മാത്രം.

എന്തിനാണ് ആളുകൾ അധികമധികം കാണുന്നത്? അധികമധികം അടുത്തിരിക്കുന്നത്? കൂടുതൽകൂടുതൽ സ്പർശിക്കുന്നത്?

"വിസിറ്ററുണ്ടെന്ന് മേരി വന്നു പറഞ്ഞപ്പോൾ ഞാനോർത്തില്ല വിശ്വം, ഇത്ര വലിയൊരത്ഭുതം എന്നെ കാത്തുനിൽക്കുകയാണെന്ന്."

കല്യാണിക്കുട്ടി ഉറക്കെ ചിരിച്ചു.

സന്ദർശകമുറിയിൽ ഏതോ പെൺകുട്ടിയെ കാത്ത് അക്ഷമ നിറഞ്ഞ മുഖത്തോടെ നഖം കടിച്ചിരുന്ന ചെറുപ്പക്കാരൻ ഒന്ന് നടുങ്ങി. പതുക്കെ തല ഉയർത്തി രണ്ടുപേരേയും ഒന്നു നോക്കി. വീണ്ടും വിളർത്ത മുഖത്തോടെ വിരൽത്തുമ്പ് വായിലേക്കുയർത്തി. പുതിയ സന്ദർശകർ വന്നുകൊണ്ടിരുന്നു.

"ഇതാണ് വിശ്വം, ലേഡീസ് ഹോസ്റ്റലിലെ സന്ദർശകമുറിയുടെ

കുഴപ്പം. പെൺകുട്ടികളെ കാണാൻ കാത്തിരിക്കുന്ന ചെറുപ്പക്കാർ മിടിക്കുന്ന നെഞ്ചോടെയാണിരിക്കുന്നത്. പെണ്ണിനെ വിട്ടുകിട്ടുമോ ഇല്ലയോ എന്ന ഉൽക്കണ്ഠ. അതിനിടയിൽ ആരെങ്കിലുമൊന്നു തുമ്മിയാൽ അവർ ഞെട്ടിപ്പോകുന്നു," കല്യാണിക്കുട്ടി താഴ്ന്നസ്ഥായിയിൽ അതു പറഞ്ഞപ്പോൾ വിശ്വം പതുക്കെ മന്ദഹസിച്ചു.

"സ്റ്റുഡൻസിനെക്കാണാൻ ചെറുപ്പക്കാർ വന്നാൽ ഞങ്ങൾ ക്രോസു ചെയ്യും. ഏത് കസിൻ? എവിടുത്തെ കസിൻ? എന്നാൽ ഞങ്ങൾ ടീച്ചേഴ്സിനെ കാണാൻ വരുന്നവരെ ആരും ക്രോസ് ചെയ്യാത്തത് വിശ്വത്തിന്റെ ഭാഗ്യം."

കല്യാണിക്കുട്ടി ഒരു കുറ്റാന്വേഷകയുടെ ജാഗ്രതയോടെ വിശ്വത്തിന്റെ മുഖത്തേക്കുറ്റുനോക്കി. മുഖത്തെ ശിശുസഹജമായ പുഞ്ചിരി കാപട്യലേശമില്ലാത്ത ഹൃദയത്തെ പ്രകാശിപ്പിക്കുന്നു.

"ഒരു മിനിറ്റ് വിശ്വം, ഞാനീ നരച്ച വേഷമൊന്ന് മാറി വേഗം വരാം. എന്നിട്ട് നമുക്കൊന്ന് പുറത്തേയ്ക്കിറങ്ങാം."

കല്യാണിക്കുട്ടി റൂമിൽ കയറി വാതിലടച്ചു. കണ്ണാടിയിൽ നോക്കി ഒന്നുകൂടി പൊട്ടിച്ചിരിച്ചു.

"സന്തോഷമായി വിശ്വം. ഇന്നു നീ വന്നില്ലായിരുന്നുവെങ്കിൽ സത്യമായും എന്റെയീ ദിവസം വിഷാദഗ്രസ്തമായിത്തീർന്നേനെ."

നീളം കുറഞ്ഞ ചുരുളൻമുടിയിലെ കുരുക്കുകൾ ഹെയർബ്രഷു കൊണ്ട് ദാക്ഷിണ്യമില്ലാതെ വിടർത്തുമ്പോൾ, മുഖത്തെ മെഴുക്ക് ഇത്തിരി പൗഡർ മിനുക്കി മായ്ച്ചുകളയുമ്പോൾ അവൾ അത്ഭുതപ്പെട്ടു:

'ഈ ബുദ്ധിജീവി സാഹിത്യകാരൻ, മദ്യപൻ, കർക്കശ സ്വഭാവക്കാരൻ, തന്നോടുതന്നെ കലഹിക്കുന്നവൻ, ഇവൻ തനിക്കാര്?'

ഒരു കരയുന്ന കുട്ടി, സാന്ത്വനം മോഹിക്കുന്ന കുട്ടി, നനഞ്ഞ കവിളുകൾ തുടച്ച്, പെറ്റമ്മയുടെ നെഞ്ചിലേക്ക് ചായുന്നപോലെ ഓരോ തവണയും തന്നെ കാണുവാൻ അവൻ എത്തുന്നു. അവന്റെ ഹൃദയത്തിൽ നിർമലസ്നേഹത്തിന്റെ സ്ഫുരണം.

വാച്ചെടുത്ത് കെട്ടുമ്പോൾ ഓർത്തത് തന്നെ ഭാരമേൽപ്പിച്ചുകൊണ്ടാണല്ലോ മേട്രൺ നാട്ടിലേക്കു പോയത് എന്നാണ്.

"സിസിലി, ഞാനൊന്ന് പുറത്തുപോകുന്നു. പുറത്ത് ആരൊക്കെയോ ഉണ്ട്. ഇന്ന് പുറത്തേയ്ക്ക് വിട്ടോളൂ. അധികം ചോദ്യങ്ങൾ വേണ്ട. ആറരയാവുമ്പോൾ അവരെ ഇവിടെ കാണണം."

തോൾസഞ്ചിയുടെ സിബ് അടച്ചുകൊണ്ട് കല്യാണിക്കുട്ടി ധൃതിയിൽ പറഞ്ഞൊപ്പിച്ചു.

"നമുക്ക് പുറത്തേക്കിറങ്ങാം വിശ്വം." ഹോസ്റ്റലിന്റെ മിനാരത്തിൽ വന്നിരിക്കുന്ന ഒറ്റപ്പക്ഷിയിൽ നിന്ന് മുഖം തിരിച്ച് വിശ്വം പറഞ്ഞു:

"നിന്നെയൊന്ന് വന്ന് കണ്ട് പോകണമെന്നേ കരുതിയുള്ളു കല്യാണി. ഇവിടെ ഒരു പരിപാടിക്ക് വന്നു. ആറരയുടെ ട്രെയിനിനു മടങ്ങുന്നു."

"അതുവ്വോ?"

ഹോസ്റ്റൽ മുറ്റത്തെ അലങ്കാരച്ചെടികളിലൊന്നിൽ നിന്ന് ഒരില ദേഷ്യത്തോടെ നുള്ളിയെടുത്തുകൊണ്ട് കല്യാണി ചൊടിച്ചു:

"എങ്കിൽപ്പിന്നെ നീയെന്തിനേ ഇവിടെ വന്നത്?" പിന്നെ മനസിനെ ശാന്തമാക്കിക്കൊണ്ട് പതുക്കെ പറഞ്ഞു:

"താടിയും മീശയും ഒക്കെ ഇല്ലാത്ത നിന്നെ കാണാനൊരു കുട്ടിയെപ്പോലുണ്ട്."

വിശ്വനാഥൻ പിന്നേയും മന്ദഹസിച്ചു.

"എങ്ങനെ വിശ്വം നിന്റെ ജീവിതമിപ്പോൾ? സുഖമല്ലേ?"

"ഉവ്വല്ലോ. ഉത്സവപ്പറമ്പിലെ ആഘോഷം പോലെയാണ് ഇന്നത്. അരങ്ങുകൾ, പ്രസംഗങ്ങൾ, ആഘോഷങ്ങൾ...... സാഹിത്യലോകത്തിലെ അപഥസഞ്ചാരി...." വിശ്വത്തിന്റെ ശബ്ദം ചിലമ്പിച്ചപ്പോൾ കല്യാണി മിണ്ടാതെ നടന്നു. മൗനം കൂടുതൽക്കൂടുതൽ കനക്കുക തന്നെയായിരുന്നു.

"നീയിങ്ങനെ മിണ്ടാതെ നടക്കാനാണ് ഭാവമെങ്കിൽ....." വിശ്വം പറഞ്ഞു: "ഞാനിന്ന് ഇവിടെ വരേണ്ടിയിരുന്നില്ല....."

"എനിക്കിന്ന് യാതൊന്നും പറയാൻ തോന്നുന്നില്ല. ഞാനിന്നൊരു വെറും കേൾവിക്കാരിയാകാം. നിന്റെ ഉത്തരേന്ത്യൻ സന്ദർശനത്തെക്കുറിച്ച് പത്രത്തിൽക്കണ്ടു. അതേക്കുറിച്ചുതന്നെ പറയൂ. നമുക്ക് അധികം സമയമില്ല."

വിശ്വനാഥൻ അവളുടെ വർണശബളമായ കുർത്തയിലേക്ക് കയ്പ്പോടെ നോക്കി. അവയിൽ നിറയെ പച്ചനിറത്തിലുള്ള മുള്ളുകളായിരുന്നു. ഇടക്കിടെ ചോരപ്പാടുകൾ പോലെ ചുവപ്പ്. സൂക്ഷിച്ചു നോക്കിയാലേ മനസിലാവൂ, അവയോരോന്നും ഓരോ രക്തപുഷ്പമാണെന്ന്.

"എന്തേ നിനക്കൊരു മാറ്റം വിശ്വം? ചെന്നായയിൽ നിന്ന് ആട്ടിൻകുഞ്ഞിലേക്കുള്ള പരിണാമം? നിന്നെ ചാരായം മണക്കുന്നില്ല. നിന്റെ ശ്വാസത്തിന് വൃത്തികെട്ട ബീഡിപ്പുകയുടെ നാറ്റമില്ല. മുഖത്ത് അനാവശ്യമായ ശ്മശ്രുക്കളുടെ കാടില്ല, നിന്റെ ബുദ്ധിയുള്ള തലയിൽ....."

"ഞാനതൊക്കെ നിർത്തി." വിശ്വം സ്വരം താഴ്ത്തി പറഞ്ഞു.

"നിർത്ത്വോ? എന്നിട്ട് നീയെന്താ മരിക്കാൻ പോവ്വാ?"

"അല്ല കല്യാണീ, ജീവിച്ചുകൊണ്ട് മരിക്കുന്നവരല്ലേ നമ്മളൊക്കെ? എനിക്ക് എല്ലാം മടുത്തു. കുടിയും കൂട്ടുകെട്ടും. ഒന്നരവർഷമായി ഞാനിങ്ങനെ..... ജോലിക്കും പോകുന്നില്ല."

"അപ്പോ ഇതും മടുത്തുകഴിഞ്ഞാൽ?"

വിശ്വനാഥൻ കല്യാണിയെ അത്ഭുതത്തോടെ നോക്കി. തന്റെ ഉള്ളു മുഴുവൻ അവൾക്കിങ്ങനെ മന:പാഠമായതെങ്ങനെ? അവളുടെ കരിഞ്ഞ കൺതടങ്ങൾ, അഗ്നിശകലങ്ങൾ പോലുള്ള കണ്ണുകൾ. ഇവ വിശ്വം ആർദ്രതയോടെ നോക്കിക്കണ്ടു. പാവം. അവൾ ഇപ്പോഴും ഒരനാഥ തന്നെ. ആരുമില്ലാത്തവൾ. എല്ലാവരുമുണ്ടായിട്ടും അനാഥയായിരിക്കുക എന്ന

തിനേക്കാൾ ദൈന്യതയെന്തുള്ളു ഈ ലോകത്ത്? തന്നെപ്പോലെയൊരു ഒറ്റ. ഒരനാഥൻ മറ്റൊരനാഥനെ കാണുമ്പോൾ.....

"ഇത്തവണ സമ്മേളനം എങ്ങനെയിരുന്നു? ആരൊക്കെ ഉണ്ടായിരുന്നു?"

"ഓ അത് ......എന്ന സ്ഥലത്തായിരുന്നു. ഉറുദു കവികളുടെ നാട്. നിന്റെ പ്രിയപ്പെട്ട ഉറുദുകവികൾ. അവരോട് ഞാൻ ഉറുദുകവികളുടെ പിറകെ ഭ്രാന്തെടുത്തോടുന്ന നിന്നെക്കുറിച്ച് പറഞ്ഞു. സമ്മേളനം കഴിഞ്ഞപ്പോൾ പതിവുപോലെ മദ്യസൽക്കാരം. അതിൽ പങ്കുകൊള്ളാതെ, ആരോടും യാത്ര പറയാതെ ഞാനിറങ്ങി നടന്നു. പല വഴികൾ, പല തരം ആളുകൾ..... ഏതോ ബസ്സുകൾ കയറി എവിടെയെല്ലാമോ കറങ്ങി. നടന്നു നടന്ന് വിജനമായ ഏതോ സ്ഥലത്തെത്തി. എനിക്കന്നേരം മനസിലായി കലശലായി വിശക്കുന്നുവെന്ന്. നടന്നു നടന്ന് കാലടികൾ വിങ്ങിയിരുന്നു. ചുറ്റും നോക്കി, ആളില്ല, വീടില്ല, ജലാശയങ്ങളില്ല..... കാലുകൾ വേദനിച്ചപ്പോൾ ഉണക്കപ്പുല്ലുകൾ നിറഞ്ഞ ഒരു സ്ഥലത്ത്, വെറും നിലത്ത്, ഞാൻ മലർന്നു കിടന്നു. അവിടം എനിക്ക് സ്വസ്ഥതയേകി. ദാഹത്തേക്കാൾ വിശപ്പായിരുന്നു അധികം. രാവിലെ മുതൽ ഞാൻ ഒന്നും കഴിച്ചിരുന്നില്ല. പുൽപ്പരപ്പുകളെ തഴുകിത്തലോടി ഇടയ്ക്കോരോ കാറ്റു വീശി. ശീതക്കാറ്റ്. ഓരോ കാറ്റും ഓരോ ദീർഘനിശ്വാസം പോലെ. ഇടവിട്ടിടവിട്ട്.... നേർത്ത രോദനം പോലെ. ഞാൻ ആകാശത്തേക്ക് കണ്ണുകൾ പാതിയടച്ചുകൊണ്ട് നോക്കി, ശവാസനത്തിലേക്ക് പതുക്കെ പേശികളെ അയച്ചുവിട്ടു. "നിന്റെ മനസ്സിപ്പോൾ ശൂന്യമാണ്.... ശൂന്യമാണ്..... അവിടെയിപ്പോൾ യാതൊന്നും തന്നെയില്ല. അതൊരു വെളുത്ത കീറക്കടലാസു പോലെയാണ്...." ഇങ്ങനെ പറഞ്ഞുകൊണ്ട് ഞാൻ സ്വസ്ഥചിത്തനായി കിടന്നു. ദൂരത്തെങ്ങോ വൃക്ഷങ്ങൾ ആഞ്ഞുലയുന്നതിന്റെ നേർത്ത ശബ്ദം.... തണുപ്പുകൊണ്ട് കാലുകൾ പതുക്കെ മരവിക്കുന്നത് എനിക്ക് മനസിലായി. നേരം വെളുത്താൽ ഒരു പക്ഷെ ശവാസനത്തിൽ കിടക്കുന്ന ഈ ഞാൻ ഒരു ശവദേഹം ആയേക്കാം. എനിക്ക് ഒട്ടും പരിഭ്രമം ഉണ്ടായില്ല. അപ്പോൾ കല്യാണീ, ആരൊക്കെയോ കരിഞ്ഞ പുല്ലുകൾ ചവിട്ടിമെതിച്ച് നടന്നുവരുന്ന ശബ്ദം. ഞാൻ കണ്ണുകൾ പൂർണമായി തുറന്നു. കമ്പിളി മൂടിയ രൂപങ്ങൾ പ്രേതാത്മാക്കളെപ്പോലെ എന്റടുത്തേക്ക് വരികയാണ്. അപ്പോഴാണ് ശ്രദ്ധിച്ചത് അവരുടെ ചുമലിൽ ഒരു മഞ്ചലുണ്ടായിരുന്നു. ഒരു സംഘമാളുകൾ ഒരു നേർത്ത മനുഷ്യന്റെ മരിച്ച ദേഹത്തെ താഴെയിറക്കി. വിലകുറഞ്ഞ ചുവന്ന പട്ടിൽ പൊതിഞ്ഞ രൂപം അവരുടെ കൈയിലെ പാനീസു വിളക്കിന്റെ വെളിച്ചത്തിൽ ഞാൻ കണ്ടു. അതൊരു ശവപ്പറമ്പാണെന്നും ഞാൻ അറിഞ്ഞു. ശവക്കച്ച മാറ്റി, ഒരാൾ മൃതദേഹത്തിനടുത്തേക്ക് കുനിഞ്ഞ് പട്ടുവസ്ത്രം മാറ്റി. അടിയിലുള്ള ശുഭ്രവസ്ത്രം ഉരിഞ്ഞെടുത്തു. മെലിഞ്ഞ നെഞ്ചിൻകൂട് പുറത്തു കണ്ടു. എനിക്കു മനസ്സിലായി, അതൊരു പുരുഷജഡമാണെന്ന്. വലിയ വിറകിൻകൊള്ളികൾ കയറ്റിവച്ച് അവരതിന് തീ കൊളുത്തി. വന്ന അതേ

ധൃതിയിൽത്തന്നെ തിരികെപ്പോയി. ഞാനാ എരിയുന്ന ചിതയിലേക്ക് നോക്കിയങ്ങനെ കിടന്നു. എന്റെ ശരീരത്തിന്റെ മരവിപ്പ് മാറി. അത് ചൂടു പിടിക്കുവാൻ തുടങ്ങി. ഉറഞ്ഞു തുടങ്ങിയ രക്തം വീണ്ടും അകത്ത് ഉണർവോടെ പ്രവഹിച്ചുതുടങ്ങി. ഉദരത്തിൽ വിശപ്പിന്റെ തീയാളി. എന്നെ മണ്ണിൽ നിന്ന് ഏതോ ശക്തി ഉയർത്തിയെടുക്കും പോലെ. ഞാൻ പതുക്കെ ചിതയ്ക്കരികിലേക്ക് നീങ്ങി. ഉണർന്നു കത്തുന്ന തീ. പൊട്ട ലോടെ വമിക്കുന്ന കട്ടിപ്പുക..... പെട്ടെന്നാണ് ഞാനതു കണ്ടത്. ചിത യ്ക്കരികിൽ ഒരു മൺകലത്തിൽ ചോറ്. ഹാ, വെളുത്ത ചോറു തന്നെ. അതിനകത്ത് എന്തൊക്കെയോ വിഭവങ്ങളും..... മരിച്ചവന്റെ പാഥേയം. ഞാൻ ആ മൺകലം നെഞ്ചോടടുക്കി ചോറ് വായിലാക്കി..... കൊടും തണുപ്പത്ത് തീ കാഞ്ഞുകൊണ്ട്, ഏതോ വിനോദസഞ്ചാരിയെപ്പോലെ ഞാൻ ചോറ് വാരിത്തിന്നു. രുചിഭേദം ആദ്യം പിടികിട്ടിയില്ല. പിന്നെ കടുകെണ്ണയുടെ കയ്പ്..... മുഖം ചുളിപ്പിക്കുന്ന പുളിപ്പ്...... മുഴുവനും ഉണ്ട് കഴിഞ്ഞപ്പോൾ ഒരു ചിരട്ടയിലൊഴിച്ചു വച്ചിരുന്ന വെള്ളം ഞാൻ വായിലേക്ക് കമഴ്ത്തി.

അപ്പോഴെനിക്ക് മനസിലായി അവിടെ കത്തിയെരിയുന്നത് ഒരു യുവ കോമളനാണെന്ന്. ധാരാളം കണ്ണീരു കുടിച്ച ഒരു ചെറുപ്പക്കാരൻ. ബന്ധു ക്കളുണ്ടായിട്ടും അനാഥൻ. മമതാബന്ധങ്ങൾ അവന് കയ്പായി മാറി യിരിക്കും. തുള്ളിത്തിമർക്കുന്ന യൗവനം അവന് സുഖം നൽകിയില്ല. അവൻ പ്രണയത്തിന്റെ മധുരം അറിഞ്ഞില്ല. സ്നേഹം അവകാശമായി കിട്ടിയില്ല. അവന് അമ്മയില്ലായിരുന്നു. ആരുമില്ലായിരുന്നു. ജീവിതാനു ഭവതൃഷ്ണകൾ സഫലീകരിക്കാത്തവൻ. എനിക്ക് കരച്ചിൽ വന്നു. ഞാൻ അവനുവേണ്ടി കരഞ്ഞു. അവന്റെ ഏകാന്തതപ്തമായ ഹൃദയ ത്തിന് ശാപമോക്ഷം കിട്ടുവാൻ പ്രാർഥിച്ചു. പ്രാർഥനയല്ലാത്തൊരു പ്രാർഥന.... എന്നിട്ട് പതുക്കെ എഴുന്നേറ്റു നടന്നു. അൽപ്പം ദൂരെ മൂന്നാല് ചൊക്ലിപ്പട്ടികൾ എന്നെക്കണ്ട് മുറുമുറുത്തു. പ്രതിഷേധിച്ചു. ചിതയുടെ തീയൊന്ന് ആറിയാൽ ഭക്ഷണമെടുത്തോടാൻ കാത്തുനിന്ന അനാഥർ. അവർക്കു മനസിലായി, ഇന്നവരുടെ മുതൽ തട്ടിയെടുക്കപ്പെട്ടിരിക്കുന്നു വെന്ന്."

അനാഥരെക്കുറിച്ച് പറഞ്ഞപ്പോൾ കല്യാണിക്കുട്ടിക്ക് അനുജനെ ഓർമവന്നു. അകാലത്തിൽ മരിച്ചുപോയ അനുജനെ. അവന്റെ സൗന്ദര്യം തികഞ്ഞ മുഖം, കുസൃതി നിറഞ്ഞ ചിരി, മൂന്നു യുവാക്കളുടെ ഊർജ സ്വലത.... എല്ലാം. ജീവിതത്തിന്റെ മധുരം നുണയാതെ പോയവൻ. മുല പ്പാൽ കുടിക്കാൻ ഭാഗ്യമില്ലാത്ത കുട്ടിയെപ്പോലെ അവനും അനാഥനാ യിരുന്നു. അവനെപ്പോലെയുണ്ട് ഇപ്പോൾ ഈ വിശ്വനാഥനും. ഘനഗ ഹനമായ ശബ്ദം, അതേ പകച്ച നോട്ടം...... പെരുമാറ്റത്തിലെ ഈ പരി ഭ്രമം..... എല്ലാം. കല്യാണിക്ക് തൊണ്ടയിലൊരു കടച്ചിൽ. വേദനയല്ല ഒരു വല്ലാത്ത കടച്ചിൽതന്നെ.

"കല്യാണീ നമുക്കോരോ കപ്പ് ചായ കുടിക്കാം," തന്റെ കണ്ണു

കൾ പത്തുവിരലും കൂട്ടിത്തുടച്ചുകൊണ്ട് കല്യാണി പുഞ്ചിരിച്ചു. "ആവാം."

അവളുടെ കണ്ണുകളിൽ എന്നിട്ടും ബാക്കിയായ നനവ് വിശ്വനാഥനും കണ്ടു. അവർ റെയിൽവേ സ്റ്റേഷനിലെ തിരക്കേറിയ ഒരു ഭോജനശാലയിൽ ഇരിക്കുകയാണ്.

"റോമാക്കാരുടെ ഇടയിൽ ഒരു പതിവുണ്ട് വിശ്വം. സന്തോഷമുള്ള ദിവസങ്ങളിൽ അവർ ഒരു വെളുത്ത കല്ല് എടുത്തു സൂക്ഷിക്കും. ശോകം നിറഞ്ഞ ദിവസങ്ങളിൽ ഒരു കറുത്ത കല്ലും. ഞാനിന്ന് ഒരു ശുഭ്രസുന്ദരമായ കല്ല് എടുത്തു വയ്ക്കും, എന്റെ ഹൃദയത്തിൽ. അതിരിക്കട്ടെ, നീയിപ്പോഴും ഇങ്ങനെ ഒരേകാന്തനെപ്പോലെ കഴിയുന്നത് ശരിയല്ല."

"ആരു പറഞ്ഞു ഞാനൊറ്റയ്ക്കാണെന്ന്? എനിക്ക് വീടില്ലായിരിക്കാം. ഞാൻ വീട്ടിൽ നിന്ന് പുറന്തള്ളപ്പെട്ടവനാകാം. പക്ഷെ എന്റെ സുഹൃത്തുക്കളാണ് എന്നെ ജീവിപ്പിച്ചു നിർത്തുന്നത്. നിന്നെപ്പോലെയുള്ള സുഹൃത്തുക്കൾ. എനിക്ക് ഒന്നിനെക്കുറിച്ചും ഓർക്കുവാൻ നേരമില്ല. എന്റെ ഏകാകിതത്വങ്ങളെക്കുറിച്ചുപോലും ഞാനിപ്പോൾ അജ്ഞനാണ്."

"മറ്റൊരു തരത്തിൽ ഞാനും അങ്ങനെതന്നെ. സദാ ഉണർന്നിരിക്കുന്ന പ്രജ്ഞ. അതാണെന്റെ ശത്രു. ഉറങ്ങാൻ കൂട്ടാക്കാത്ത ഒരു മനസ്സ്. സദാ ഉണർന്നിരിക്കുന്നതുകൊണ്ടാണത്രെ എന്റെ ദേഹം ക്ഷീണിക്കുന്നത്. എനിക്ക് ഇടക്കിടെ പനി വരുന്നത്."

"അതു പനിയല്ല. നിന്റെ മനസിന്റെ ചൂടാണത്. അതൊന്ന് തണുപ്പിക്കാൻ എന്താണൊരു വഴി? എനിക്ക് പിടികിട്ടുന്നില്ല. എനിക്കിപ്പോഴും നിന്നെ പിടികിട്ടിയിട്ടില്ല കല്യാണീ."

'അതു വെറുതെ....' കല്യാണി മനസിൽപ്പറഞ്ഞു.

"എന്നെ കുറച്ചെങ്കിലും അറിയാവുന്നത് നിനക്കാണ്. ഒരുപക്ഷെ എന്നേക്കാൾ. കാരണം നിനക്ക് കാണാത്തത് കാണാനുള്ള കണ്ണുണ്ട്, കേൾക്കാത്തത് കേൾക്കുന്ന കാതുകളുണ്ട്, ആർക്കും വേണ്ടാത്തതിനെ ഓമനിക്കാനുള്ള ഹൃദയാലുത്വവും ഉണ്ട്."

"നിന്റെയാ രൂക്ഷപ്രണയം എന്തായി?"

ഒഴിഞ്ഞ ചായക്കപ്പ് തെരുപ്പിടിച്ചുകൊണ്ട് വിശ്വം ചോദിച്ചു. കാലിക്കപ്പുകളെ വലം വയ്ക്കുന്ന ഈച്ചകളിൽ നിന്ന് ദൃഷ്ടിയെടുക്കാതെ കല്യാണി ഇരുന്നു. അവളുടെ മുഖം പഴുപ്പിച്ച സ്വർണപ്പതക്കം പോലെ ജ്വലിച്ചു.

"ഓ, അതോ, ഇടയ്ക്കെപ്പോഴെങ്കിലും ഒന്ന് ഫോൺ ചെയ്യും. ഉയരത്തിലേക്ക് കയറിപ്പോകുന്നവർ ഇടയ്ക്ക് തന്നിലേക്കുതന്നെ ഒന്നു മുഖം കുനിച്ച് അണപ്പ് തീർക്കുംപോലെ. അധികാരത്തിന്റെ മധുരം നുണയുന്നവന് എന്തിന് സ്നേഹമധു? 'എന്തു സൗഹൃദം അസമാന മാനസർ തമ്മിൽ? എന്ന് ആരെഴുതിയതാണ്? ഒ എൻ വിയല്ലേ? ഈ ലോകത്ത് ആർക്കുമൊന്നിനും നേരമില്ല, വിശ്വം. പ്രണയഹർഷങ്ങൾക്കോ, സ്ഥിര

സൗഹൃദത്തിനോ ഒന്നിനും. അതുകൊണ്ടുതന്നെ സ്വപ്നത്തകർച്ചയിൽ തളരുന്നവളുമല്ല ഞാൻ."

"നീ പറഞ്ഞത് ശരിയാണ് കല്യാണീ. മനുഷ്യൻ എല്ലാം മറക്കും. എനിക്കൊരു കൂട്ടുകാരനുണ്ടായിരുന്നു. അനേകവർഷത്തെ പ്രണയത്തിനുശേഷമായിരുന്നു അവന്റെ വിവാഹം. വിവാദം സൃഷ്ടിച്ച വിവാഹം. പത്തുവർഷം കുട്ടികളില്ലാത്ത അവർ വിഷമിച്ചു. അവർ പോകാത്ത അമ്പലങ്ങളില്ല, പൂജിക്കാത്ത ദൈവങ്ങളില്ല, കാണാത്ത വൈദ്യന്മാരും ഇല്ല. അവസാനം ദൈവം കണ്ണുതുറന്നു. ഭാര്യയ്ക്ക് ഗർഭം. അഞ്ചുമാസം വരെ ഗർഭം വലുതായപ്പോൾ ഡോക്ടർ വിധിച്ചു. അതൊരു കള്ളഗർഭമാണെന്ന്. ഗർഭപാത്രത്തിലെ ട്യൂമർ. അവൾ മരിച്ചു. അവനും കൂടെ ആത്മഹത്യ ചെയ്യുമോ എന്നായിരുന്നു എന്റെ ഭയം. ആത്മഹത്യ..... നിനക്കറിയുമോ കല്യാണി, എന്റെ എത്ര സുഹൃത്തുക്കൾ ആത്മഹത്യ ചെയ്തിട്ടുണ്ടെന്ന്? ഇരുപത്തി......"

"വേണ്ട വിശ്വം, നീ ചിലപ്പോൾ വല്ലാത്ത ക്രൂരനാണ്. മരണത്തെക്കുറിച്ചു പറയുമ്പോൾ പ്രത്യേകിച്ച്."

"ശരി, ഞാൻ മുഴുവൻ പറയട്ടെ. കഴിഞ്ഞ ദിവസം ഞാൻ അവനെ കണ്ടു. ഒരു പ്രദർശനനഗരിയിൽ വച്ച്. ഒരു യന്ത്രഊഞ്ഞാലിൽ ഇരുന്നുല്ലസിക്കുകയാണ്, അവനും പുതിയ ഭാര്യയും കുഞ്ഞും......"

"അതു നന്നായി. അതൊരു കുറ്റമാണോ കഴിഞ്ഞതെല്ലാം മറക്കുന്നത്? ഇന്ന് ആരെയാണ് കിട്ടുക വിശ്വം, നിതാന്തമായി വിഷാദിക്കാൻ? എല്ലാവരും സുഖം തേടിയാണ് അലയുന്നത്. നവംനവങ്ങളായ ആനന്ദങ്ങൾക്കായി മനുഷ്യൻ പരക്കം പായുകയാണ്. അതിരിക്കട്ടെ നീയിന്ന് ഉച്ചയ്ക്ക് ഉണ്ടതാണോ?"

"ഇല്ല, കല്യാണീ. എനിക്ക് എല്ലാ ഉച്ചകളിലും ഊണില്ല. എന്നാൽ ഇതടക്കം മൂന്നാലുചായ ഞാൻ അകത്താക്കി."

"നിന്റെ കയ്യിൽ യാത്രക്കൂലിയുണ്ടോ? നീ എത്രയായി ജോലിക്ക് പോയിട്ട്?"

"പുതിയ കവിതയുടെ കാശ് കീശയിൽ കിടക്കുന്നു. അപ്പോൾ നിന്നെ കാണാനിറങ്ങി. തുടക്കത്തിൽ പറഞ്ഞത് നുണ. എനിക്കിന്നിവിടെ പ്രസംഗമില്ലായിരുന്നു. അടുത്താഴ്ച മുതൽ ഞാൻ ജോലിക്കു പോയിത്തുടങ്ങും. ജീവിക്കുവാൻ ജോലി വേണം. എനിക്കറിയാം. പക്ഷെ അവിടെ മനുഷ്യരില്ല. എഴുതുകയും എണ്ണുകയും ചെയ്യുന്ന യന്ത്രങ്ങൾ മാത്രം. അതെന്നെ അസഹ്യപ്പെടുത്തും."

"അതൊന്നും സാരമാക്കരുത് വിശ്വം. നീ വയറു വിശക്കാതെ ജീവിക്കണം. പട്ടിണിയുടെ രുചി നന്നായറിഞ്ഞവനാണ് നീ. അക്കാര്യത്തിലാണ് എനിക്ക് നിന്നോടസൂയ. വിശപ്പു സഹിക്കാനുള്ള നിന്റെ കഴിവ്. ഞാനൊരിക്കലും വിശപ്പിന്റെ സ്വാദ് അറിഞ്ഞിട്ടില്ല. എന്നാലെനിക്ക്....."

"മതി കല്യാണി, നിന്റെ സങ്കടപുരാണങ്ങൾ എനിക്ക് കേൾക്കണ്ട."

"എങ്കിൽ മതി. എന്നാൽ വിശ്വം, നീയീലോകവുമായി ഒന്നുരഞ്ജി

പ്പിലെത്തണം. നിന്നെക്കൊണ്ട് ഈ ലോകത്തിന് കാര്യമുണ്ട്. നീയൊരു ഭർത്താവോ, അച്ഛനോ, ജോലിക്കാരനോ, കാമുകനോ ഒന്നുമല്ല. ആവും പോലെ എഴുതുക.....എഴുതുക..... അതാണ് നിന്റെ ധാർമികാദേശം."

"മനസ്സിന് പിന്നിലിടി മുഴങ്ങുമ്പോൾ
വസന്തത്തിന്റെ കാളിമയിൽ,
എരിഞ്ഞുപൊങ്ങുന്ന ദീപശിഖ പോലെ
നീ കവിതയെഴുതുക......' ഇതാരുടെ വാക്കുകളെന്നോർമയുണ്ടോ? നീ ധാരാളം എഴുതണം."

"പെറ്റമ്മയുടെ കനിവ്!"

വിശ്വത്തിന്റെ മുഖത്ത് ഒരു ദയനീയത പരന്നു. അതൊരു ചിരിയിലേക്കോ കരച്ചിലിലേക്കോ വളരും മുമ്പ് കല്യാണിക്കുട്ടി അവന്റെ കൈത്തലം മനസ്സുകൊണ്ട് കവർന്നെടുത്തു. ആ വിടർന്ന ചുമലിൽ മനസ്സുകൊണ്ടുതന്നെ മുഖം ചേർത്തു.

"നീയൊന്ന് സമാധാനിക്കൂ. നിന്റെ ഏകാന്തവിവശമായ ഹൃദയത്തെ അടക്കൂ. നീയൊരിക്കലും ആത്മഹത്യ ചെയ്യരുത്. നിന്നെ അറിയുവാൻ ഈ ഞാനുണ്ട്."

ഭീതിദമായ ഒരലർച്ചയോടെ ഇടറിയിടറി വിശ്വത്തിന്റെ തീവണ്ടിയെത്തി. ടിക്കറ്റുകൾ കൈയിലുണ്ടായിട്ടും റിസർവു ചെയ്ത സീറ്റുകൾ ഉണ്ടായിട്ടും സമയത്തിന് വണ്ടി സ്റ്റേഷനിലണഞ്ഞിട്ടും എല്ലാവരും വലിയ പൊക്കണങ്ങളുമായി ഓടുകയാണ്...... ഉന്തുകയാണ്, തള്ളുകയാണ്..... ഞാനാദ്യം, ഞാനാദ്യം..... പ്ലാറ്റ്ഫോമിലെ തിരക്കുകൾ നോക്കി വിശ്വം മന്ദഹസിച്ചു. കല്യാണിയും മന്ദഹസിച്ചു.

തീവണ്ടിയിൽ കയറിയിരുന്നപ്പോൾ അമ്മയെ പിരിയുന്നൊരു പൈതലിന്റെ ആധിയോടെ വിശ്വം കല്യാണിയെ നോക്കി. മകനെ കൈവിടുന്നൊരു അമ്മയുടെ ആളൽ കല്യാണിക്കും ഉണ്ടായി.

തീവണ്ടി നിരങ്ങി നീങ്ങിയകന്നു. വീണ്ടും അവർ അനന്തവിശാലമായ ഈ ലോകത്തിന്റെ രണ്ടറ്റത്തായി — കല്യാണിക്കുട്ടിയും വിശ്വനാഥനും.

കുഞ്ഞിമ്മ

കുഞ്ഞിമ്മ ഏകാഗ്രതയോടെ ഒരു കിടക്കവിരിപ്പിന്റെ ശുഭ്രതയിൽ വർണനൂലുകൾ ഓടിച്ചുകൊണ്ടിരിക്കയാണ്. ഞാൻ കട്ടിൽപ്പടിയിൽ തലയണ ചാരിവെച്ച് വായിക്കാനായി ഒരു പുസ്തകമെടുത്തു. പക്ഷെ, പുസ്തകത്തിൽ മനസുറയ്ക്കുന്നില്ല. കുഞ്ഞിയമ്മയുടെ മുഖത്ത് കണ്ട അപൂർവ തേജസ്സും ചേതസ്സും എന്നെ എന്തിനോ അസ്വസ്ഥനാക്കിക്കൊണ്ടിരുന്നു.

അവരുടെ മുഖത്ത് ഞാൻ കുട്ടിക്കാലത്ത് കണ്ടിരുന്ന അതേ താരുണ്യമുണ്ടായിരുന്നു. വല്യുമ്മയുടെയും ഉമ്മയുടെയും കൺതടങ്ങളിൽ പടർന്നുകാണുന്ന കാളിമ ഇവിടെയില്ല. ഇടതുമൂക്കിന്റെ അറ്റത്ത് മുമ്പ് മൂക്കുത്തിയണിഞ്ഞതിന്റെ ദ്വാരം അടഞ്ഞു കിടന്നിരുന്നു. കുഞ്ഞിമ്മ എത്രയോ സുന്ദരിയാണ്. ഈ മുപ്പത് വർഷത്തിനിടയിലെ എന്റെ ജീവിതത്തിനിടയിൽ ഞാൻ കണ്ട ഏക സുന്ദരി കുഞ്ഞിമ്മയാണ്. എല്ലാ അർഥത്തിലുമുള്ള ലാവണ്യം.

കുഞ്ഞിമ്മയുടെ മുറി എന്റെയും മുറിയാണ്. വിശാലമായ കിടപ്പുമുറിയിൽ രണ്ടു വലിയ കട്ടിലുകളും രണ്ടുപേരുടെ ലോകവും. എന്റെ പുസ്തകങ്ങൾ സൂക്ഷിക്കുന്ന മരത്തിന്റെ റാക്കും, ഉപ്പയുടെ മഹത്തായ പുസ്തകശേഖരത്തിന്റെ വലിയ അലമാരകളും, കുഞ്ഞിമ്മയുടെ തുന്നൽ വകുപ്പും എല്ലാം ഇതിനകത്ത് തന്നെ. കുഞ്ഞിമ്മയുടെ കട്ടിലിലിരുന്നാൽ താഴെ ഗേറ്റ് കടന്നു വരുന്നവരെ കാണാം. കോൺക്രീറ്റിട്ട വിശാലമായ മുറ്റം. ഗേറ്റിന്റെ കുറ്റിയൊന്ന് ശബ്ദിച്ചാൽ കുഞ്ഞിമ്മയുടെ ശ്രദ്ധ ജാഗരൂകമാകും. അവർ ആരെയോ കാത്തിരിക്കുകയാണ്.

“ബിലാൽ, ഇവിടെ വന്ന് ഈ നൂലൊക്കെ ഒന്ന് വെട്ടി നിരപ്പാക്ക്. റിയാദിലേക്ക് കൊടുത്തയക്കാനുള്ള മൂന്ന് വിരികളാണ്. സന്ധ്യയോടെ

ഇത് കളക്ട് ചെയ്യാൻ ആളെത്തും. നാളെ രാവിലത്തെ ഫ്ളൈറ്റിന് പോകാനുള്ളതാണ്. വൃത്തിയായി പാക്ക് ചെയ്ത് വെക്കണം."

കുഞ്ഞിമ്മ കിടക്കവിരിപ്പിന്റെ മൃദുലതയെ വാൽത്സല്യപൂർവം തലോടി. അതൊരു യാത്ര പറച്ചിലാണ്. കഅ്ബയും താഴികക്കുടവും ചന്ദ്രക്കലയും നിലാവത്ത് കിടന്ന് വെട്ടിത്തിളങ്ങും പോലെ..... മൂർത്തമായ ചിത്രങ്ങളേയും കുഞ്ഞിമ്മ സമർഥമായി തുന്നിച്ചേർക്കാറുണ്ട്. ഉമ്മയും വല്യുമ്മയും സ്വകാര്യമായി അതിനെ വിമർശിക്കും. പരസ്പരം ഉരസിയിരിക്കുന്ന പ്രാവുകൾ, പിന്നെ ഹിന്ദുക്കൾക്കായി ശ്രീകൃഷ്ണ ലീലകൾ അങ്ങനെ കുഞ്ഞിമ്മയുടെ ഭാവനക്ക് അതിരില്ല. എല്ലാ ചിത്രങ്ങളിലും കിടന്ന് പിടച്ചിരുന്നത് സ്നേഹത്തിന്റെ ചിറകടികളായിരുന്നു എന്നതാണ് എന്നെ അത്ഭുതപ്പെടുത്തിയത്. പ്രാണനിൽ അലിഞ്ഞുചേർന്ന ഉദാത്തമായ സ്നേഹം. അതിന്റെ തീവ്രചൈതന്യത്തനിമ അവരുടെ വിരലുകളിലും വാക്കുകളിലും പ്രവൃത്തികളിലും ഇനിമയായി.

"ബിലാൽ...."

കുഞ്ഞിമ്മ വീണ്ടും ഓർമിപ്പിച്ചു.

"ഓ, വയ്യ കുഞ്ഞിമ്മ ഇന്ന് ഫസ്റ്റവറിൽതന്നെ ഷേക്സ്പിയറിന്റെ 'മാക്ബത്' വിസ്തരിച്ച് തൊണ്ട കടഞ്ഞു. എന്തോ ഇന്ന് കവിതയെഴുതാനൊരു മൂഡ്. അതാണ് ലീവെടുത്ത് പോന്നത്."

കുഞ്ഞിമ്മയുടെ ചുണ്ടിൽ ഒരു കുസൃതിച്ചിരി തലകാട്ടി.

"ഉം മഹാകവിയുടെ മകൻ ഒരു വെറും കവിയെങ്കിലും ആകേണ്ടതാണ്."

ഉപ്പയെ പരാമർശിക്കുമ്പോൾ കുഞ്ഞിമ്മയുടെ കവിളുകൾ കനൽപോലെ ചുവക്കും. കണ്ണുകൾ ഏതോ ദൃശ്യപ്രപഞ്ചങ്ങളെത്തേടും പ്രായം വടുകെട്ടാൻ കൂട്ടാക്കാത്ത ആ മുഖം ഏതോ പ്രത്യാശയാൽ തുടുക്കും. അതെ, കുഞ്ഞിമ്മ കാത്തിരിക്കുകയാണ്, വർഷങ്ങളായി കാത്തിരിക്കുകയാണ്.

"ശരി, നിനക്കും വേണ്ടാതായി ഈ കുഞ്ഞിമ്മയെ....."

കുഞ്ഞിമ്മ മൃദുവായി പരാതി പറഞ്ഞു. അപ്പോൾ അവരുടെ നേർത്ത പുഞ്ചിരിക്കിടയിലൂടെ ഒരു മിനുങ്ങുന്ന നുണക്കുഴി തെളിഞ്ഞു.

"നിന്റെ അടുത്ത കവിതാസമാഹാരം ഉടനെ ഇറങ്ങണം. നീയിങ്ങനെ മടിപിടിച്ചിരിക്കരുത്. കാവ്യപ്രപഞ്ചത്തിന്റെ വാതിൽ നിനക്കായി തുറന്നു കിടക്കുകയാണ്. നീ ഔന്നത്യങ്ങൾ കീഴടക്കണം. അതിനല്ലേ? ഞാനിങ്ങനെ....."

കുഞ്ഞിമ്മ പൂർത്തിയാക്കിയില്ല.

ഞാൻ കുഞ്ഞിമ്മ കാണാതെ അവരുടെ തലയണക്കീഴിലെ വിരിപ്പിനടിയിൽ നിന്നും ഒരു ചിത്രം തപ്പിയെടുത്തു. എനിക്കറിയാം, അതാരുടെ ചിത്രമാണെന്ന്.

"വേണ്ട ബിലാൽ, നീയതെടുക്കരുതെന്ന് എത്ര പറഞ്ഞാലും കേൾക്കില്ല." കുഞ്ഞിമ്മ തിരിഞ്ഞുനോക്കാതെ പറഞ്ഞു.

ആൽബത്തിൽ നിന്നും അടർത്തിയെടുത്ത് ലാമിനേറ്റ് ചെയ്ത ഒരു ചിത്രമാണത്. അതിൽ മന്ദസ്മിതം ഉണർന്ന ചുണ്ടുകളോടെ ഒരു യുവാവ്. ചുണ്ടിൽ പുഞ്ചിരിയാണെങ്കിലും കണ്ണുകളിൽ അഗാധമായ വ്യസനഭാവമായിരുന്നു. അതെ, എന്റെ ഉപ്പ എത്രയോ സുന്ദരനാണ്. അതാവാം, ഒരു പെൺമോഹിയല്ലാതിരുന്നിട്ടും മൂന്ന് സ്ത്രീകളുടെ മോഹത്തിനും മോഹനിരാസത്തിനും പാത്രമാവേണ്ടിവന്നത്. ഒരു കാര്യത്തിൽ ഉപ്പക്ക് തെറ്റുപറ്റി. ഉപ്പ ആദ്യമായും അവസാനമായും തെരഞ്ഞെടുക്കേണ്ടിയിരുന്നത് കുഞ്ഞിമ്മയെ ആയിരുന്നു.

"ബിലാൽ, നീയൊന്നെണീക്ക് മോനെ. തമാശ കളയ്."

"ശരി, കുഞ്ഞിമ്മ."

ഞാൻ കിടക്ക വിരിപ്പുകളിൽ പൊങ്ങിനിന്നിരുന്ന വർണനൂലുകൾ ശ്രദ്ധാപൂർവം വെട്ടിയെടുത്തു. ഭംഗിയായി ഇസ്തിരിക്കിട്ട് പ്ലാസ്റ്റിക് കൂടിലാക്കി.

കുഞ്ഞിമ്മയുടെ കിടക്ക വിരിപ്പുകളിലെ ചിത്രത്തയ്യൽ വിദേശത്തെ ഷെയ്ക്മാർക്കും അറബികൾക്കും പ്രിയങ്കരമായിരുന്നു. അവർക്കിതിന് നല്ല വിലയും കിട്ടിപ്പോന്നു. മൃദുവായ വിലപിടിപ്പുള്ള തുണിയിലാണ് കുഞ്ഞിമ്മയുടെ കരവിരുത്. വീടിന് തൊട്ടുള്ള 'ബിലാൽ കോസ്റ്റ്യൂംസ്' മികച്ച റെഡിമെയ്ഡ് വസ്ത്രങ്ങൾ നിർമിക്കുകയും കയറ്റി അയക്കുകയും ചെയ്തു. എല്ലാം കുഞ്ഞിമ്മയുടെ മേൽനോട്ടത്തിലായിരുന്നു. എങ്കിലും കുഞ്ഞിമ്മ ആഴ്ചയിൽ മൂന്ന് വിരിപ്പുകളെങ്കിലും ചിത്രത്തയ്യലുകളെക്കൊണ്ട് അലങ്കരിച്ചൊരുക്കും.

വരുമാനം ഏറുതോറും ചെലവുകൾ പിടിയിലൊതുങ്ങാതെയായി. വല്യുമ്മക്ക് ജോലിയില്ലെങ്കിലും പറമ്പുകളിൽ നിന്ന് നല്ല വരുമാനം. ഉമ്മക്ക് കോളേജിലെ ക്ലാർക്കുദ്യോഗം. എന്നാലും വീട്ടിലെ കല്യാണങ്ങൾ മുതൽ സൽക്കാര ധൂർത്തുകൾ വരെ കുഞ്ഞിമ്മ കയ്യയച്ച് ചെലവ് ചെയ്യും.

കുഞ്ഞിമ്മ ശ്രദ്ധാപൂർവം സൂചികളും വർണനൂലുകളും നൂൽപ്പെട്ടിയിൽ നിറച്ചു. അൽപ്പം ആയാസത്തോടെ എഴുന്നേറ്റു. അവർ മികച്ച തരം ഖദർ സിൽക്കിന്റെ സാരിയായിരുന്നു ഉടുത്തിരുന്നത്. സാരിത്തലപ്പുകൊണ്ട് ചുമലൊന്ന് ചുറ്റിപ്പുതക്കുമെന്നല്ലാതെ കുഞ്ഞിമ്മ തലമുടി മറച്ചിരുന്നില്ല. അവർ കറുത്തു മിനുങ്ങുന്ന തലമുടി കരുതലോടെ പരിപാലിച്ചു. കുഞ്ഞിമ്മയുടെ മങ്ങാത്ത ചർമസുഷമയിലും, കറുത്തു മിന്നുന്ന തലമുടിയിലും പെണ്ണുങ്ങൾ അസൂയാലുക്കളായി.

"ബിലാലെ നീ വേഗം വന്ന് ഊണ് കഴിക്കുന്നുണ്ടോ?" താഴെ നിന്ന് ഉമ്മയുടെ വിളി. ഓ, ഉമ്മ ഇന്ന് പോയിട്ടില്ല. കുഞ്ഞിമ്മ പുഞ്ചിരിച്ചു. അതവർക്ക് കൂടിയുള്ള ക്ഷണമാണ്. 'വേണമെങ്കിൽ വന്ന് ഉണ്ടോളിൻ' എന്ന ധ്വനി.

"മോനെ, ഇനി ഉമ്മാനെ ശുണ്ഠിപിടിപ്പിക്കണ്ട, നമുക്ക് പോയി ഉണ്ണാം."

ഞങ്ങൾ ഉണ്ണാനിരുന്നു. ഞാനും കുഞ്ഞിമ്മയും വല്യുമ്മയും ഉമ്മയും.

"കുട്ട്യോളൊക്കെ ഉണ്ടില്ലേ താത്ത?"

കുഞ്ഞിമ്മ വല്യുമ്മക്ക് നേരെ മുഖമുയർത്തി. ഒരു അർധസ്മിതത്തോടെ ചോദിച്ചു.

"ഉം ഉമറിന് ചെറിയൊരു പനീണ്ട്. ഫാഷറിന് വല്യേ കുറുമ്പ്. ഓനിന്ന് മീനില്യാണ്ട് ചോറുവേണ്ടാന്ന്."

വല്യുമ്മ പേരക്കുട്ടികളുടെ വിശേഷം പറയുമ്പോൾ കുഞ്ഞിമ്മ പൊട്ടിച്ചിരിച്ചു.

"ഉമറിനെ ഇന്ന് ഡോക്ടറെ കാണിക്കാം......"

കുഞ്ഞിമ്മ ഉമ്മയുടെ നേരെ ചിരിക്കുന്ന മുഖം തിരിച്ചു.

ഉമ്മയുടെ മുഖം തുടുത്തു വിങ്ങിയിരുന്നു. കരഞ്ഞു കലങ്ങിയത് പോലുള്ള കണ്ണുകൾ.

"എന്താണിന്ന് ചെറിയ രാജ്ഞിക്കൊരു വ്യസനം? എന്നോട് പറയൂല്ലേ?"

ഉമ്മ ഒരു മുന്നറിപ്പുമില്ലാതെ ഊണിന് മുമ്പിലിരുന്ന് പൊട്ടിക്കരഞ്ഞു.

"ജാമി മോള് അടുത്താഴ്ച പുതിയ വീട്ടിക്കൂടും.... എന്താ കൊടുക്കാന്ന് ഒരു പിടിയൂല. എന്റേല് കാശൊന്നൂല്ല. കല്യാണത്തിന് സകലതും പൊടിപൊടിച്ചതല്ലേ?"

കുഞ്ഞിമ്മ നിശ്ശബ്ദം ഉണ്ടുകൊണ്ടിരുന്നു." കാര്യമാക്കണ്ട" എന്ന് ഞാൻ കണ്ണിറുക്കി. ഇനി ആ ഭാരം കൂടി കുഞ്ഞിമ്മ ഏൽക്കണം. മകൾക്ക് വീട്ടുസാമാനങ്ങൾ മുഴുവൻ കുഞ്ഞിമ്മയുടെ വകയാവട്ടെ. അതായിരുന്നു ഉമ്മയുടെ ഉന്നം. എന്നിട്ട് അൽപ്പം സ്നേഹം പ്രതിഫലമായി കൊടുത്തിരുന്നെങ്കിൽ!

"അതിനുള്ള വഴി ബിലാൽ കാണട്ടെ. അവന്റെ പെങ്ങളല്ലേ, കൊടുക്കാതിരിക്കോ?"

കുഞ്ഞിമ്മ വാഷ്ബേയ്സിനരികിലേക്ക് നടന്നുകൊണ്ട് പോംവഴി പറഞ്ഞു.

"അവനോടല്ലേ ഞാനാദ്യം ചോദിച്ചത്. അതെങ്ങന്യാ റൂബി. അവനല്ലേ മൂത്ത മക്കളെ കല്യാണത്തിന് ചെലവാക്കിയത്? അതിന്റെ കടം തീരട്ടേന്ന്. കോളേജിലെ ജോലികൊണ്ട് അവന്റെ കടം വീട്ടാൻ തെകയ്യോ?"

വല്യുമ്മയെ ഇടംകണ്ണിട്ട് നോക്കിക്കൊണ്ടാണ് ശരം. വല്യുമ്മയാണല്ലോ ആഷ്നേയും മുംതാസിനേയും പെറ്റത്.

"അതോ, കേട്ടോളിൻ. എനിക്ക് ജാമി മോളേക്കാൾ വലുതാ അവര്. ഉമ്മാടെ വേർതിരിവ് എനിക്ക് ഉണ്ടാവൂല. ഉപ്പ അതല്ല ഞങ്ങളെ പഠിപ്പിച്ചത്. ജാമി മോളുടെ വാശിയും കുശുമ്പും ഉമ്മ പഠിപ്പിച്ചതാണ്."

താഴ്ന്ന സ്ഥായിയിലാണ് തുടങ്ങിയത്. പറഞ്ഞു തീർന്നപ്പോൾ എന്റെ സ്വരം ഉച്ചസ്ഥായിയിലേക്ക് ഉയർന്നുപോയി. ഉമ്മയുടെ നിയന്ത്രണത്തിന്റെ അണ തകർന്നു.

"ആരു വന്നതിന് ശേഷാ ഈ വീട് നശിച്ചതെന്ന്, ആര് കാരണാ ആ മനുഷ്യൻ നാടുവിട്ടു പോയതെന്ന്. ഓർത്തുനോക്കീയിട്ടുണ്ടോ? എടാ, നിനക്ക് സ്വന്തം ഉമ്മാനേക്കാൾ വലുതാ അവര്. സ്നേഹം സ്നേഹംന്ന് ഉരുവിട്ട്, കയറിവന്നത് മുതൽ ആ മനുഷ്യനെ പന്ത് തട്ടീല്ലേ! ഞങ്ങടെ ഭർത്താവ് വീട്ടില് സ്വൈരം കിട്ടാണ്ടെ പോയി. എന്നിട്ട് വീടുഭരണം നടത്തുന്നു! പുരുഷന്മാരാ വീട്ടില് ഭരണം നടത്തേണ്ടത്. സ്ത്രീകളല്ല. ആ മനുഷ്യനെ ഓർത്ത് തീ തിന്നാത്ത ദിനങ്ങളില്ല. അല്ലാഹു എന്ത് കണ്ടിട്ടാ എന്നെയിങ്ങനെ.... ആ മനുഷ്യനിപ്പാ ജീവിക്കുന്നോ, മരിച്ചോ എന്ന് ആർക്കറിയാം. കൊല്ലെത്രയായി പോയിട്ട്. എന്തെങ്കിലുമൊരു വിവരംണ്ടോ?"

ഉമ്മ നിന്നു കിതച്ചു. കുഞ്ഞിമ്മ വല്ലാതെയൊന്നു നടുങ്ങി. ഏതോ ഘനതമസിലേക്കാണ്ടു പോകുകയാണോ അവരെന്ന് ഞാൻ ഭയപ്പെട്ടു. പക്ഷെ, ഒന്നുമുണ്ടായില്ല.

കുഞ്ഞിമ്മ നിസ്തോഭയായി എന്റെ മുമ്പിൽ വന്നുനിന്ന് നനഞ്ഞ കൈകൊണ്ട് എന്റെ ചുമലിൽ തൊട്ടുകൊണ്ട് മുറിയിലേക്ക് പോയി. മതി മോനെ എന്നായിരുന്നു ആ സ്പർശനത്തിന്റെ പൊരുൾ.

സ്നേഹമില്ലാത്തവളല്ല ഉമ്മ. ഉപ്പയെ എത്രയോ സ്നേഹിച്ചിരുന്നിരിക്കും. വല്യുമ്മയും അങ്ങനെത്തന്നെ. പക്ഷെ, ആര് സ്വൈരം കെടുത്തിയിട്ടാണ് ഉപ്പ പോയതെന്ന് എനിക്കറിയാം. പ്രജ്ഞയുടെയും ഭ്രാന്തിന്റെയും നടുക്ക് നട്ടം തിരിയുന്ന ഉപ്പ ഇട്ടെറിഞ്ഞ് പോകയല്ലായിരുന്നു. എല്ലാം മുൻകൂട്ടി ഉപ്പ പ്ലാൻ ചെയ്തു. പറമ്പുകളും ബിസിനസ്സും ഷയറുകളും എല്ലാം ഭാഗിച്ചുവെച്ചു. കുഞ്ഞിമ്മക്ക് മാത്രം ഒന്നുമില്ല. കുഞ്ഞിമ്മയെ കൂട്ടി എങ്ങോട്ടെങ്കിലും പോകാനാണത്രെ തുനിഞ്ഞത്. ആരും അറിയാതെ. അവസാന നിമിഷം കുഞ്ഞിമ്മ കാലുമാറി.

'ഒളിച്ചു പോകാൻ ഞാനില്ലെന്ന്' അവർ ശഠിച്ചു പറഞ്ഞത്രെ. അതൊരു വല്ലാത്ത ആഘാതം തന്നെയായിരുന്നു. "പോരുന്നില്ലെങ്കിൽ വേണ്ട റൂബി. എനിക്ക് ഞാൻ മാത്രം. എന്നും ഞാനൊറ്റക്കായിരുന്നു. നീയായിരുന്നു എന്റെ ജീവനെ ഉണർത്തിയത്. നീയുണ്ടാവും അവസാനംവരെ എന്ന് വെറുതെ ഞാൻ മോഹിച്ചു."

കുഞ്ഞിമ്മയുടെ കണ്ണുകൾ നിറഞ്ഞൊഴുകി. അവർ ഒരു കരുത്തിനെന്ന പോലെ കുട്ടിയായ എന്നെ ചേർത്തുപിടിച്ചു.

"ശരി. വരുന്നില്ല, അല്ലേ റൂബി. ഞാൻ പോവും. പോവും." കുഞ്ഞിമ്മ ഉറക്കെ തേങ്ങിയത് ഇപ്പോഴും ഓർമയുണ്ട്. ചൂടുറ്റ കണ്ണീർക്കണങ്ങൾ അടർന്നുവീണു.

തൽക്കാലത്തെ ക്ഷോഭം മാറിയാൽ ഉപ്പ വരും. വരും. എല്ലാവരും കാത്തു. ഉൽക്കണ്ഠാപൂർണമായ കാത്തിരുപ്പ്. ഉപ്പ പിന്നീടൊരിക്കലും പടി കടന്നെത്തിയില്ല. പൊള്ളുന്ന മണൽക്കാട്ടിലൂടെയുള്ള യാത്ര പോലെയായി കുഞ്ഞിമ്മയുടെ പിന്നത്തെ ജീവിതം. ആർക്കുവേണ്ടിയാണ് പിന്നെ കുഞ്ഞിമ്മ ജീവിച്ചത്? ഒരൊറ്റ നിമിഷം കൊണ്ട് ഉമ്മ എല്ലാം മറന്നുകളഞ്ഞല്ലോ.

ആരെച്ചൊല്ലിയാണ് വലിയൊരു കാവ്യപ്രപഞ്ചംതന്നെ ഉപേക്ഷിച്ചു ഉപ്പ പോയതെന്ന് എനിക്കറിയാം. ഉമ്മ എന്തേ കുഞ്ഞിമ്മ കൂടെ പോകാതിരുന്നത്? നിങ്ങൾ തമ്മിൽ പോരടിക്കരുതെന്ന് കരുതിയിട്ട്. ഇവിടുത്തെ കുട്ടികൾ, ഉപ്പയുടെ കുട്ടികൾ നന്നായി വരണമെന്ന് കരുതിയിട്ട്.

ഇതൊന്നും ഞാൻ പറഞ്ഞില്ല. പറഞ്ഞാൽ വഴക്ക് വർധിക്കും. ഉമ്മക്ക് അപസ്മാരമുണ്ടാകും. വല്യുമ്മക്ക് തലചുറ്റലും തുടങ്ങും. വേണ്ട. ഒന്നും വേണ്ട.

മുകളിലെ മുറിയിൽ ചെന്നപ്പോൾ കുഞ്ഞിമ്മ അലമാര തുറന്ന് പാസ്സ്ബുക്കുകൾ, ചെക്ക്ബുക്കുകൾ ഇവ നിലത്തേക്ക് ചൊരിഞ്ഞിട്ട് തെരയുകയായിരുന്നു.

"മതി കുഞ്ഞിമ്മ തെരഞ്ഞത്. കുഞ്ഞിമ്മ ഇപ്പോഴാർക്കും പണം കൊടുക്കാൻ പോണില്ല. ഇവിടുത്ത ആവശ്യങ്ങൾ തീരലില്ല കുഞ്ഞിമ്മ. ഈ ജന്മം മുഴുവൻ അധ്വാനിച്ചുണ്ടാക്കി കൊടുത്താലും തീരില്ല. മക്കളത് കഴിഞ്ഞാൽ പേരക്കുട്ടികളുടെ. കുഞ്ഞിമ്മക്ക് എന്തെങ്കിലും അസുഖം വന്നാൽ ആരെങ്കിലും നോക്കുംന്ന് തോന്നുന്നുണ്ടോ? ഒരു ജന്മം മുഴുവനും മറ്റുള്ളവർക്കായി എരിച്ചു തീർത്ത ആളോട് പറഞ്ഞത് കേട്ടി ല്ലേ. ജീവിച്ചിരിക്കുന്നോ മരിച്ചോ എന്ന്."

നിലത്തെ നീല പരവതാനിയിലിരുന്ന് കടലാസുകൾ ചികഞ്ഞിരുന്ന കുഞ്ഞിമ്മയുടെ വിരലുകൾ നിശ്ചലമായി. ഏതോ വേദനയാൽ ആ നെഞ്ച് വിറച്ചു.

എനിക്കോർമവെച്ചത് മുതൽ വീട് ഒരു രാജ ദർബാറിനെപ്പോലെ ശബ്ദങ്ങൾ നിറഞ്ഞതായിരുന്നു. മുൻവശത്തെ വലിയ ഹാളിൽ കവിയരങ്ങുകളും കാവ്യസദസുകളും അരങ്ങേറി. ഇന്ത്യയുടെ പല ഭാഗങ്ങളിൽ നിന്ന് നാനാമതസ്ഥരായ കവികൾ, സാഹിത്യകാരന്മാർ, കാവ്യകലയുടെ ആശയഗാംഭീര്യവും, അർഥപുഷ്ടിയും തേടി എത്തി. ഹർഷാവേശത്തോടെ ഉമ്മ എല്ലാവരേയും സ്വീകരിച്ചു. മഹാകവി അമീർഖാന്റെ ഘനഗംഭീരമായ കവിതാപാരായണം ഏതു ശബ്ദത്തിനും മീതെ ആയിരുന്നു. അകത്ത് ബീഗത്തിന് ചായസൽക്കാരം കൊണ്ട് പൊറുതിമുട്ടി. മിത്രങ്ങൾക്കും അപരിചിതർക്കും ആവശ്യക്കാർക്കും ഉപ്പ വേണ്ട സാമ്പത്തിക സഹായം നൽകിപ്പോന്നു. മുംതാസ് ജനിച്ചതിൽപ്പിന്നെയാണ് വല്യുമ്മ ഉപ്പയിൽ നിന്നകലാൻ തുടങ്ങിയത്. (മുത്തുപ്പയുടെ മകൻ ഹബീബിക്കയാണ് പഴങ്കഥകളൊക്കെ എനിക്ക് പറഞ്ഞുതന്നത്. ഉപ്പയുടെ കവിതയുടെ ഘനിമയും ഗരിമയും ഏറെ ആസ്വദിച്ച ഭാഗ്യവാൻ.) വല്യുമ്മ കവിതയെയും കവികളെയും വെറുത്തു. വീട്ടിലെ ഉത്സവങ്ങൾ വല്യുമ്മയെ ചൊടിപ്പിച്ചു. അവർ മകളെയെടുത്ത് സ്വന്തം വീട്ടിലേക്ക് ഇറങ്ങിപ്പോയി. ഉപ്പയുടെ കാര്യങ്ങൾ കഷ്ടത്തിലായി. ചായ സർക്കാരങ്ങൾക്കും ആതിഥ്യങ്ങൾക്കും കുറവുകൾ വന്നുതുടങ്ങി. ഉപ്പ തളർന്നു. ഒത്തുതീർപ്പ് ശ്രമങ്ങൾ ഏറെ നടന്നു. കവിതയെഴുത്ത് നിർത്താതെ പോരില്ലെന്ന് വല്യുമ്മ. അങ്ങനെയാണത്രെ ഉമ്മ ഉപ്പയുടെ ജീവിതത്തിലേക്ക് കടന്നുവന്നത്.

പക്ഷെ, ഒരു തമാശയുണ്ടായി. ഉമ്മയെ വീട്ടിൽ കൊണ്ടുവന്ന അന്നുതന്നെ വല്യുമ്മ മുംതാസിനെ എടുത്ത് വീട്ടിൽ തിരിച്ചെത്തി. അവരന്നും എങ്ങനെ കഴിഞ്ഞിരുന്നു എന്ന് അറിഞ്ഞൂടാ. ഏതായാലും പുതിയൊരു കൊടുങ്കാറ്റ് വീശുന്നത് വരെ രഞ്ജിപ്പിൽ കഴിഞ്ഞുവെന്ന് തോന്നുന്നില്ല.

അല തകർത്തുകൊണ്ട് ഓർമകൾ കുഞ്ഞിമ്മയെ ആകെ ഉലയ്ക്കുകയാണ്. അവരുടെ ഹൃദയത്തിന്റെ ഹൃദയവും ആത്മാവിന്റെ ആത്മാവും രസനയുടെ രസനയുമായിരുന്ന ഒരാൾ. ഏതോ ചിന്തകളുടെ ഇലകൊഴിഞ്ഞ കൊമ്പിൽ തളർന്നിരിക്കുകയാണ് അവരുടെ മനസ്സ്.

ഉപ്പക്ക് കുഞ്ഞിമ്മ ആരായിരുന്നു? എത്ര അടിപതറിയ അവസരത്തിലും കുഞ്ഞിമ്മയുടെ അടുത്തു പോയാൽ മന്ദസ്മിതം കൊണ്ട് തുടുത്ത മുഖത്തോടെയായിരുന്നത്രെ ഉപ്പ പുറത്തേക്ക് കടന്നിരുന്നത്.

ഉപ്പയും വല്യുമ്മയും കയ്ക്കുന്ന അനുഭവങ്ങൾ ഏറെ കൊടുത്തിരിക്കണം. ഇഴ പറിഞ്ഞു തുടങ്ങിയിരുന്ന ഹൃദയബന്ധങ്ങൾ. അക്കാലത്ത് കുഞ്ഞിമ്മക്ക് ചുറ്റും ചരിത്രം തിരയടിച്ചിരുന്നുവത്രെ. ഏതോ കവിസമ്മേളനത്തിൽ വെച്ചു കണ്ടുമുട്ടിയതാണെന്ന് ഒരു കൂട്ടർ. അല്ല, ഏതോ സംഗീതവിദ്വാന്റെ വിദൂഷിയായ മകൾ എന്ന് മറ്റുചിലർ. ഏതായാലും മൂക്കുത്തിയഴിച്ച്, മുല്ലപ്പൂ കളഞ്ഞ് അഗ്രഹാരത്തിൽ നിന്നും അവർ 'അമീർ മൻസിലിൽ' എത്തി. ബ്രാഹ്മണ്യം കിടിലം കൊണ്ടു. ഏക ദൈവ സങ്കൽപ്പധാരകൾ കോൾമയിർകൊണ്ടു.

ജീവിതം ഒരു പാനോത്സവം പോലെ മദഭരിതമായിരുന്നുവെന്ന് കുഞ്ഞിമ്മ. ഹൃദയത്തിന്റെ ഉൾത്താളങ്ങൾ ഒന്നുചേർന്നു. ആത്മാവിനെ തൊട്ടു തഴുകുന്ന സ്നേഹത്തിന്റെ ഉപ്പ് ജീവിതത്തെ രുചികരമാക്കി.

ലോകം മുഴുവൻ ഉറങ്ങിക്കഴിയുമ്പോൾ ഇരുവരും പുഴക്കരയിലേക്ക് പോകും. കാലുകൾക്ക് കീഴെ തുടിക്കുന്ന ഭൂമി. വിരിഞ്ഞു മലർന്ന നിലാവിന്റെ സമൃദ്ധിയിൽ ഉപ്പ നക്ഷത്രങ്ങൾക്ക് കീഴെ മലർന്നു കിടക്കും. പുഴക്കരയിലെ ഏകാന്ത സമ്പർക്കങ്ങളിൽ നിറനിലാവിന്റെ വെളിച്ചത്ത് കവിതയെഴുത്ത്.

ഉപ്പ ഏറ്റവുമധികം പ്രണയകവിതകൾ എഴുതിയിട്ടുള്ളത് അക്കാലത്താണത്രെ. പ്രണയ ഭാവനയുടെ ക്ഷീരം അകിടുചുരത്തി. പ്രവഹിച്ചു. ഏറെ മദിരകുടിച്ച ഒരു ഉന്മത്തനെപ്പോലെ ഉപ്പ കവിതകൾ പറഞ്ഞുകൊടുക്കും. കുഞ്ഞിമ്മ എഴുതിയെടുക്കും.

അക്കാലത്ത് കാവ്യപ്രചോദനത്തിന്റെ ഉറവിടം കുഞ്ഞിമ്മ തന്നെയായിരുന്നു. തുരുതുരെ പുസ്തകങ്ങൾ ഇറങ്ങി. പാരിതോഷികങ്ങൾ, ബഹുമതികൾ, പ്രിയ പ്രേയസിയുടെ പരിരംഭണം – എന്റെ കവിതകൾ എന്ന് അഭിമുഖത്തിൽ പോലും ഉപ്പ പറഞ്ഞുവത്രെ. സ്നേഹത്തിന്റെ പരിരക്ഷ, പരിലാളന, ഒടുങ്ങാത്ത വിശ്വാസം – എല്ലാ ഉപ്പ അറിയുകയായിരുന്നു. തീവ്ര പ്രണയത്തിന്റെ ശാദ്വലഭൂമിയിൽ സ്വപ്നത്തിന്റെയും ജീവിതത്തിന്റെയും ഉന്മത്തനൃത്തം.

"വിപഞ്ചികയുടെ തന്ത്രികളിൽ
ചലനം സൃഷ്ടിക്കുന്നവളേ –
നീ എവിടെയാണ്....... എവിടെയാണ്......?"

ഉപ്പ സദാ മൂളിക്കൊണ്ടിരിക്കും.

കുടുംബബന്ധങ്ങളുടെ അയഞ്ഞ കെട്ടുകൾ ഉറപ്പിക്കാൻ കുഞ്ഞിമ്മ ആവുന്നതും ശ്രമിച്ചു. ഉമ്മയെയും വല്യുമ്മയെയും രോഗകാലത്ത് ശുശ്രൂഷിച്ചു. കുട്ടികളുടെ എല്ലാ പ്രശ്നങ്ങളിലും ഇടപെട്ടു. എന്നിട്ടും വീട്ടിലെ വേവലാതികൾ അസ്വാരസ്യങ്ങളായി നിശ്ശബ്ദം നീറിപ്പടർന്നു. അഗ്നിജ്വാലകളായി ആളിപ്പടർന്നു.

പ്രശസ്തിയുടെ ഉത്തുംഗത്തിലുള്ള ഈ അസ്വൈരതകൾ ഉപ്പ ചുറുചുറുക്കോടെ സഹിക്കുകയായിരുന്നു. ഉമ്മയോടും വല്യുമ്മയോടും ഒരു നീതിനിഷേധവും നടത്താതിരുന്നിട്ടും അവർക്ക് ഉപ്പ തെറ്റുകാരനായി.

എന്റെ കുട്ടിക്കാലത്ത് കുഞ്ഞിമ്മയുടെ കൂടെയായിരുന്നു ഉറക്കം. കുട്ടികൾ ഉറങ്ങാനായി ഉമ്മയും വല്യുമ്മയും മലക്കുകളുടെയും ജിന്നുകളുടെയും കഥകൾ കേൾപ്പിക്കുമ്പോൾ കുഞ്ഞിമ്മ ഗന്ധർവന്മാരുടെയും ദേവന്മാരുടെയും കഥകൾ എനിക്ക് പറഞ്ഞുതന്നു. ബ്രഹ്മചാരികൾ സ്വരിച്ചു പാടുന്ന വേദമന്ത്രധ്വനികൾ കേൾപ്പിച്ചു. മരണാനന്തര രഹസ്യം മൂന്നാമത്തെ വരമായി അർഥിച്ച നചികേതസ്സിന്റെ കഥ പറഞ്ഞു. ആരുമറിയാതെ കുഞ്ഞിമ്മ എന്നെ സംസ്കൃതം പഠിപ്പിച്ചു. ആത്മസത്തയെയും പരമസത്തയെയും കുറിച്ചു പറഞ്ഞു കേൾപ്പിച്ചു.

ലോഭമില്ലാതെ പണം എടുത്തു ചെലവാക്കുന്നത് ഞാൻ തടയുമ്പോൾ ഇപ്പോഴും കുഞ്ഞിമ്മ പറയും: "ഇദം ന മ മ" ഇതെന്റേതല്ല.

പലപ്പോഴും ഗാർഹിക പ്രശ്നങ്ങളിൽ ഉരുകി വേദനിക്കുന്ന കുഞ്ഞിമ്മയെ നോക്കി ഉപ്പ ഉച്ചത്തിൽ പാടിയിരുന്നത് ഇന്നും ഓർക്കുന്നു:

"ദിലേ നാദാൻ, തുജേ
ഹുവാ ക്യാഹേ?
ആഖിർ ഇസ്ദർദ് കീ
ദ്വാ ക്യാഹെ?"

ഇത് പാടിക്കഴിഞ്ഞ് ഉപ്പ ഉറക്കെ പൊട്ടിച്ചിരിക്കും. കുഞ്ഞിമ്മ പുഞ്ചിരി തൂകും.

ഹൃദയത്തിന്റെ കഥയില്ലായ്മകൾക്കും അതിന്റെ തീവ്ര വ്യഥകൾക്കും ചികിത്സ അന്വേഷിച്ച് അവസാനം ഉപ്പ എവിടെപ്പോയി? ഉത്തരേന്ത്യയിലെ ഏതോ നവാബിനെ രസിപ്പിക്കാൻ ദർബാർ ഹാളിൽ കവിത ചൊല്ലുന്നുണ്ടാവുമോ? അതോ ഏതെങ്കിലും സൂഫി മഠത്തിലോ ദർഗയിലോ പ്രാർഥനകളിൽ മുഴുകിക്കഴിയുകയോ?

കവിതയുടെ പ്രണയഭാജനം, ഭാഷയുടെ അഭിമാനഭാജനം, നാടിന്റെ അപൂർവ പ്രതിഭ! എവിടെപ്പോയി ഇന്നാ അത്ഭുതപ്രതിഭ?

ഏതോ നവാബിനും സിൽബന്ധികൾക്കും വേണ്ടി ഉപ്പ പാടുന്നുണ്ടാവുമോ?

"ദിൽ ആപ്കാ കേദിൽ മേ ഹൈ ജോ കുച്ച് സബ് ആപ്കാ?
ദിൽ ലിജിയേ മഗൽ മേരേ അർമാൻ നികാൽകേ"

കുഞ്ഞിമ്മയുടെ ഗദ്ഗദം പോലെ പശ്ചാത്തലസംഗീതം ഉയരുന്നുണ്ടാവും.

ഈ ഹൃദയത്തിനകത്തുള്ള സകലതും അങ്ങയുടേതാണോ? എങ്കിൽ എടുത്തുകൊള്ളൂ. പക്ഷെ, അതിനുള്ളിൽ തുടിക്കുന്ന മോഹങ്ങളുണ്ടല്ലോ. അത് തീർച്ചയായും തിരികെ കിട്ടണം.

കുഞ്ഞിമ്മയുടെ ഹൃദയത്തിൽ തപസിന്റെ അഗ്നിയുണ്ട്. സ്നേഹത്തിന്റെ അഗ്നി. കാത്തിരിപ്പിന്റെ തപസ്സ്. രക്തത്തിന്റെയും മാംസത്തിന്റെയും സ്വപ്നത്തിന്റെയും ആകത്തുകയായ ഈ ജീവിതം അവരോട് നീതി കാണിച്ചുവോ?

കുട്ടിക്കാലം മുതൽ പ്രണയവും പോരുകളും സ്നേഹവും രോഷവും പാരസ്പര്യവും വിഘടനതയും ഇതൊക്കെ കണ്ടു വളർന്നവനാണ് ഞാൻ. അതുകൊണ്ട് തന്നെ മനസേറെ തളർന്നും പോയി. ഉമ്മ എത്ര നിർബന്ധിച്ചിട്ടും, വല്യുമ്മ എത്ര പറഞ്ഞിട്ടും ഞാൻ വിവാഹം കഴിക്കാൻ മടിക്കുന്നത് അതുകൊണ്ടാണ്. കുഞ്ഞിമ്മ മാത്രം നിർബന്ധിക്കില്ല.

"നിന്റെ ജീവിതം അതെടുത്ത് ചൂത് കളിക്കാൻ ആർക്കവകാശം! നീ സ്വന്തം വഴിയിലൂടെ മാത്രം നീങ്ങണം. എന്നാൽ ഒന്നറിഞ്ഞുകൊള്ളൂ. മനുഷ്യന്റെ ഇന്ദ്രിയങ്ങൾക്ക് അടക്കമില്ല. സംതൃപ്തിയിലേക്കുള്ള ആദ്യത്തെ പടി ഇന്ദ്രിയ നിഗ്രഹമാണ്. അഥവാ ദമം."

ഉപ്പയുടെയും കുഞ്ഞിമ്മയുടെയും സല്ലാപങ്ങളും വിലാപങ്ങളും ഒരു ചന്ദനസുഗന്ധമായി. അതിന്റെ ഓർമകൾ എന്നെ ഉന്മത്തനാക്കുന്നു; സ്നേഹത്തിന്റെ ആ സുകൃതങ്ങളേയും. എന്നാൽ അറ്റമില്ലാത്ത വേദനകളെ മറക്കുവാനും വയ്യ. ശരീരത്തിൽ ഭ്രമിച്ചും, രമിച്ചും കഴിയുകയല്ല യഥാർഥ സ്നേഹം. തീക്ഷ്ണ സ്നേഹത്തിന്റെ അമൃത് ഒരു വശത്ത്; അസഹ്യമായ വെറുപ്പിന്റെ കാളകൂടം മറുവശത്ത്. എന്തൊക്കെ ഓർമകളാണ്.....! കുഞ്ഞിമ്മയുടെ ഈ ഉരുകിയൊഴുകുന്ന അശ്രുവിന് എന്തൊക്കെ ഓർമകളാവാം!

അസറിന്റെ ബാങ്ക് മുഴങ്ങി. ഞാൻ കുഞ്ഞിമ്മയെ മോഹനിദ്രയിൽ നിന്നുണർത്തി. ഞാനും കുഞ്ഞിമ്മയും വുളു എടുത്തു.......

പ്രാർഥനയാൽ കൂമ്പിയ ഹൃദയത്തോടെ കുഞ്ഞിമ്മ മക്കയ്ക്ക് നേരെ തല കുനിച്ചു. "അല്ലാഹു അക്ബർ......"

പ്രാർഥനയിൽ അവരുടെ ചുണ്ടുകൾ വിറച്ചു. "ബിസ്മില്ലാഹി റഹ്മാനി റഹിം കുൽഹുവല്ലാഹു അഹദ്..... അല്ലാഹുസ്സമദ്......"

മൂന്നാമത്തെ റക്അത്ത് ആയപ്പോഴേക്കും കുഞ്ഞിമ്മ നിസ്കാര വിരിപ്പിലേക്ക് വീണു. ഏതോ മോഹാലസ്യത്തിലേക്ക് വഴുതി വീഴും മുമ്പ് അവർ പിറുപിറുത്തു......ആമീൻ.......

എനിക്കാരേയും വിളിക്കാൻ തോന്നിയില്ല. ആരെ വിളിച്ചു കൂട്ടാനാ

ണ്! ഏത് മഹാ വൈദ്യരാണ് കുഞ്ഞിമ്മയുടെ മോഹാലസ്യം മാറ്റുക! ആരുടെ ചുറ്റുമാണ് അവരുടെ ആത്മാവ് ചിറക് വീശിപ്പറക്കുന്നത്. ആ ജീവന്റെ നിലനിൽപ്പിലാണ് ഉമ്മ സന്ദേഹപ്പെട്ടത്. രോഷപ്പെട്ടത്. ഹൃദയം മുഴുവൻ സ്നേഹം നിറച്ച് കാത്തിരിക്കുന്ന ഈ സാധുവിന്റെ നെഞ്ചിലാണ് ആ മൂർച്ചയുള്ള വാൾ കുത്തിയിറക്കിയത്......

എത്ര നേരം ഞാൻ കുഞ്ഞിമ്മക്കരികെ ഇരുന്നു എന്നറിഞ്ഞൂടാ. അടഞ്ഞ അവരുടെ കൺമുമ്പിലൂടെ ഒരു പുഴ ഒഴുകി മറയുന്നുണ്ടെന്ന് എനിക്ക് തോന്നി.

ഒരു യുഗത്തിന് ശേഷമെന്നതുപോലെ കുഞ്ഞിമ്മ കണ്ണുതുറന്നു. സ്വയം അടർത്തി മാറ്റിക്കൊണ്ട് വിശാലമായ ഒരു ലോകം അകമേ സൃഷ്ടിക്കുകയാണോ?

അവരുടെ മുഖത്തെ യൗവനം അസ്തമിച്ചിരുന്നു. എനിക്ക് മനസിലായി. അവർ വാർധക്യത്തിലെത്തി നിൽക്കുകയാണ്. വേദനയുടെ അപാര സംഗീതമാണ് എന്നെ നോക്കുന്ന ആ കണ്ണുകളിൽ തിരയടിക്കുന്നത്.

ആരേയോ കാത്തിരുന്ന ആ കണ്ണുകൾ. അവയിലെ നോട്ടം പതറിപ്പതറി എന്റെ കാലുകളിൽ ഉടക്കി. ഉപ്പയുടേത് പോലെയാണ് എന്റെയും കാലുകൾ എന്ന് കുഞ്ഞിമ്മ എപ്പോഴും പറഞ്ഞിരുന്നു. കുഞ്ഞിമ്മ കാൽ മടക്കി നിലത്തിരുന്ന എന്റെ കാലടിയെ വിരൽ കൊണ്ട് തൊട്ടു കണ്ണിൽ ചേർത്തു.

ചുണ്ടിൽ ഒരു അതീവ ശാന്തത. പിന്നീട് ഏതോ അജ്ഞാത വിതാനങ്ങൾക്കപ്പുറത്തേക്ക് കുഞ്ഞിമ്മയുടെ നോട്ടം പാളി വീണു.

ഡയാനയും പ്രണയവും ചില മുറിപ്പാടുകളും

മൂന്നു തവണ ക്ലോക്കിന്റെ മണി മുഴങ്ങി. അപ്പോഴും ഭരത്ദാസ് ഉണർന്ന് കിടക്കുക തന്നെ ആയിരുന്നു. കട്ടിലിന്റെ ഇടതുവശത്ത്, കൈത്തലത്തിൽ മുഖമർപ്പിച്ച് ചേർന്നു കിടന്നിരുന്ന ഡയാന ചെറുതായൊന്ന് അനങ്ങി. അദ്ദേഹം ശ്രദ്ധിച്ചു. ഒരു വല്ലാത്ത വിളർച്ച അവളുടെ മുഖത്ത് പ്രകടമായിരുന്നു. ജനാലയ്ക്കൽ നിന്ന് കൈനീട്ടുന്ന നിലാവിന്റെ നേർത്ത വെളിച്ചത്തിൽ, നിരന്തരം ഫേസ്പാക്കണിഞ്ഞ് തൊലിയിൽ വീണ ചുളിവുകൾ തെളിഞ്ഞു കാണാം.

ഒരു പ്രശസ്ത നർത്തകിയായ ഡയാനയ്ക്ക് മോഹിപ്പിക്കുന്ന ഒരു അംഗപ്പൊരുത്തം ഉണ്ടായിരുന്നു. വെണ്ണക്കല്ലിൽ തീർത്ത ഒരു ശിൽപ്പ ചാതുരി ഈ മുപ്പത്തിനാലിലും അവളിൽ നിറഞ്ഞു നിൽക്കുന്നു.

ആദ്യം കണ്ടപ്പോൾ ഭ്രമിച്ചു പോയത് അവളുടെയീ അംഗസുഷമയിലാണോ, അതോ കണ്ണുകളുടെ മാന്ത്രിക ഭാവങ്ങളിലോ?

'കൃഷ്ണാ നീ ബേഗനെ ബാരാ' എന്ന് വിരഹയാതനയോടെ കൈമാടി വിളിച്ചത് കഷ്ടകാലത്തിന് താനിരുന്ന ഭാഗത്തേക്ക് നോക്കിയായിരുന്നു.

നന്ദകിഷോർ ശർമ്മയായിരുന്നു ഓർഗനൈസർ. നിർബന്ധിച്ചപ്പോൾ പരിപാടിക്ക് പോകേണ്ടിവന്നതാണ്. നൃത്തരൂപങ്ങളോട് എന്തോ തനിക്ക് അകാരണമായ വിപ്രതിപത്തി ഉണ്ടായിരുന്നു. എന്നിട്ടും ചില നൃത്തങ്ങൾ കാണുവാൻ ഇതുപോലെ പോകേണ്ടിവന്നിട്ടുണ്ട്. 'നിത്യ നിത്യ' യുടെ ഉദ്ഘാടനത്തിന് പോയപ്പോൾ ശർമ്മിള ബിശ്വാസിന്റെയും, 'നർത്തക' യുടെ പരിപാടിയിൽ മഞ്ജുഭാർഗവിയുടെയും നൃത്തങ്ങൾ കണ്ടിട്ടുണ്ട്. ഭരതനാട്യവും തില്ലാനയും കുച്ചിപ്പുടിയും. ഏതായാലും നൃത്തം അധികനേരം കണ്ടിരുന്നിട്ടില്ല. ശാന്തയുടെയും, ധനഞ്ജന്റെയും നൃത്തമാണ് അൽപ്പമൊന്ന് മനസിൽ പതിഞ്ഞുപോയത്. വൈജയന്തിക്ക്

നൃത്തം ജീവനായിരുന്നു. ഋഷികേശും വർഷയും ഗുജറാത്തി കുടുംബം. അവരുടെ ഒപ്പമാണ് അവളുടെ നൃത്തം കാണൽ. പിന്നെ ഇടയ്ക്ക് ഓഫീസിൽ നിന്ന് സ്ഥിരം സഹകാരിയും സഹചാരിയുമായ മിസ്റ്റർ ഭട്നാകറിനൊപ്പം.

വേണ്ട..... ഓർത്തു തുടങ്ങിയത് ഡയാനയുടെ നൃത്തത്തെക്കുറിച്ചാണ്. അവൾ വ്യത്യസ്തമായ അംഗചലനങ്ങളുടെ ഉടമയായിരുന്നു. നൃത്തം തീർന്നു കഴിഞ്ഞിട്ടും നർത്തകിയുടെ ഗൂഢസ്മിതങ്ങൾ പായിച്ച വൈദ്യുതി ദേഹത്തിൽ ആഘാതമായി ശേഷിച്ചു. അപ്പോഴാണ് അറിയിപ്പുണ്ടായത്.

'അപ്രതിമനായ നിരൂപകനും, പത്രപ്രവർത്തകനുമായ ഭരത്ദാസ് നർത്തകി ഡയാനയ്ക്ക് ഉപഹാരം സമ്മാനിക്കുന്നതാണ്.' ഭരത്ദാസ് ചെറിയ അത്ഭുതത്തോടെ തലയുയർത്തിയപ്പോൾ ശർമ്മ പുഞ്ചിരി തൂകി, കണ്ണിറുക്കി.

എത്രപേർക്ക് ഈ കൈകൊണ്ട് ഉപഹാരം കൊടുത്തിരിക്കുന്നു! പക്ഷെ, മനസിവിടെ എന്തിനാണ് ഒരു മയിൽപ്പേടയുടെ ആനന്ദത്തോടെ നൃത്തം ചെയ്യുന്നത്?

കളിച്ച് വിയർത്ത ദേഹത്തോടെ, മുഖത്ത് കൂടെ ഒലിക്കുന്ന ചായത്തോടെയാണ് അൽപ്പം കിതപ്പോടെ ഡയാന വന്നു നിന്നത്. പുരസ്കാരദാനം കഴിഞ്ഞ് പിൻസ്റ്റേജിലേക്ക് രണ്ടുപേരും പിന്മാറി. ഗ്രീൻറൂമിലേക്കുള്ള ഇടനാഴിയിൽ ശർമ്മ പരിചയപ്പെടുത്തിയപ്പോൾ വിരൽകൊണ്ട് വിയർപ്പ് വടിച്ചുകളഞ്ഞ് അവൾ കൈകൂപ്പി, പുഞ്ചിരിച്ചു. ചുണ്ടുകൾക്കിരുവശത്തും നെറ്റിയിലും ആഴത്തിലുള്ള ചുളിവുകൾ. ചെറുപ്പക്കാരിയല്ല ഈ നർത്തകിയെന്ന് മനസിലായി. എന്നാലും മനസിലെന്തോ മിന്നൽപ്പിണരുകൾ പുളഞ്ഞു.

"ശരി, ഇനിയും കാണാം സഹോദരീ."

ഭരത്ദാസും കൈകൂപ്പി. മെടഞ്ഞിട്ട നീണ്ട തലമുടി വെട്ടിച്ച് ഡയാന തിരിഞ്ഞപ്പോൾ ആ അംഗസുഭഗതയിൽ അന്തംവിടുന്ന ഭഗത്ദാസിന് നേരെ കുനിഞ്ഞുകൊണ്ട് നന്ദകിഷോർ രഹസ്യം പറഞ്ഞു: "ദിൻ മേ സിസ്റ്റർ, രാത് മേ ബിസ്തർ." (പകൽ സഹോദരിയും രാത്രി കിടക്കവിരിപ്പും) ശർമ്മയുടെ ശൃംഗാരച്ചിരി അൽപ്പം ജാള്യതയുണ്ടാക്കി.

"എന്തു പറ്റിയെടാ ഭരത് തനിക്ക്."

"ഏയ്, ചുമലുകൾ ചലിപ്പിച്ചപ്പോൾ എന്തിനോ ഉള്ള് വിറച്ചു പോയി. തനിക്കിന്ന് എന്താണ് പറ്റിപ്പോയത്?"

"പക്ഷെ, ഒരു വിധത്തിലും അടുക്കാത്ത പാർട്ടിയാണ്. സ്വഭാവം ക്ലീൻ ക്ലീൻ. നല്ല പഠിപ്പുണ്ട്. നൃത്തത്തിന്റെ ഭ്രാന്ത് മുഴുത്ത് വിവാഹം വേണ്ടെന്ന് പറഞ്ഞു നടക്കുന്നു. ഇവളുടെ ഒരു ആരാധകൻ പിറകെ ഭ്രാന്തെടുത്ത് നടക്കുന്നുണ്ട് വർഷങ്ങളായി. പക്ഷെ, കല്യാണം കഴിഞ്ഞാൽ നൃത്തം നിർത്തണം. സുമുഖൻ, സുന്ദരൻ. ഉയർന്ന ജോലി, ഉത്തമ സ്നേഹം. പക്ഷെ പെണ്ണ് സമ്മതിക്കണ്ടേ?"

നന്ദകിഷോർ ഒരാവശ്യവുമില്ലാതെ ഉറക്കെ പൊട്ടിച്ചിരിച്ചു. എന്നിട്ട് പതുക്കെ ചോദിച്ചു:

"നൃത്തം നമ്മുടെയൊക്കെ ഹരമാണെങ്കിലും സ്വന്തം പെണ്ണിനെ നമ്മള് വിടോ ഈ ആട്ടത്തിന്?" അരക്കെട്ട് ശൃംഗാരത്തോടെ ഒന്നു വെട്ടിച്ചുകൊണ്ടാണ് അവസാനത്തെ വാക്കുകൾ പറഞ്ഞത്. "ഛെ."

"ഭരത് വണ്ടി കൊണ്ടുവന്നിട്ടില്ലല്ലോ. പോകാൻ തിരക്കുണ്ടാവും. ഈ പെണ്ണ് കേരളാഹൗസിൽ രണ്ടു ദിവസം കാണും. നാളെ ഏതോ രണ്ടു പ്രോഗ്രാം കൂടി ഉണ്ട്. കാലത്തും വൈകീട്ടും. പെണ്ണ് നല്ല തറവാട്ടുകാരിയാണ്. കൂടെ ജ്യേഷ്ഠനും ഉണ്ട്. അവൾക്ക് എൽ ഐ സി യിൽ ഉയർന്ന ഉദ്യോഗം. പിന്നെ....."

എന്തിനാണ് ശർമ്മ വീണ്ടും വീണ്ടും കുടുംബചരിത്രങ്ങൾ വിസ്തരിക്കുന്നത്? ആളിന്ന് നല്ല മൂഡിലാണ്. രണ്ടോ മൂന്നോ ലാർജ് വിഴുങ്ങിയിരിക്കണം. മുഖം വല്ലാതെ ചുവന്നിരിക്കുന്നു.

"സത്യം പറയാം സ്നേഹിതാ ഈ പെണ്ണ് ഉടുത്തൊരുങ്ങി പൈജാമാ സൂട്ടിൽ മുമ്പിൽ വന്നു നിന്നപ്പോൾ ശരീരകാന്തി കണ്ട് ഞാനങ്ങ് അന്തിച്ചുപോയി. എന്തൊരു സ്റ്റക്ച്ചർ!"

കേട്ടപ്പോൾ ആ ചതഞ്ഞ മുഖത്ത് പരത്തിയൊരു അടികൊടുക്കാനാണ് തോന്നിയത്. ഛെ, വഷളൻ, ലമ്പടൻ. മുഖത്തേക്ക് ഇരമ്പി വന്ന ദേഷ്യം കാണാതിരിക്കാൻ മുഖം തിരിച്ചുകൊണ്ട് പുറത്തേക്ക് നോക്കി. മഴയോ?

ദില്ലിയിലെ മഴ പ്രണയ പ്രകർഷങ്ങളുടെ മഴയാണ്. എല്ലാവരും ജോലി നിർത്തി മഴയുടെ സൗന്ദര്യത്തെ കണ്ണുകളാൽ വാരിപ്പുണർന്നു. മുകളിലത്തെ പടിയിൽനിന്ന് ഭരത്ദാസ് മഴയത്തേക്ക് ചാടിയിറങ്ങി.

'ബദ്മാൾ പാഗൽ' എന്ന് ശർമ്മ ഉറക്കെ വിളിച്ചുപറയുന്നത് ശ്രദ്ധിച്ചില്ല. ഏതോ ലഹരി തലയ്ക്ക് പിടിച്ചു കഴിഞ്ഞിരുന്നു. പക്ഷെ, പനിച്ചു കിടന്നത് ഒരാഴ്ചയാണ്.

ഭരത്ദാസ് പുറത്തെ നിലാവിൽ നിന്ന് കണ്ണുകൾ പിൻവലിച്ച് പാതിയെരിഞ്ഞ സിഗററ്റിലേക്ക് നോക്കി. വൈജയന്തിയുടെ താക്കീത് ഓർമവന്നു.

"ഇനി ഒരഞ്ചു കൊല്ലം കൂടി ഈ ധൂമപാനം തുടർന്നാൽ പിന്നെ വേഗം തന്നെ തെക്കേത്തൊടിയിൽ അന്തിയുറങ്ങാം. ഡോക്ടറല്ലേ അന്നു പറഞ്ഞത്?"

കേൾക്കുന്നവർക്ക് സ്നേഹശാസനയാണെന്ന് തോന്നാമെങ്കിലും ശബ്ദത്തിൽ അതിന്റെ കണികയുണ്ടായിരുന്നില്ല. കുറേക്കാലം ഒന്നിച്ച് ജീവിച്ച് മടുക്കുമ്പോൾ എല്ലാ ദമ്പതികളും ഇങ്ങനെയൊക്കെയാവുമോ?

സ്നേഹം ഒരു കടങ്കഥയായത് എത്രവേഗത്തിലായിരുന്നു! ഈ കുടുക്കിൽ നിന്നൊന്ന് രക്ഷപ്പെട്ടാൽ മതിയെന്ന് നാഴികയ്ക്ക് നാൽപ്പത് വട്ടം പറയും വൈജയന്തി.

"എനിക്ക് ജോലിയുണ്ട്. മകൻ ഹോസ്റ്റലിലും പിന്നെന്തിന് വലിച്ചു നീട്ടുന്നു? ഏച്ചുകൂട്ടിയാൽ മുഴച്ചിരിക്കും!"

അവൾ തരുണിന്റെ കാര്യം പറയുമ്പോൾ ഹൃദയം നടുങ്ങിപ്പോകുന്നു. അകം നീറുന്നൊരു വേദനയായിരിക്കുന്നു മകൻ.

സിഗരറ്റ് കൊണ്ട് കൈപൊള്ളിയപ്പോൾ അയാൾ ഞെട്ടി കുറ്റി താ

ഴെയിട്ടു. എത്രാമത്തെതാണ് ഇത്? ഇന്ന് ആഹ്ലാദിക്കേണ്ട രാത്രിയാണ്. പ്രണയ സാഫല്യത്തിന്റെ രാത്രി. ക്ലേശങ്ങൾ നിറഞ്ഞ, വിരഹദുരിതത്തിന് ശേഷം വന്നെത്തിയ രാത്രി. ക്ലേശങ്ങൾ അതെ, ശരിക്കും ക്ലേശങ്ങൾ തന്നെയാണ്, പ്രശസ്തരായ ഇരുവർക്കും സമൂഹം കനിഞ്ഞു നൽകിയ പാരിതോഷികം.

പുറത്ത് പരന്നൊഴുകുന്ന നിലാവിന്റെ ക്ഷീരസാഗരം. പുഴക്കരയിൽ കെട്ടിയുണ്ടാക്കിയ ആ ചെറിയ കുടിൽ ആഗ്രഹപൂർത്തിയുടെ മറ്റൊരു സാഫല്യം.

പുഴവക്കിൽ നമ്മുടെ സ്ഥലത്ത് കെട്ടിയുണ്ടാക്കിയ കുടിലിലാവണം ആദ്യരാത്രി എന്ന് വൈജയന്തിയുമായുള്ള പ്രണയം വളർന്നപ്പോൾ, പ്രണയം ശാരീരികാകർഷണങ്ങളിലേക്ക് കടന്നപ്പോൾ പറഞ്ഞിരുന്നു. എന്നാൽ വിവാഹം പൊടുന്നനെ ആയിരുന്നു. രണ്ടാളും അരദിവസത്തെ ലീവെടുത്തു. ചാന്ദിനീ ചൗക്കിലെ ചെറിയ ഗൗരീശങ്കർ മന്ദിറിൽ വെച്ച് അങ്ങോട്ടുമിങ്ങോട്ടും ഓരോ തുളസിമാലയിട്ടു. ഏതോ മന്ത്രങ്ങൾ പാതി സംസ്കൃതത്തിലും പാതി ഹിന്ദിയിലും ഉച്ചത്തിൽ ചൊല്ലിക്കൊണ്ട് തടിയനായ പൂജാരി രണ്ടു കയ്യും ബന്ധിപ്പിച്ചു. മന്ദിറിനെ വലം വെച്ചു. മുകളിലുള്ള അമ്പലമണി മുട്ടി. തീർഥത്തിൽ ചാലിച്ച ചന്ദനം നെടുനീളത്തിൽ തൊട്ടു തന്നു. വൈജയന്തിക്ക് സിന്ദൂരരേഖയിൽ കുങ്കുമമിട്ടു, കഴിഞ്ഞു. നൂറിന്റെ നോട്ട് ആ നിവർത്തിയ കയ്യിൽ വെച്ചു കൊടുത്തപ്പോൾ തലയുയർത്താതെ രണ്ടു വിരലുകൾ ഉയർത്തിക്കാട്ടി, ഇരുന്നൂറ്.

അവിടുന്നായിരിക്കണം ജാള്യതകളുടെ, പൊരുത്തക്കേടുകളുടെ ആരംഭം. (വിവാഹം രജിസ്റ്റർ ചെയ്യാം, പിന്നെ എന്നായിരുന്നു തീരുമാനം. അതു പിന്നെ നടന്നില്ലെന്ന് മാത്രം.)

കല്യാണം കഴിഞ്ഞ് ഹോസ്റ്റലിലേക്ക് മടങ്ങുക. നാട്ടിൽ ചെന്ന് അമ്മയുടെ കാൽ തൊട്ട് വന്ദിച്ചതിനുശേഷം തുടങ്ങാം വിവാഹജീവിതം, എന്നും ഉറപ്പിച്ചു.

'നിനക്കിഷ്ടമുള്ള ഏത് പെണ്ണിനെ കെട്ടിയാലും അമ്മയ്ക്ക് സമ്മതം. പക്ഷെ, കൃഷ്ണവേണിയെ ആയിരുന്നു അമ്മ ഉള്ളിൽ നിനക്ക് കണ്ടു വെച്ചത്' എന്നായിരുന്നു അവസാനത്തെ കത്തിൽ അമ്മ എഴുതിയത്. കൊണ്ടുചെന്ന് കാണിച്ചുകൊടുക്കാം, ആ എണ്ണയൊലിക്കുന്ന നാടൻ പെണ്ണിനേക്കാൾ എത്ര ഭേദമാണ് ഈ പരിഷ്കാരിപ്പെണ്ണ് എന്ന്.

നാട്ടിൽപ്പോക്ക് വൈജയന്തി സമ്മതിച്ചില്ല. വിവാഹപ്പിറ്റേന്ന് തന്നെ ദില്ലിയിലെ ഒരു മോഡറേറ്റ് ക്ലാസ്സ് ഹോട്ടലായ ശീശ്മഹൽ ഗസ്റ്റ് ഹൗസിൽ ദാമ്പത്യം ആരംഭിച്ചു. മധുരം പോരാത്ത മധുവിധു. സ്നേഹം, പരിലാളന, പരിരക്ഷ ഇത് കൊതിച്ച ഭരത്ദാസിന് അവയൊന്നും കിട്ടിയില്ല. സ്നേഹിച്ചില്ല എന്ന് പറഞ്ഞുകൂടാ. പക്ഷെ, വൈജയന്തി വളരെ പ്രായോഗികമതിയായിരുന്നു. അവളുടെ വീട്ടുകാർക്ക് ഈ വിവാഹം എതിരല്ല. എന്നാൽ നാട്ടിൻപുറങ്ങളോട് പരമപുച്ഛം.

'സുൻഹരി' മോസ്കിനപ്പുറത്തെ തെരുവിലെ വാടകവീട്ടിൽ താമസം തുടങ്ങിയിട്ടും സ്നേഹത്തിന്റെ തരളഭാവങ്ങൾ അവളിൽ

ഉണർന്നില്ല. സ്നേഹദരിദ്രമായ ഈ ജീവിതം എങ്ങനെ ഒന്നവസാനിപ്പിക്കാം എന്ന് ചിന്തിക്കുമ്പോഴാണ് അവളുടെ ഗർഭരഹസ്യം അറിഞ്ഞത്.

"അമ്മയുടെ അടുത്തേക്ക് ഇനിയെങ്കിലും പോകണം." അയാൾ വാശി പിടിച്ചു. നാട്ടിൽ സാഹിത്യ സാംസ്കാരിക മേഖലകളിൽ ഏറെ പ്രസംഗങ്ങൾക്ക് ക്ഷണം കിട്ടിയ സമയമായിരുന്നു. ഇവിടുത്തെ ഉദ്യോഗം കളഞ്ഞ് അവിടെ ഏതെങ്കിലും പത്രത്തിൽ കയറിക്കൂടി നാട്ടിൽത്തന്നെ കഴിയാനും സ്വകാര്യമായൊരു മോഹമുണ്ടായിരുന്നു, വൈജയന്തിയോട് പറഞ്ഞില്ലെങ്കിലും.

മോർണിങ് സിക്ക്നസ്സും, ഗർഭകാല ആലസ്യങ്ങളുമായി വീട്ടിലേക്ക് പോയ വൈജയന്തി തിരികെ വാടകവീട്ടിലേക്ക് വന്നത്, തരുണിന് ഒരു വയസ്സെത്തിയപ്പോഴാണ്. അപ്പോഴേക്കും പത്രപ്രവർത്തനത്തിലും, നിരൂപണങ്ങളിലും സാഹിത്യത്തിലും മുഴുകി പുതിയൊരു ആന്തരിക പ്രപഞ്ചം അയാളും സൃഷ്ടിച്ചു കഴിഞ്ഞിരുന്നു. ആറാം വയസിൽ തരുണിനെ ഹോസ്റ്റലിലേക്ക് അവൾ മാറ്റിയപ്പോഴും മനസിന് അധികം ഗ്ലാനി ഉണ്ടായില്ല. എന്നാലും വളർന്നു വന്നപ്പോൾ അവൻ ഹോസ്റ്റലിലിരുന്ന് ഗൃഹാതുരത്വത്തോടെ അമ്മയ്ക്കെഴുതുന്ന കത്തുകൾ താൽപ്പര്യത്തോടെ പിന്നേയും പിന്നേയും വായിച്ചിരുന്നത് അയാളായിരുന്നുവല്ലോ. കുട്ടിയുടെ ചുമതല അവൾ ഏറ്റു. പരസ്പരം പിരിഞ്ഞു പോകുമ്പോൾ, അവൾ വികാരരഹിതയായി പറഞ്ഞത്, എന്നും സൗഹൃദത്തോടെ കാണാം, ശത്രുത അരുത് എന്നായിരുന്നു.

പിന്നീട് വർഷങ്ങൾ കഴിഞ്ഞാണ് ഡയാനയെ പരിചയമായത്. അവളുമായി കത്തിലൂടെ ഏറെ അടുത്തപ്പോഴാണ് അഗ്നിസ്ഫുല്ലിംഗം പോലെ ഈ ആശയം. ഇവളെ..... ഈ സ്നേഹമതിയായ പെണ്ണിനെ എനിക്ക് വേണം വേണം.

ഡയാനക്ക് ഇങ്ങോട്ട് തീരാത്ത സ്നേഹമായിരുന്നു. വളരെ ക്ലേശിച്ച് ദീർഘയാത്രക്ക് ശേഷം കാണാൻ ചെല്ലുമ്പോൾ നൃത്തം ചെയ്യുന്ന കണ്ണുകൾ. ആരതി ഉഴിയുന്ന നോട്ടങ്ങൾ. ജീവിതം പൊള്ളുന്ന മണൽക്കാടാവുമ്പോൾ തീർഥജലത്തിന്റെ തണുപ്പും സ്വാദുമായി ഒരു സ്നേഹബന്ധം. ഡയാനയുടെ ഹൃദയത്തിന് അളക്കാനാവാത്ത അഗാധത ഉണ്ടായിരുന്നു. അതു നിറച്ചു സ്നേഹവും.

ഡയാനക്ക് ദില്ലിയിലേക്ക് മാറ്റം കിട്ടിയത് അയാളുടെ സ്വാധീനം കൊണ്ടു തന്നെ ആയിരുന്നു. എവിടെയൊക്കെയാണ് ചുറ്റി നടന്നത്! ഒരു ദിവസം ഇന്ത്യാഗേറ്റിന് ചുറ്റും നടന്നാൽ, അടുത്ത ദിവസം സഫ്ദർജംഗ് ടോംബിലും, പിന്നൊരു ദിവസം കൊണാട്ട്പ്ലേസിലും പോകും. കുത്തബ്മിനാറും ഇസ്ലാം മോസ്ക്കും നടന്നു കണ്ടു. സദാ ലാളിക്കപ്പെട്ടു കഴിയാനുള്ള മോഹം ഭരത്ദാസിനെ വീണ്ടും മോഹിപ്പിക്കുകയായിരുന്നു. എന്ത് സ്നേഹമുള്ള പെണ്ണ്.

നാൽപ്പത്തിരണ്ട് കഴിഞ്ഞപ്പോഴാണല്ലോ തന്നിൽ സ്നേഹം പുഷ്പിച്ചത് എന്നായിരുന്നു അയാൾ അത്ഭുതപ്പെട്ടത്. നിരൂപണരംഗത്ത് അയാൾ ഒരു ധീഷണാശാലി തന്നെ ആയിരുന്നു. കൂടുതൽ പുസ്തകങ്ങൾ ഇറങ്ങി. ഡയാനക്കും പരിപാടികൾ കൂടി.

ജാഗ്രത്തിലും സ്വപ്നത്തിലും സുഷുപ്തിയിലും പ്രേമപ്രകർഷത്തിന്റെ അഗ്നിശുദ്ധി. എല്ലാ വികാരങ്ങളോടും കൂടി സ്നേഹിക്കുവാൻ, എല്ലാ ആവേശത്തോടും കൂടി അണയുവാൻ അകം നീറ്റുന്ന ദിവസങ്ങൾ. ദൂരെ എവിടെയെങ്കിലും പോകേണ്ടി വന്നാൽ പൊടുന്നനെ ഉണരുന്ന വിരഹാഗ്നിയിൽ തപിച്ച് യാത്രപോലും മാറ്റി വെച്ചിട്ടുണ്ട്. ജീവിതത്തിന്റെ അർഥം ഈ സ്വയം സമർപ്പണമാണെന്ന് അവർ അറിയുകയായിരുന്നു.

പക്ഷെ, പ്രണയത്തിന്റെ ചെമ്പനീർക്കാടുകളിൽ അപകടങ്ങളുടെ മൈനുകളും ഒളിച്ചിരിപ്പുണ്ടായിരുന്നു. സമുദായം, മതം, വീട്ടിൽ നിന്നുള്ള എതിർപ്പുകൾ, ജോലിസ്ഥലത്തും പൊതുരംഗത്തും ഒരു ജനതതിയുടെ വിമർശനവും പരിഹാസവും എതിർപ്പിന്റെ മുള്ളുകളായി. എന്തു കാമ്പുള്ള മനുഷ്യൻ! പക്ഷെ, ഇങ്ങനെയൊക്കെ ആയല്ലോ.

വിവാഹത്തിനുള്ള തീരുമാനം ഉറച്ചു. ഡയാനയെ ഒരു ഗൗരവം നിറഞ്ഞ ചർച്ചയിലേക്ക് അയാൾ നയിച്ചു.

"നിന്റെ സ്നേഹപ്രസാദങ്ങളാൽ ഉണർന്നുപോയൊരു ഹൃദയമാണ് എന്റേത്. എന്നാൽ ഡയാന, എനിക്ക് നിന്റെ ഭാഗത്ത് നിന്ന് ചില ഉറപ്പുകൾ കിട്ടേണ്ടതുണ്ട്. ഒരിക്കൽ തീയിൽ വീണ പൂച്ചയാണ് ഞാൻ. ഞാനെല്ലാം പറഞ്ഞിട്ടില്ലേ?" എന്തു വില കൊടുത്തും ഈ പ്രിയങ്കരമായ നിധിയെ സ്വന്തമാക്കണം എന്ന് ഡയാന ഉള്ളിൽ ജാഗ്രത പൂണ്ടു. അങ്ങേയറ്റത്ത് ജീവന്റെ വിലപോലും.

"എനിക്ക് വേണ്ടി ചില ത്യാഗങ്ങൾ നീ ചെയ്യേണ്ടിവരും. ചെയ്യില്ലേ?"

അനേകം ആരാധകരുടെ ഭ്രാന്തെടുത്ത അപേക്ഷകളേക്കാൾ ഉള്ളുണർത്തുന്ന അപേക്ഷയാണ് ഇത്. താൻ ജീവിതത്തിന്റെ ഒരു തിരിവിൽ എത്തി നിൽക്കുകയാണ്. യൗവനകാന്തി ഇനി അധികമില്ല. പക്ഷെ, താൻ നൃത്തം ചെയ്യും, ആവും വരെ നൃത്തം ചെയ്യും. തനിക്ക് നൃത്തം, ജീവന്റെ നൃത്തം തന്നെയാണ്. ഒരു മോക്ഷപ്രാപ്തി. തന്നെ വേണ്ടാത്ത ഒരു ലോകത്തെ തള്ളിമാറ്റിക്കൊണ്ട് ഒരു പറന്നുയരൽ. ഡയാന ദീർഘമായി നിശ്വസിച്ചു.

നീണ്ട മൗനത്തെ തുളച്ചുകൊണ്ട് ഭരത്ദാസിന്റെ ശബ്ദം: "നീ മതത്തിന്റെ വേലിക്കെട്ട് പൊളിച്ച് പുറത്ത് വരേണ്ടി വരും."

ഈ ശബ്ദം അവളെ ശരിക്കും നടുക്കി. വിദ്യയുടെയും സംസ്കാരത്തിന്റെയും ധ്വജാധരി. മതമൗലികവാദങ്ങൾ മാനുഷികതയെ ഹനിക്കും എന്ന് പ്രസംഗിക്കുന്നവൻ. ആ ആളോ ഇത്?

"ഇനിയുമുണ്ട് ഡയാന ഉപാധികൾ" ഭരത്ദാസ് തുടർന്നു.

"നീ നിന്റെ കുടുംബ ബന്ധങ്ങൾ മറക്കണം. അതുപോലെത്തന്നെ നിന്റെ നൃത്തവും."

തണുത്ത ആ ശബ്ദത്തിന് ഇടിവാളിന്റെ മൂർച്ച ഉണ്ടായിരുന്നു. ഡയാനയുടെ അന്തരാത്മാവ് നടുങ്ങി. ജീവിത സമസ്യകളിൽ സാധനയും സാധകവുമായത് ഏതൊരു ചിലങ്കാധ്വനിയാണോ, അത് മറക്കണമെന്നോ? ഏത് തരം കലയും അമൃതാണ്. അതിനെ പോഷിപ്പിക്കേണ്ടതാണ് നമ്മുടെ ധർമം എന്ന് എഴുതിയവനോ ഇത്?

ഡയാന എതിർപ്പോടെ തലയുയർത്തി. ഭരത്ദാസിന്റെ യാചിക്കുന്ന കണ്ണുകൾ. അത് ചോദിക്കുകയാണ് വരില്ലേ? വരില്ലേ? ധർമവും യുക്തിയും നീതിയും എല്ലാം നിഷേധിച്ചുകൊണ്ട് ഒരു പ്രണയിതാവ്. സ്നേഹത്തിന്റെ യുക്തി എല്ലാറ്റിനും മീതെ ആയിരുന്നു. ജീവിതം ഒരു ഉടഞ്ഞ കണ്ണാടിയായി ചിതറിത്തകർന്നിരിക്കുന്നു. പക്ഷെ, പ്രിയങ്കരമായ ഒരു മുഖം അന്വേഷിക്കുന്നു:

'വരില്ലേ? വരില്ലേ?' മുറിവേറ്റവന്റെ വേദനയോടെ നിസ്സഹായന്റെ ഖേദത്തോടെ സ്നേഹത്തിന്റെ എല്ലാ ഹൃദയ നൈർമല്യത്തോടെയും അവളെ ക്ഷണിക്കുകയാണ്.

ഭീതിദമായ ഒരു ഏകാന്തത ഡയാനയെ ചുറ്റിപ്പിടിച്ചു. എന്നാൽ, കാപട്യമില്ലാത്ത ഒരു ഏകാന്ത ഹൃദയത്തെ, ആത്മാവുകൊണ്ടും മസ്തിഷ്കം കൊണ്ടും ഒറ്റപ്പെട്ടു പോയ ഈ പ്രതിഭാശാലിയെ രക്ഷപ്പെടുത്തുക തന്നെ വേണം. അവസാനിച്ചുപോകാത്ത ഈ സ്നേഹത്തിന്റെ മഹത്വത്തിൽ തനിക്കെന്തിന് സന്ദേഹം! ഡയാന കണ്ണുനീരിലൂടെ മന്ദഹസിച്ചു.

ഇത്തവണ ഭരത്ദാസ് ഉറക്കെത്തന്നെ ചോദിച്ചു:

"വരില്ലേ?"

"വരാം."

അങ്ങനെ വിവാഹമെന്ന പ്രസ്ഥാനത്തിലേക്ക് കടന്നു കയറിയിരിക്കുകയാണ് അവർ. ഡയാനയുടെ മുഖത്തെ നിഴൽപ്പാടുകൾ ഭരത്ദാസിന്റെ ശ്രദ്ധയിൽ പതിഞ്ഞില്ല. അവളുടെ കണ്ണുകളിൽ പിടയ്ക്കുന്ന ശോകജ്വാലകളും അവഗണിക്കപ്പെട്ടു. അന്തസിന് പ്രഹരമേറ്റവളെപ്പോലെ ആ മുഖം വിളർത്തിരുന്നു. നാട്ടിലേക്ക് പോകാനുള്ള വ്യഗ്രതയാൽ ഭരത്ദാസ് ഒന്നും ശ്രദ്ധിച്ചില്ല. അമ്മയുടെ മുമ്പിൽ വെച്ചുള്ള താലികെട്ടായിരുന്നു അയാളുടെ ചിന്തകളിൽ നിറഞ്ഞു നിന്നത്.

അനേകം വർഷങ്ങൾക്ക് ശേഷം തറവാട്ടുമുറ്റത്ത് കാലുകുത്തിയപ്പോൾ എന്തിനോ ഭരത്ദാസിന്റെ നെഞ്ച് ആനന്ദത്താൽ ഒന്നു പിടഞ്ഞു പോയി. പ്രിയങ്കരമായ ഗ്രാമം, പ്രിയപ്പെട്ട മനുഷ്യർ.....

മുറ്റത്ത് നെല്ല് ചിക്കിയിരുന്ന ജോലിക്കാർ രണ്ടു പേരേയും കണ്ടു. കുട്ടായിയും കേളുവും ചിരുതയും പതിവുപോലെ വിനയത്തോടെ വായ് പൊത്തുന്നതിന് പകരം അൽപ്പം പരിഹാസത്തോടെ മുഖം തിരിച്ചു. അമ്മ കാറിന്റെ ശബ്ദം കേട്ട് ഓടിവന്നുവെങ്കിലും നിറഞ്ഞ വെറുപ്പോടെ അകത്തേക്ക് തന്നെ നടക്കുകയാണ്.

ഡയാനയെ പുറത്തെ കസേരയിൽ ഇരുത്തി, ഭരത്ദാസ് പിന്നാലെ നടന്നു.

"ഒരു അന്യജാതിക്കാര്യേക്കെട്ട്യാൽ ഞാൻ സഹിക്കാം, ദാസേ. പക്ഷെ, മറ്റേ കുട്ടീടെ ശാപം തട്ടിയാൽ കരിഞ്ഞു പോവില്ല്യേ കുട്ട്യേ ഈ ജീവിതം? ഒരു ആട്ടക്കാരിക്ക് വേണ്ടി സ്വന്തം ഭാര്യേം കുട്ട്യേം കളയാൻ തോന്നീല്ല്യേ നിനക്ക്."

അമ്മ ഒരു മുന്നറിയിപ്പുമില്ലാതെ പൊട്ടിക്കരഞ്ഞു. ഭരത്ദാസ് പുറത്ത് തടവി പറഞ്ഞുകൊണ്ടിരുന്നു. വൈജയന്തിയുമായുള്ള വിവാഹദുരന്തത്തിന്റെ കഥ. പിന്നീടുണ്ടായ അനാഥത്വം. ഡയാന ഇപ്പോൾ

സുസ്മിതയാണെന്ന് ബോധ്യപ്പെടുത്തി. ഇപ്പോഴാണ് ജീവിതത്തിൽ ആനന്ദമെന്തെന്ന് താനറിയുന്നതെന്ന് അറിഞ്ഞപ്പോൾ അമ്മ കണ്ണുനീർ തുടച്ചു. ഡയാനയെ അകത്തേക്ക് വിളിച്ചു. എന്നിട്ടും അമ്മ ഏതോ കുരിശു ചിഹ്നങ്ങൾ അവളുടെ നെറ്റിയിൽ തിരയുക തന്നെ ആയിരുന്നു.

താലികെട്ടു നടന്നു. ജോലിക്കാർക്കെല്ലാം സദ്യ ഉണ്ടായി. രാത്രിയിൽ നിറനിലാവത്ത് പുഴയിലൂടെ ക്ഷീണിക്കും വരെ തോണിയാത്ര. എന്നിട്ട് പുഴക്കരയിൽ പുതുതായുയർന്ന കുടിലിൽ ഉറക്കം. സ്നേഹത്തിന്റെ മധുരങ്ങൾ കവരേണ്ടത് അങ്ങനെ വേണം എന്നതൊരു പഴയ സ്വപ്നം.

പുഴയിലൂടെ യാത്ര തുടങ്ങി. നിലാവിന്റെ നെഞ്ചു കീറി പായുന്ന തോണിയിലിരുന്ന് ഭരത്ദാസ് ആശ്വാസത്തോടെ പുഞ്ചിരിച്ചു. ഏതോ അന്തർവ്യഥകളുടെ ഉൾക്കുളിരിൽ ഡയാനയ്ക്ക് കഠിനമായി തണുക്കുന്നുണ്ടായിരുന്നു. അവളുടെ ശരീരം ചെറുതായി വിറച്ചു. ദീർഘയാത്രയുടെ ക്ഷീണവും, തണുപ്പിലൊരു തോണിയാത്രയും. അവൾ നിർത്താതെ ഛർദിച്ചു.

“മതി നമുക്ക് തിരിയെ പോകാം.” അവൾ ഛർദിക്കുന്നതിനിടയിൽ ഒരു വിധത്തിൽ പറഞ്ഞൊപ്പിച്ചു.

ആനന്ദത്തിലേക്കുള്ള നിതാന്ത സഞ്ചാരത്തിനിടയിലെ കല്ലുകടി. ഈ നാട്ടിൻപുറവും സ്വച്ഛനീലമായ ആകാശവും, ഹൃദയത്തെ ആനന്ദനൃത്തം ചെയ്യിക്കുന്നില്ലേ? നിത്യസുരഭിലമായ ഈ പ്രകൃതിയെ ആഞ്ഞുപുൽകുവാൻ അവൾക്ക് ഒട്ടും കൊതിയില്ലെന്നോ? ഭാവിയിലേക്ക് നീണ്ടു കിടക്കുന്ന ഒരു നിഴൽ കണ്ടിട്ടെന്ന പോലെ അയാൾക്ക് നടുക്കമുണ്ടായി.

അയാൾ തോണി കെട്ടിയിട്ട് കുടിലിനടുത്തെത്തുമ്പോഴേക്കും അവൾ വീട്ടിലേക്കോടിക്കയറി, ഏതോ നിശാവസ്ത്രം ധൃതിയിൽ എടുത്തണിഞ്ഞ് ഉറങ്ങിക്കഴിഞ്ഞിരുന്നു. ഭരത്ദാസിന് ആ കുടിലാകെ അടിച്ചു നിരത്താൻ മോഹമുണ്ടായി.

അവൾ സമൃദ്ധമായി കരഞ്ഞുകൊണ്ടാണ് ഉറങ്ങിയതെന്നും ഭരത്ദാസ് അറിഞ്ഞു. പാനപാത്രത്തിലെ മുന്തിരിച്ചാർ കണ്ണുനീരുപ്പുവീണ് കയ്ച്ചു പോകുകയാണോ?

സിഗരറ്റ് കുറ്റി ദൂരെയെറിഞ്ഞ് അയാൾ തല ചെരിച്ചുനോക്കി. അവൾ ഒരു ഗാഢനിദ്രയുടെ സംതൃപ്തിയിൽ ആയിരുന്നു. കണ്ണിന്റെ കോണിൽ കണ്ണുനീർ ഉണങ്ങി പൊടിയായിരിക്കുന്നു. അൽപ്പം തുറന്നു പിടിച്ച വായിൽക്കൂടി നുരയിടുന്ന ഉമിനീർ. മടുപ്പോടെ അത് നോക്കിയിരുന്നപ്പോൾ ഭരത്ദാസ് അത്ഭുതപ്പെട്ടു.

ഇതിനാണോ ഒരു ലോകത്തിന്റെ മുഴുവൻ എതിർപ്പും സഹിച്ച് ഈ വിവാഹം നടത്തിയത്? ഈ കരച്ചിലും, ഈ കൺകോണുകളിലെ കണ്ണുനീർപ്പൊടിയും കാണുവാൻ?

ഉറക്കത്തിൽ എന്തിനോ പുഞ്ചിരിച്ചു കൊണ്ട് ഡയാന തിരിഞ്ഞു കിടന്നു.

ഒരു സമാഗമത്തിന്റെ കടം

ആ വലിയ ആശുപത്രി ആരെയോ വരവേൽക്കുവാൻ തയ്യാറെടുത്തു നിൽക്കുകയാണ്. തറ ഫിനോയിലും ലിസോളും ചേർത്ത് തുടച്ചു മിനുക്കിയെടുത്തിട്ടുണ്ട്. ചുമരിൽ ഇളകിക്കിടന്നിരുന്ന ചിത്രങ്ങൾ പറിച്ചെടുത്ത് വൃത്തിയായി വെള്ളപൂശിയിട്ടുണ്ട്. ചെസ്റ്റ് ഡിസീസിന്റെ ഡിപ്പാർട്ടുമെന്റിൽ ആകെ അങ്കലാപ്പ്.

പരുക്കൻതുണി കൊണ്ടുള്ള നീല കർട്ടൻ അലക്കി പശ മുക്കി വെടിപ്പാക്കി തൂക്കിയിരിക്കുന്നു. ഡോക്ടർ കോശിയുടെ മേശപ്പുറത്ത് ആവശ്യത്തിലധികം നീല പിഴിഞ്ഞ ഒരു വെളുത്ത വിരിപ്പ് ക്രമം തെറ്റിക്കിടക്കുന്നു. അതിനു മുകളിൽ ഒഴിഞ്ഞ ഒരു ഗ്ലൂക്കോസ് കുപ്പിയിൽ ഹെഡ് നഴ്സ് മാലിനി ഒരു മഞ്ഞ റോസാപ്പൂവ് കൊണ്ടു വന്നു വെച്ചു. വിശിഷ്ടാതിഥിയുടെ ഇഷ്ടാനിഷ്ടങ്ങൾ മാധ്യമങ്ങളിലൂടെ അറിയുന്ന അവൾ അദ്ദേഹത്തിന്റെ ഒരു ആരാധിക തന്നെ ആയിരുന്നു. ആരും കാണാതെ അവൾ ആ റോസാപ്പൂവിന്റെ കവിളത്ത് അരുമയോടെ ഒരുമ്മ കൊടുത്തു.

ഡിപ്പാർട്ട്മെന്റ് ഹെഡ് ഡോക്ടർ കോശി തലങ്ങും വിലങ്ങും നടക്കുകയാണ്. അപ്പോൾ മുറിയിലേക്ക് അദ്ദേഹത്തിന്റെ ജൂനിയേഴ്സും മറ്റു ചില മെഡിക്കോസും കടന്നുവന്നു. ഡോക്ടർ നടത്തം നിർത്തി.

"ആരാണീ വരാൻ പോകുന്നതെന്ന് നിങ്ങൾക്ക് ശരിക്കും മനസിലായിട്ടില്ല. ജീസസ്! അദ്ദേഹം അമേരിക്കയിൽ നിന്നും നേരിട്ട് ഇങ്ങോട്ട് വരിക! അതും ഈ ആശുപത്രിയിൽ ആർക്കും വേണ്ടാതെ കിടക്കുന്ന ഒരു സ്ത്രീയെ കാണാൻ! മരണം അടുത്തെത്തിക്കഴിഞ്ഞ ഒരു സ്ത്രീയെ! അവർ അദ്ദേഹത്തിന്റെ ആരാവാം! എത്ര ആലോചിച്ചിട്ടും പിടികിട്ടുന്നില്ല. ഏറ്റവും വേണ്ടപ്പെട്ട ആരോ ആവണം. അതാണ് കത്ത് കിട്ടിയ ഉടനെ ......"

ഡോക്ടർ കോശിയുടെ മുഖത്ത് കണ്ട അപൂർവമായ ഉദ്വേഗവും വിഭ്രമ കൽപ്പനയും കണ്ട് ചെറുപ്പക്കാരായ മെഡിക്കോസ് ചിരിയടക്കി. എന്നാൽ ഡോക്ടർ ബീന അൽപ്പമുറക്കെ ചിരിച്ചുപോയി. ഡോക്ടർ കോശിയുടെ കണ്ണിലാളിയ ശകാരത്തിന്റെ ചൂടിൽ ആ ചിരിയുടെ അല അടങ്ങിപ്പോയി.

പക്ഷെ, എട്ടുമണിക്കെത്തുമെന്നറിയിച്ച അദ്ദേഹം ആശുപത്രിയിലേക്കല്ല, പുതുതായി പണി കഴിപ്പിച്ച തന്റെ വീട്ടിലേക്കാണ് എയർപോർട്ടിൽ നിന്നും നേരെ പോയത്. നാലഞ്ചു ജോലിക്കാരാൽ പരിചരിക്കപ്പെട്ടുകൊണ്ട് ഒരു വീട്. പൂപ്പാത്രങ്ങൾ, പരവതാനികൾ, സെല്ലുലാർ ഫോൺ. പക്ഷെ, ആരും എടുത്തുപയോഗിക്കാത്ത അപൂർവസുന്ദരമായൊരു പദം പോലെ ഒരു വീട്.

വീട്ടിലെത്തി കുളിച്ചു വന്നയുടനെ അദ്ദേഹം അമേരിക്കയിലെ വീട്ടിലേക്കുള്ള നമ്പറിൽ വിരലമർത്തി.

"ബാനു ഞാനിവിടെ എത്തി. രോഗിയെ കണ്ടിട്ടില്ല. പക്ഷെ, ഡോക്ടർ കോശിയുമായി ബന്ധപ്പെട്ടു. She is in a Precarious condition. ഒരുപക്ഷെ, സംഗതി കഴിഞ്ഞാൽ ഒരു ദിവസം ഇവിടെ നിൽക്കേണ്ടിവരും. നിനക്കറിയില്ലേ, എത്ര കണ്ണീരു കുടിപ്പിച്ച ആളാണ് അവിടെ നിമിഷങ്ങളെണ്ണിക്കിടക്കുന്നത്! നീ മറക്കും. പക്ഷെ, എനിക്കതിന് കഴിയില്ല. ഈ മണ്ണിൽ കാൽകുത്തിയത് മുതൽ ചോണനുറുമ്പുകൾ പോലെ മസ്തിഷ്കത്തെ വന്നു പൊതിയുകയാണ് ഓർമകൾ. പക്ഷെ, മത്ത് പിടിപ്പിക്കുന്ന ഓർമകളാണ്." അദ്ദേഹം പതുക്കെ ചിരിച്ചു.

വിപഞ്ചിക ഉണർത്തുന്ന സംഗീതം പോലെ ഒരു തേങ്ങൽ റിസീവറിലൂടെ ഒഴുകിയെത്തി. "അരുത്" അദ്ദേഹം അൽപ്പം അസ്വസ്ഥതയോടെ നെറ്റി ചുളിച്ചുകൊണ്ട് ഫോൺ താഴെ വെച്ചു. എന്നാൽ സ്വസ്ഥതയോടെ പ്രഭാതഭക്ഷണം കഴിച്ചു.

"എട്ടു മണിക്കല്ലേ സാർ, ആശുപത്രീല് ചെല്ലാംന്ന് ഏറ്റത്? രണ്ടു മൂന്നുകുറിയായി എത്തിയോ, എത്തിയോ എന്ന് അവർ ചോദിക്കുന്നു."

പരിചാരകൻ പിറകിൽ വന്നുനിന്നു.

"വരട്ടെ" അദ്ദേഹം മേൽ മീശ തടവിക്കൊണ്ടിരുന്നു. പിന്നെ പഴയ ശീലം പോലെ നഖം കടിച്ചു.

നീണ്ട വർഷങ്ങൾക്ക് ശേഷം അവൾക്ക് വേണ്ടി ആരോ എഴുതിയ ചെരിഞ്ഞ അക്ഷരങ്ങൾ ഓർമവന്നു.

"ഇതാ സമയമായി. ഒരു കൂടിക്കാഴ്ചയുടെ കടം..... അങ്ങയെ ഒന്നു കാണണം എന്നുണ്ട്." താഴെ ആശുപത്രിയുടെ വ്യക്തമായ മേൽവിലാസം.

ഈ വരികൾ വായിച്ചപ്പോൾ അദ്ദേഹത്തിന്റെ ഹൃദയത്തിൽ ഒരു ചലനവും ഉണ്ടായില്ല. വികാരത്തിന്റെ വിക്ഷോഭം ഉയർന്നില്ല. കണ്ണുകളിൽ നീർ ഉണർന്നില്ല. വരാനുള്ളത് വന്നു എന്ന ഒരു ഭാവം മാത്രം. മുമ്പായിരുന്നെങ്കിൽ അവൾ തന്നെ, ഏകാന്ത തപ്തമായ ഒരു ലോക

ത്തിലേക്ക് ഇട്ടെറിഞ്ഞു പോകുന്നതിന് മുമ്പായിരുന്നെങ്കിൽ ഇതുവായിച്ചാൽ അദ്ദേഹത്തിന്റെ ഹൃദയം വേദനയാൽ പിളർന്നുപോകുമായിരുന്നു.

എന്നാൽ ഈ മണ്ണിൽ തിരിച്ചെത്തി ആ കടലാസ് നിവർത്തിയപ്പോൾ കനൽ കൊണ്ടു കത്തിയതുപോലെ അദ്ദേഹമൊന്നു പിടഞ്ഞുപോയി. ഒരു സ്ത്രീ, എന്നോ മറന്നു കഴിഞ്ഞുവെന്ന് വിശ്വസിക്കുന്ന, എന്നാലൊരിക്കലും ഹൃദയത്തിൽ നിന്നും വിട്ടുപിരിഞ്ഞിട്ടില്ലാത്ത ഒരു ഓർമയായിത്തീർന്ന ഒരു സ്ത്രീ. മുമ്പ് പ്രിയപ്പെട്ട ഒരു പാട്ടോ പ്രിയങ്കരമായ ഒരു സിനിമയോ അങ്ങനെ ആഴത്തിലുള്ള ഏതനുഭവവും ഓർമയുണർത്തിയിരുന്ന ഒരു സ്ത്രീ.

സുഖഭോഗങ്ങൾ നിറഞ്ഞ ജീവിതത്തിനിടയിലും മുറുകുന്ന ഒരു നിസ്സഹായതയായി ഒരു തേങ്ങൽ ഹൃദയത്തെ നടുക്കുമായിരുന്നു. ഹും! എന്തു തെറ്റിനാണ് അവളന്ന് തന്നെ തള്ളിയകറ്റിയത്? അദ്ദേഹം സ്വീകരണ മുറിയിലെ ദിവാൻ കോട്ടിലേക്ക് ചാഞ്ഞു.

ഉള്ളിൽ യൗവനത്തിന്റെ ഓർമകളുണർന്നപ്പോൾ ചുണ്ടിൽ പുഞ്ചിരി നിറഞ്ഞു. ഒരു കോടീശ്വരന്റേത് പോലെ ആർഭാടം നിറഞ്ഞ ജീവിതം, അസൂയ ഉണർത്തുന്ന യശസ്സ്. തന്നെത്തേടി വന്ന നവാനന്ദങ്ങളെ അദ്ദേഹം ഒരു തരിപോലും ബാക്കി വെക്കാതെ നുണഞ്ഞു. എത്ര ശ്രമിച്ചാലും മായാതെ ഉള്ളിന്റെയുള്ളിൽ ഊറി നിറയുന്ന വിഷാദം. നിറഞ്ഞ ആൾക്കൂട്ടിത്തിനിടയിലും മനുഷ്യ മനസിന്റെ അകം നീറ്റുന്ന ഏകാന്തവും വിവശവുമായ സങ്കടങ്ങൾ. വേദനിപ്പിക്കുന്ന ഒരു ലോകത്ത് പുഞ്ചിരി ഉണർന്ന ചുണ്ടുകളോടെ ജീവിക്കുക. കാപട്യത്തിന്റെ ഒരു ലോകത്തെ ചവുട്ടിത്തള്ളിക്കൊണ്ട് ചിറകുകൾ വീശി ആരോഹണങ്ങളിലേക്ക് പറന്നു കയറിയത് ഈ സ്ത്രീയോടുള്ള പക തീർക്കാനല്ലേ? കാണ്! എന്റെ കണ്ണുനീർക്കണങ്ങളെ ഞാനെങ്ങനെ പവിഴപ്പുറ്റുകളാക്കിയെന്ന്. വ്യസനബോധങ്ങളെ എങ്ങനെ അനുഗ്രഹങ്ങളാക്കി മാറ്റി എന്ന്. ഓരോ വിജയത്തിന്റെ കിതപ്പിലും അദ്ദേഹം അണപ്പല്ല് ഞെരിച്ചു. കാണ്! കാണ്!

ഇനി കാണാം. അദ്ദേഹം തനിക്ക് പ്രിയങ്കരമായ സൂട്ട് എടുത്തണിഞ്ഞു. മുഖത്ത് വില കൂടിയ പൗഡർ മിനുക്കി. ശ്മശ്രുക്കളെ ഒന്നു തലോടി ഓമനിച്ചു. മേൽമീശ ഒന്നു പിരിച്ചുവെച്ചു. ഇനി കാണുവാൻ പോകാം.

തോട്ടക്കാരൻ വളരെ ശുഷ്കാന്തിയോടെ പരിപാലിച്ചിരുന്ന പൂന്തോട്ടം കടന്ന് കാറ് നീങ്ങി. മഞ്ഞ റോസാപ്പൂക്കളുടെ ഉന്മത്ത നൃത്തം.

കാർപോർച്ചിൽ ആശുപത്രിയുടെ മേധാവിയും മറ്റു ഡോക്ടർമാരും അദ്ദേഹത്തെ ആഹ്ലാദത്തോടെ സ്വീകരിച്ചു. ഉപചാരങ്ങളും ഭംഗിവാക്കുകളും കഴിഞ്ഞപ്പോൾ രോഗിയെ കാണുവാൻ അവർ വരാന്തയിലൂടെ നീങ്ങി.

അറ്റമില്ലാത്ത വരാന്തകളാണ് ഈ ആശുപത്രികളുടെ ശാപം. പിടികിട്ടാത്ത മനസുകൾ പോലെ. ഏത് മാർഗത്തിലൂടെ പോയാൽ വഴി

തെറ്റാതിരിക്കാം എന്ന ഒരു സൂചനയും കിട്ടാതെ താൻ ഏറെ വലഞ്ഞിട്ടുണ്ട്, മുമ്പ്. അന്ന് തീരെ ചെറുപ്പമായിരുന്നു. ഇന്ന് ശരീരത്തിന്റെ ഭാരം കൂടി. കാൽമുട്ടുകൾ ഉടലിന്റെ സ്നേഹഭാരം താങ്ങുന്നില്ല. സ്നേഹഗ്രന്ഥികൾ തന്നെ ചതിക്കുകയാണ്. രക്തത്തിലെ കൊളസ്ട്രോളും പഞ്ചസാരയുമൊന്നും നോർമലായിക്കിട്ടുന്നില്ല. അൽപ്പം നടക്കുമ്പോഴേക്കും ക്ഷീണിച്ചുപോകുന്നു.

പക്ഷെ, ഈ നിറഞ്ഞ യശസിന്റെ കൊടുമുടിയിൽ നിൽക്കുന്ന നേരത്ത് അവളെ കാണുവാൻ ചെല്ലുന്നത് ഒരു സുഖമാണ്. പ്രേമഭംഗത്താൽ ഭ്രാന്തചിത്തനായ പഴയ കാമുകനല്ല ഇത്. ദു:ഖത്തിന്റെ അണികളെ എതിർത്തു തകർത്തവൻ. ഒരു ലോകം തന്നെ വെട്ടിപ്പിടിച്ചവൻ! നിനക്ക് കാണാം, ഈ ആശുപത്രിക്കെട്ടിടം പോലും എനിക്കുനേരെ തല കുനിച്ച് വണങ്ങുന്നത്. അദ്ദേഹത്തിന്റെ ചുണ്ടിൽ ക്രൂരമായ ഒരു പുഞ്ചിരി തലകാട്ടി.

രോഗിയെ ജനറൽ വാർഡിൽ നിന്ന് ഭേദപ്പെട്ട ഒരു മുറിയിലേക്ക് മാറ്റിയിരുന്നു. ധൃതിപൂണ്ട കാൽവെയ്പുകളോടെ ആകാശത്ത് നീങ്ങുന്ന വെളുത്ത മേഘശകലങ്ങൾ പോലെ അവൾക്ക് ചുറ്റും നഴ്സുമാർ. അദ്ദേഹവും പരിവാരവും മുറിയിൽ പ്രവേശിച്ചു.

കട്ടിലിലെ രോഗിയെ ഒന്നു നോക്കിയ ശേഷം അദ്ദേഹം സന്ദേഹത്തോടെ ഡോക്ടർ കോശിയെ നോക്കി. "അതെ സംശയിക്കേണ്ട അവൾ തന്നെ." അദ്ദേഹം കണ്ണുകളടച്ച് ആംഗ്യം കാണിച്ചു.

"ഞാൻ പറഞ്ഞില്ലേ, ശ്വാസകോശത്തിന്റെ ലെഫ്റ്റ് ലോബ് മുക്കാലും ഇല്ല. റൈറ്റ് ലോബ്....."

"മതി" അദ്ദേഹം ഒറ്റ വിരലുയർത്തി തടഞ്ഞു.

രോഗി ഒരു ദീർഘനിദ്രയിലേക്കുള്ള ഇടനാഴികളിലെവിടയോ ആയിരുന്നു. അദ്ദേഹം അൽപ്പം നിരാശയോടെ അവളുടെ ആ അടഞ്ഞ കൺപോളകളെയും, വരണ്ടു വിണ്ട ചുണ്ടുകളെയും നോക്കിക്കൊണ്ടിരുന്നു. ആ ചുണ്ടുകളിൽ ഒരു തീരാത്ത ദാഹം ഇരമ്പി നിറയുന്നതായി തോന്നി.

ഇത് അവളാണോ? ഈ ശുഷ്കിച്ച ദേഹവും, ഉണങ്ങിയ ചുണ്ടുകളും, ആരോ ധൃതിയിൽ ഉടുപ്പിച്ച വെളുത്ത വോയിൽ സാരിക്കിടയിലൂടെ കാണുന്ന കാറ്റുപോയ ബലൂൺ പോലെയുള്ള മാറിടങ്ങളും! ഏതോ യാത്രയ്ക്കിടയിൽ അവളുറങ്ങുമ്പോൾ താൻ സ്പർശിച്ചുനോക്കിയ തുടുത്തുമിനുത്ത ചുണ്ടുകളും, പഴയ മാംസളമായ മുഖവും, ധിക്കാരം നിറഞ്ഞ നോട്ടങ്ങളും എല്ലാമുണ്ടായിരുന്ന അവളാണോ ഇത്? പ്രഥമ ദർശനത്തിൽത്തന്നെ ആരുടെ അടക്കമില്ലാത്ത കടാക്ഷങ്ങൾ വന്നു മുട്ടിയിട്ടാണ് തന്റെ ആത്മകവാടം തുറന്നു പോയത്, ആ പെണ്ണ്?

'ഈ പനിനീർ പൂക്കൾ ഇപ്പഴേ വിടരൂ
ഇപ്പോൾ മാത്രം......
ഈ പരിമൃദുവായ പരിമളം പോകുംമുമ്പ്

ഗാനത്തിനും പ്രേമത്തിനും വേണ്ടി
ആത്മാവ് ഉണരട്ടെ.....'

എന്ന് കോളേജ് ദിനത്തിന് ഹിന്ദുസ്ഥാനിയിൽ പാട്ടുപാടി തന്റെ മനം മയക്കിയ പെൺകിടാവ്? സ്നേഹത്തിന്റെ അമൃത് തന്റെ ഹൃദയത്തിലേക്ക് പകർന്ന് ക്ഷീണിച്ചുപോയ ആ പെൺകുട്ടിയാണോ ഈ കിടക്കുന്നത്?

അദ്ദേഹം മുഖം പൊത്തി വിങ്ങിവിങ്ങി കരഞ്ഞു. അമ്പരന്നു പോയ ഡോക്ടർമാരും നഴ്സുമാരും നിശ്ശബ്ദം മുറിവിട്ടിറങ്ങിപ്പോയി.

ദിവ്യയും ഭവ്യവുമായ ഒരു സ്നേഹത്താൽ നീർത്തുള്ളിയെ വെൺമുത്താക്കി മാറ്റുന്ന ഒരു സുകുമാരാത്മാവായിരുന്നു അവളുടേത്. പക്ഷെ, ജീവിത ദു:ഖങ്ങൾ അവളെ പിടിച്ചുലയ്ക്കുക തന്നെ ആയിരുന്നു. ധർമച്യുതിയുടെ തമസിൽ പിടയുന്ന ആ മാൻപേടയെ രക്ഷിക്കുക ആവശ്യമായി തോന്നി. മയക്കുമരുന്നിന്റെ തിമിരം നിറഞ്ഞ മനസോടെ അവളെ സ്നേഹിക്കാനെത്തിയ മുറച്ചെറുക്കൻ. അരയിൽ സദാ കത്തി തിരുകിയാണ് സ്നേഹത്തിന്റെ ഭീഷണിയുമായി അവൻ വന്നിരുന്നത്.

വിവാഹത്തിന്റെ തിയതി ഉറച്ചു. സാക്ഷികൾ തയ്യാറായി. വാടക വീട് ഒരുങ്ങി. പക്ഷെ, ഒരു മുന്നറിയിപ്പുമില്ലാതെയാണ് പെട്ടെന്ന് അവൾ ഒഴിഞ്ഞു മാറിയത്. പിരിയുമ്പോൾ അവൾ ഇടറാത്ത തൊണ്ടയോടെ ആവശ്യപ്പെട്ടത് എന്നെങ്കിലുമൊരിക്കൽ ഒരു സമാഗമം. അതെ ഒരു സമാഗമത്തിന്റെ കടം. ഒരൊറ്റ വാക്കിലൂടെ ഒരു വലിയ രമ്യഹർമ്യത്തിന്റെ അടിത്തറ തകർത്തവൾ — 'നീ സ്നേഹനഷ്ടത്തിന്റെ തീക്ഷ്ണ വ്യഥ അറിയും.' നിലയോ കരയോ ഇല്ലാത്ത സങ്കടക്കടലിലേക്ക് വീണ അദ്ദേഹം ശപിച്ചു. തന്റെ ദിവസങ്ങളെ അന്ന് കണ്ണുനീരിലാഴ്ത്തിയ, ഹൃദയത്തെ നൂറായി നുറുക്കിയ ആ സ്ത്രീയിതാ ഈ കട്ടിലിൽ.......

അദ്ദേഹം മുഖത്ത് നിന്ന് കൈകൾ പറിച്ചെടുത്തു. അപ്പോൾ നഴ്സ് രോഗിയുടെ ചെവിക്കരികിലേക്ക് കുനിഞ്ഞു.

"നോക്കൂ ഇതാ ആരാ വന്നിരിക്കുന്നതെന്ന് നോക്കൂ. എന്നെക്കൊണ്ട് നിങ്ങൾ കത്തെഴുതിച്ചില്ലേ? ആ ആളിതാ വന്നിരിക്കുന്നു. കണ്ണു തുറക്കൂ." അഞ്ചോ പത്തോ നിമിഷങ്ങളുടെ നിതാന്ത പരിശ്രമത്തിന് ശേഷം രോഗി കണ്ണുകൾ ആയാസത്തോടെ വലിച്ചു തുറന്നു. തന്റെ നേരെ കുനിഞ്ഞു നിന്ന ആളെ ഒന്നു കണ്ടു. പക്ഷെ, യാതൊന്നും കാണാത്ത കണ്ണുകളായിരുന്നു അവ. വികാര ലേശമില്ലാത്ത കണ്ണുകൾ. പതുക്കെ കണ്ണുകൾ വീണ്ടും അടഞ്ഞു.

"കണ്ടില്ലേ, ശരിക്കും കണ്ടില്ലേ? പിന്നീട് ബഹളം വെക്കരുത്." എന്തോ പറയാനായി ചുണ്ടുകൾ തുറക്കാൻ ശ്രമിച്ചപ്പോൾ അവരുടെ മാസങ്ങളായി പല്ലു തേക്കാത്ത, കറുപ്പു തീണ്ടിയ ദന്തനിരയുടെ അഗ്രം പുറത്തുകണ്ടു. അദ്ദേഹത്തിന്റെ മുഖം കയ്പുനീർ കുടിച്ചതുപോലെ ചുളിഞ്ഞു.

"ഇനി ഇപ്പോഴൊന്നും ഉണരില്ല സാർ."

നഴ്സ് ഭവ്യതയോടെ പറഞ്ഞു.

“ഉറങ്ങിക്കൊള്ളട്ടെ..... ഉറങ്ങിക്കൊള്ളട്ടെ..... ഞാനും പുറപ്പെടുകയായി പിന്നീട് വരാം.”

അദ്ദേഹം ധൃതിയിൽ മുറിക്ക് പുറത്ത് കാത്തു നിൽക്കുന്ന വൈദ്യ സംഘത്തിൽ ചേർന്നു.

പിന്നീട് ഉണർച്ചയുടെ ഏതോ ഇടനാഴിയിൽ കണ്ടുമുട്ടിയപ്പോൾ രോഗി നഴ്സിനോട് പറഞ്ഞു:

“എനിക്ക് പല്ല് തേയ്ക്കണം.”

അവളുടെ തൊണ്ട അൽപ്പം ഇടറി. മുറി മുഴുവനും ഇടറിയിടറി നടന്ന കണ്ണുകൾ പതുക്കെ അടഞ്ഞു.

പക്ഷെ, ആർക്കും വേണ്ടാതെ ആ മുറിയിൽ കിടന്നിരുന്ന പാവപ്പെട്ട ആ സ്ത്രീയെ കാണുവാൻ പിന്നീട് ആരും വരിക ഉണ്ടായില്ല.

എന്റെ ജീവിതവും ചില നുണക്കഥകളും

തൊട്ടടുത്ത ഫ്ളാറ്റിൽ നിന്ന് നേർപ്പിച്ച സ്വരത്തിൽ ഹിന്ദുസ്ഥാനി സംഗീതം കേൾക്കുന്നുണ്ടായിരുന്നു. ഫ്ളാറ്റ് സമുച്ചയത്തിന്റെ പിറകിലത്തെ കൊച്ചുവീട്ടിൽ സോമയാജിപ്പാട് ഗായത്രി സ്വരിക്കുന്നു.

ഉറങ്ങുന്ന അഞ്ചുവയസുകാരി മകളുടെ നേർത്തു മിനുത്ത മുടിയിഴകളിൽ തിരുപ്പിടിച്ചുകൊണ്ട് എഴുന്നേൽക്കുവാൻ മടിച്ച് കിടക്കുകയാണ് ഞാൻ. മുകുന്ദേട്ടൻ സ്ഥലത്തില്ലാത്ത ദിവസങ്ങളിൽ പുലർച്ചെ ബാത്ത്റൂമിൽപോയി വന്നാൽ പിന്നെ എനിക്കൊരു കുട്ടിയുറക്കമുണ്ട്. പക്ഷെയിന്ന് ഉറങ്ങുവാൻ കഴിയുന്നില്ല. കഴിഞ്ഞ രാത്രിയിലും ഉറങ്ങിയിട്ടില്ല.

ജാന്വേടത്തി ആരാണെന്നല്ലേ? കഴിഞ്ഞാഴ്ച തൊട്ട ഫ്ളാറ്റിൽ നിന്ന് ഒഴിഞ്ഞുപോയ ഒരമ്മ. മൂന്നുമുറി ഫ്ളാറ്റിന്റെ വിശാലമായ അകത്തളങ്ങളിൽ ഏകാകിനിയായി കഴിഞ്ഞിരുന്നവർ. ബിസിനസുകാരനായ ഏകമകൻ ടൂറിനിടയിൽ ഒന്നു സന്ദർശിച്ചു പോകുമായിരുന്ന ഒരമ്മ. താൻ പ്രസവിക്കാത്ത കുട്ടികൾക്കും അമ്മയാവാം എന്ന അത്ഭുതസത്യം എന്നെ പഠിപ്പിച്ചവർ. അവരാകുന്നു ജാന്വേടത്തി.

ജാന്വേടത്തിയിപ്പോൾ പുതിയ സ്ഥലത്ത് പുതിയ വാടക വീട്ടിൽ പുത്തനൊരു ജീവിതം തുടങ്ങിയിരിക്കും. പതിവുപോലെ നേരത്തെ എഴുന്നേറ്റ് കുളിച്ച് അമ്പലത്തിലേക്ക് പോയിരിക്കുമോ? അതോ മരുമകൾക്കുള്ള പ്രാതലും ടിഫിനും ഒരുക്കുവാനായി അടുക്കളയിൽ ഓടിനടക്കുകയോ?

"അമ്മൂന് ഏഴ് മണിക്ക് വീട്ടീന്നെറങ്ങി ട്രെയിൻ പിടിക്കണം. അപ്പോഴേക്കും ഊണും, ബ്രേക്ഫാസ്റ്റും റെഡിയാവണം. ഞാനങ്ങ് ചെല്ലണേന്റെ മുമ്പ് തന്നെ ജോലിക്കാരി പോയത്രെ. ഒറ്റയ്ക്ക് എന്തൊക്ക്യാ ചെയ്യാ ന്റെ ഈശ്വരാ! അമ്മൂനാണെങ്കി അടുക്കളപ്പണി ഒട്ടും വശല്യ."

മകന്റെ കുടുംബത്തിലേക്ക് പോകും മുമ്പ് ജാനേ്വടത്തി വേവലാതിപ്പെട്ടിരുന്നു.

പെട്ടെന്ന് ടെലഫോൺമണി മുഴങ്ങി. ചിലപ്പോഴത് മരണമണിപോലെയാണ്. ഞാൻ ജാനേ്വടത്തിയിൽ നിന്ന് നൂറ്റിയഞ്ചാം ഫ്ളാറ്റിലെ സ്വീകരണമുറിയിലേക്കോടി. ഹലോയെന്ന് റിസീവർ ചെവിയിൽ ചേർക്കുമ്പോഴേക്കും കട്ടായി. പക്ഷെ, നന്നായി. ഇതാ, സമയം ആറര കഴിഞ്ഞിരിക്കുന്നു. അടുക്കളയിലെ യുദ്ധം ആരംഭിക്കാം. കുട്ടി ഉറങ്ങട്ടെ.

ഞാൻ ചൂലെടുത്ത് ദിവസം ആരംഭിച്ചു. മോളിന്നലെ കത്തിരി വെച്ച് നുറുക്കിയിട്ട കടലാസുകളും, തലങ്ങും വിലങ്ങും കിടക്കുന്ന അവളുടെ പാഠപുസ്തകങ്ങളും, മുക്കിലും മൂലയിലുമായി എറിഞ്ഞ പെൻസിൽ, ക്രയോൺ കുറ്റികൾ ഇവയും പെറുക്കിയെടുത്തപ്പോഴേക്കും ഞാൻ ക്ഷീണിച്ചു. കിടപ്പുമുറിയിൽ അവൾ എറിഞ്ഞു കളഞ്ഞ വസ്ത്രങ്ങൾ എടുത്ത് തുണികൾക്കൊപ്പം നിക്ഷേപിച്ചു.

തേങ്ങ ചിരവി ചട്ട്ണി അരച്ചു കഴിഞ്ഞപ്പോഴേക്കും ഇഡ്ഢലി തയ്യാറായി. ഇന്ന് പ്രാതലും ടിഫിനും ഒന്നാക്കാം. മോൾക്ക് ബഹു സന്തോഷവുമാവും. ഉറക്കക്ഷീണം മാറിക്കിട്ടുവാനായി ഞാൻ പലകുറി തലയിൽ വെള്ളം കോരിയൊഴിച്ചു. കുളിമുറിക്ക് പുറത്തിറങ്ങിയപ്പോഴേക്കും എനിക്ക് കുളിരുവാൻ തുടങ്ങി. ഒരു കാര്യം എനിക്കു മനസിലായി. എനിക്ക് പനിക്കുന്നുണ്ട്. കലശലായി പനിക്കുന്നുണ്ട്. പനിക്കോള് മനസിലാക്കാതെ കുളിച്ചത് അബദ്ധമായി. ഞാൻ വലിയൊരു ബ്ലാങ്കറ്റിന്റെ സ്വസ്ഥതയിലേക്ക് നൂണ്ടു കിടന്നു. തുണയില്ലാത്തവർക്ക് അസുഖം വന്നാലത്തെ നിരാശ്രയത്വം അനുഭവിച്ചാലേ അറിയൂ. ജാനേ്വടത്തി ഉള്ളപ്പോൾ ഒന്നും അറിഞ്ഞിരുന്നില്ല. ഇതാ ഇപ്പോൾ ഗർഭാലസ്യവും, പനിയും കൂടെ എന്നെ അനാഥയാക്കുവാൻ പോവുകയാണ്.

'ആരുമില്ല' എന്ന തോന്നൽ എന്നിൽ ശക്തിപ്പെടുക ഇത്തരം അവസരങ്ങളിലാണ്. അതൊരു ഭീതിദമായ അറിവാണ്. എന്നാൽ മമതയുടെ തീവ്രത അറിയാത്തവളുമല്ല ഞാൻ. കുട്ടിക്കാലം മുതൽ ഉള്ളിന്റെയുള്ളിൽ ഞാനൊരു അനാഥക്കുട്ടി ആയിരുന്നു. എന്റെ മകളെങ്കിലും എല്ലാവരും ഉണ്ട് എന്ന തോന്നലിൽ വളരണം.

മുകുന്ദേട്ടൻ ഇങ്ങനെയൊക്കെ സ്നേഹിച്ചിട്ടും ആരുമില്ലെന്ന് പറയുന്നത് അഹങ്കാരമാണെന്ന് നിങ്ങൾക്ക് തോന്നാം. ദു:ഖങ്ങളുടെ കടും പാറകളെ പുഴക്കി മാറ്റുവാൻ ഏത് മനുഷ്യനാണ് സാധ്യമാവുക? ഞങ്ങൾക്കും എടുത്താൽ പൊങ്ങാത്തത്ര ദു:ഖങ്ങൾ അനുഭവിക്കേണ്ടി വന്നിട്ടുണ്ട്.

മുകുന്ദേട്ടന് എന്നും തിരക്കുകളുണ്ട്. പുതിയ മരുന്നുകമ്പനി തുടങ്ങിയതിന് ശേഷം വീട്ടിലിരിക്കാനേ സമയമില്ല. ദാരിദ്ര്യത്തിന്റെ കയ്പും അറിഞ്ഞവരാണ് ഞങ്ങൾ. അന്ന് മനസിലാക്കിയില്ലെങ്കിലും ജീവിതത്തിന്റെ ഉപ്പ് അതൊക്കെത്തന്നെ എന്ന് ഞാൻ ഇന്ന് അറിയുന്നു. അന്നെനിക്ക് വിശേഷദിവസങ്ങളിൽ സമ്മാനം വാങ്ങിത്തരാൻ കഴിയാതെ മുകുന്ദേട്ടന്റെ മനസ്സ് പൊരിഞ്ഞു. എന്നാലിന്ന്, ഓരോ വരവിനും എത്രയെത്ര സമ്മാനങ്ങൾ! അതുകൊണ്ടു തന്നെ സമ്മാനം വാങ്ങിക്കുന്നതിന്റെ ത്രില്ല് എനിക്കില്ല. കൊടുക്കുന്നതിന്റെ ത്രില്ല് മുകുന്ദേട്ടനും ഇല്ല.

'എന്തിനാണ് ഇത്രയേറെ പണം?' എന്ന് ഞാനൊന്ന് സൂചിപ്പിച്ചു പോയാൽ തീർന്നു. പോരാ പോരാ എന്ന ഒടുങ്ങാത്ത തൃഷ്ണ മനുഷ്യനെ എവിടെയൊക്കെ കൊണ്ടു ചെന്നെത്തിക്കുകയില്ല! ചെരുപ്പില്ലാത്തവൻ കരയുമ്പോൾ, കാലില്ലാത്തവൻ സഹതപിക്കുന്നു.

എന്തൊക്കെയായാലും ഇവിടുത്തെ സുഖങ്ങളൊന്നും എന്നെ സുഖിപ്പിക്കുന്നില്ല. ഇവിടുത്തെ മോഹങ്ങൾ മോഹിപ്പിക്കുന്നുമില്ല.

ജാന്വേടത്തി ഉണ്ടായിരുന്നപ്പോൾ..... അതെ, ജാന്വേടത്തി ഉണ്ടായിരുന്നപ്പോൾ ജീവിതത്തിൽ ഹരിതസ്വപ്നങ്ങൾ കലരുവാൻ തുടങ്ങിയിരുന്നു.

രാവിലെ അടുക്കളയിലേയും അലക്കിന്റേയും പോരുകൾ കഴിഞ്ഞ് കുട്ടിയുടെ കൈപിടിച്ച് ഒരോട്ടമാണ്. എങ്കിലേ സ്കൂൾ വണ്ടിയും ഓഫീസ് ബസ്സും കിട്ടുകയുള്ളൂ. വൈകീട്ട് ഞാനാകെ വിയർത്തും തളർന്നും എത്തുമ്പോഴേക്കും മോൾ ജാന്വേട്ടത്തിയുടെ ആതിഥേയ മാധുര്യം നുണഞ്ഞു ചായകുടിയും കഴിഞ്ഞ് കഥ പറഞ്ഞിരിക്കുന്നുണ്ടാവും. ഞാൻ വാതിൽ തുറന്നാൽ ആദ്യം അകത്തേക്ക് നൂണ്ട് കയറും. സ്കൂൾ സഞ്ചിയും ടിഫിൻ കവറും ദൂരെയെറിഞ്ഞ് അലമാരക്ക് നേരെ ഓടി കയ്യിൽ തടഞ്ഞ ഒരു ഫ്രോക്ക് വലിച്ച് കുളിമുറിയിലേക്ക്. മേൽകഴുകൽ കഴിഞ്ഞ് അടുത്ത ഓട്ടം അമ്മമ്മയുടെ അടുത്തേക്ക്. ജാന്വേടത്തി അവിടെ കാത്തിരിക്കും. അന്നത്തെ സ്കൂൾക്കഥകൾ മുഴുവനും കേൾപ്പിക്കുന്ന നേരത്ത് ചായ കുടിച്ച് ഞാനൊന്ന് നടു നിവർക്കും. അപ്പോഴാണ് ഞാനെന്തെങ്കിലും വായിക്കാനെടുക്കുന്നത്. പത്രവും മാസികകളും വായിച്ചു കഴിഞ്ഞേ അടുക്കളയിൽക്കയറൂ.

ഹോം വർക്ക് ചെയ്യിക്കാൻ കുട്ടിയെയൊന്ന് അകത്തേക്ക് കിട്ടാതാവുമ്പോൾ ചിലപ്പോൾ ജാന്വേടത്തിയോട് നേരിയ ദേഷ്യം തോന്നും. ഈ ജാന്വേടത്തിക്കറിഞ്ഞൂടെ കുട്ടിക്ക് എഴുതിയാൽ തീരാത്ത ഹോം വർക്ക് ഉണ്ടാവുമെന്ന്? ഊണ് കഴിഞ്ഞാൽ ഉറക്കം തൂങ്ങി എഴുതിപ്പാതിയാക്കിയതിന്മേൽ തല വെച്ച് ഉറങ്ങിപ്പോകും. രാവിലെ എത്ര മിനക്കെട്ടാലും എഴുന്നേറ്റു വരികയും ഇല്ല. പിന്നെ മിക്ക ദിവസങ്ങളിലേയും ഹോം വർക്ക്, എന്റേയും ഹോം വർക്കായിത്തീരുന്നു. ഉറക്കമില്ലാത്ത ദിവസങ്ങളിലും കുട്ടി പറയും:

"കൈ കഴച്ചു, അമ്മേ. നിക്ക് ഒക്കെ പഠിഞ്ഞൂലോ ന്യെന്തിനാ രണ്ട് പേജ് എഴുതണത്? ബാക്കി അമ്മ പഠിച്ചോ..... ട്ടോ"

അവൾ കള്ളച്ചിരിയോടെ ക്ഷീണം ഭാവിക്കുമ്പോൾ ഞാൻ പറയും:

"ഇപ്പോ ഏറ്റു. പക്ഷെ, ഇനീം വരണണ്ടല്ലോ ഒരു കുറുമ്പിപ്പെണ്ണും കൂടി. രണ്ടാൾക്കും കൂടി എഴുതിത്തരാൻ അമ്മയ്ക്ക് വയ്യ. കുട്ടിക്ക് ഒരു കൂട്ടാവണത് വരെ മാത്രം എഴുതാം, ട്ടോ." ഞാൻ എന്റെ വികസിച്ചു വരുന്ന വയറ്റത്ത് തലോടി പറയും.

ഏഴര മണിയുടെ സീരിയൽ കഴിഞ്ഞാലേ ജാന്വേടത്തി എത്തൂ.

"സന്ധ്യയ്ക്ക് സീരിയല് കണ്ടൂടേ? എത്ര സീരിയലുകളാണ്! ഈ ടി വി ഇല്ലായിരുന്നെങ്കില് ജാന്വേടത്തി എന്താകുമായിരുന്നു! ആ സ്വയം പ്രഭേടെ ഒരു തന്റേടം! കുട്ടികളില്ലാത്ത അവളെ എത്രയാ ബന്ധുക്കള് വേദനിപ്പിക്കുന്നത്!"

"ശര്യാണ് ജാനേടത്തീ. ബന്ധുക്കളുണ്ടെങ്കിലും ആരുടെ കാര്യത്തില് ആർക്കാ താല്പര്യം? ആർക്കാ നേരം ഒരു ബന്ധുവീട് സന്ദർശിക്കാൻ? തെരക്കല്ലേ..... എല്ലാർക്കും തെരക്ക്? ഒര് കല്യാണോ, മരണോ വേണം ബന്ധുക്കള് തമ്മിലിപ്പോ കാണാൻ."

ഞാൻ ദിവാൻകോട്ടിലേക്ക് ചാഞ്ഞുകൊണ്ട് ശരിവെയ്ക്കും. അവനവന്റെ കാര്യം എന്ന വർത്തുളതയിലേക്ക് മനുഷ്യജീവിതം ചുരുങ്ങിപ്പോവുകയാണല്ലോ എന്ന് ദു:ഖിക്കും. ഞാൻ എന്റെ ജോലി, എന്റെ വീട്, എന്റെ ഭാര്യ ഇങ്ങനെയിങ്ങനെ ഒരു ലോകം. ഈ ജീവിത ദീർഘയാത്രയിൽ സ്നേഹിച്ചു പോയവരുടെ കഠോര സ്വാർഥത കണ്ട് ഉടഞ്ഞു ചിതറിയ ഒരു മനസാണ് എന്റേത്. ഓരോ മനുഷ്യനും ഓരോ അസംസ്കൃതപദാർഥമായി എനിക്ക് തോന്നിയിട്ടുണ്ട്. ഓരോന്നും സൂക്ഷ്മമായി പഠിച്ചെടുത്താൽ രസകരമാണ്. തന്നെ മറക്കാതെ അന്യനെ സ്നേഹിക്കുന്നവർ. എന്നാൽ തനിക്ക് വേണ്ടി എത്രയെങ്കിലും ക്രൂരതകൾ ചെയ്യുന്നവർ. അധികാര മദംപൂണ്ട കൊമ്പന്മാരെയും സ്വേച്ഛാമത്തന്മാരായ വമ്പന്മാരെയും..... ആരെയൊക്കെ കണ്ടിരിക്കുന്നു! ഇവരാണോ ബന്ധുക്കൾ! എന്ന് അമ്പരന്നിട്ടുണ്ട്.

സ്നേഹത്തിന്റെ മധുരം തന്നവരും ആർജവത്തിന്റെ തീർഥം തന്നവരും ഉണ്ട്. എന്നാൽ കനലിൽ ചുട്ടെടുത്ത സ്നേഹത്തിന്റെ കനകകാന്തി ജാനേടത്തിയിലല്ലാതെ മറ്റെങ്ങും കണ്ടില്ല. എന്നോ കോപ്പുകളഴിച്ചുവെച്ച് ഈ ലോകത്ത് നിന്ന് ഇറങ്ങിപ്പോവേണ്ടി വന്ന അമ്മയുടെ സ്നേഹത്തിന്റെ ഛായ അതിൽ കലർന്നതുകൊണ്ടാവാം.

ജാനേടത്തി എന്റെ അമ്മയെപ്പോലെ ഒരു സുന്ദരി തന്നെ ആയിരുന്നു. അവരുടെ വജ്രക്കമ്മലിന്റെ കാന്തി തന്നെയായിരുന്നു ആ മലർന്ന പുഞ്ചിരിക്കും.

"ജാനേടത്തിക്ക് തിരുവനന്തപുരത്ത് പോയി താമസിച്ചൂകൂടെ, മകന്റേയും, മരുമകളുടേം കൂടെ? എന്തിനാങ്ങനെ ഒറ്റക്ക്?"

"അതോ ഞാൻ പറഞ്ഞില്ലേ സന്ധ്യേ അമ്മൂന് ഒരുപക്ഷെ ഈ വർഷം കോഴിക്കോട്ടേക്കാവും ട്രാൻസ്ഫർ. അതാ ഈ വീട്‌വിട്ടു കൊടുക്കാത്തത്. പിന്നെ അന്വേഷിച്ചലയേണ്ടേ നല്ല വീട്? പിന്നെ എന്റെ ചിന്നുക്കുട്ടീം സന്ധ്യേം ഉള്ളപ്പോ ഞാനെങ്ങന്യാ ഒറ്റക്കാവുന്നത്?"

ജാനേടത്തിയുടെ ഏക മകൻ വേണു വലിയ ബിസിനസ്സുകാരൻ. ഭാര്യക്ക് തിരുവനന്തപുരത്ത് ഉദ്യോഗം. മകനും കുടുംബവും അവിടെയും, ജാനേടത്തി ഇവിടേയും. വലിയ ഫ്ളാറ്റ്, ഏസി, വലിയ സൗകര്യങ്ങൾ. എന്നാലും ജാനേടത്തിയെ വിഷാദവതിയായി കണ്ടിട്ടേയില്ല. സദാ ചുണ്ടിൽ പ്രസാദമധുരമായ ഒരു പുഞ്ചിരി അവരുടെ ചുണ്ടുകളിൽ പറ്റിപ്പിടിച്ചിരിക്കും.

"സന്ധ്യേ ഇന്ന് തിരുവാതിരയല്ലേ. ഇതാ ഇത്തിരി പുഴുക്ക്." ജാനേടത്തി വാതിൽക്കൽ വന്നുനിന്ന് പറയും. പിന്നെ വേണുന്റെ പിറന്നാൾ, അമ്മൂന്റെ പിറന്നാൾ എന്ന് പറഞ്ഞ് പായസവും. അപ്പൂപ്പന്റെ ഓരോ ജന്മനാളിനും അമ്പലത്തിലെ പ്രസാദം. കൂടാതെ ജാനേടത്തിയുടെ വക വേറെയും പായസവുമുണ്ടാവും. ഈ മധുരമൊക്കെ ഞങ്ങൾക്ക് വേണ്ടി കൂടിയായിരുന്നു.

ജാനേവടത്തിക്ക് വലിയ രണ്ട് പുസ്തക അലമാരയും ഉണ്ടായിരുന്നു. അവയിലെ പുസ്തകങ്ങൾ മുഴുവനും ജാനേവടത്തി എന്നേക്കൊണ്ടും വായിപ്പിച്ചു. എനിക്ക് വിശാലതയുടെ ഒരു ലോകം തന്നെ തുറന്നു കിട്ടുകയായിരുന്നു. അക്ഷരവൈരിയായിരുന്ന, മടിച്ചിയായിരുന്ന ഞാൻ അക്ഷരങ്ങളിൽ ജ്വലിക്കുന്ന വെളിച്ചത്തെ നെഞ്ചോടണച്ചു.

ജോലി കഴിഞ്ഞ് വന്നാൽ കിട്ടുന്ന ഏകാന്തതയിൽ നക്ഷത്രങ്ങളുടെ ആമാടക്കൂട്ട് നെഞ്ചിലണിഞ്ഞ് അഹങ്കാരത്തോടെ തലയുയർത്തിപ്പിടിച്ച് നിൽക്കുന്ന ആകാശത്തെ നോക്കി വെറുതെ നേരം കളയുന്ന ശീലം ഞാൻ മതിയാക്കി. തീക്ഷ്ണപ്രേമം കൊണ്ട് അമ്മിണിയുടെ കഴുത്ത് ഞെരിച്ചുകൊന്ന ശങ്കുണ്ണിയേട്ടനും, കാന്താരിയുടെ എരിവുള്ള ഉമ്മാച്ചുവെ സ്വന്തമാക്കാനായി ബീരാനെ കുത്തിക്കൊന്ന മായനും എനിക്ക് വല്ലാത്തൊരു അനുഭവമായി.

എന്റെ കൗമാര പ്രണയത്തെക്കുറിച്ചും ഞാനന്നേരം ഓർത്തുപോയി. കണ്ണുനീർ വീണ് നനഞ്ഞു പോയ പ്രണയ ലേഖനങ്ങൾ പോലെ ആ ചിന്തകൾ എന്നെ നോവിച്ചു. സ്വപ്നത്തിലല്ലാതെ ഒരിക്കൽ പോലും എന്നെ ചുംബിച്ചിട്ടില്ലാത്ത, മാറോടണച്ചിട്ടില്ലാത്ത അനന്തപത്മനാഭൻ. അവനോ മറ്റോ പഴയ പ്രണയത്തിന്റെ ഭ്രാന്ത് മൂത്ത് മുകുന്ദേട്ടനെ കൊല്ലാൻ വന്നാലോ എന്ന പേടി എന്നെ ശ്വാസംമുട്ടിച്ചു. മരണത്തിന്റെ ശൈത്യം തട്ടിയിട്ടെന്നപോലെ ഞാൻ ഉറക്കം വരാതെ നിശ്ചലയായി കിടന്നുപോകും. ഉറങ്ങാതെ കിടക്കുന്ന എന്റെ പുറം തടവി. 'നീയെന്തേ മോളൂ ഉറങ്ങാത്തത്?' എന്ന് മുകുന്ദേട്ടൻ ചോദിച്ചിരുന്നുവെങ്കിൽ നിശ്ചയമായും എന്റെ പ്രണയകഥകൾ ഞാൻ പറഞ്ഞു പോകുമായിരുന്നു.

എന്നോ കൈവിട്ട പ്രിയതമമായ സമ്പത്ത്. ഏതോ തിരിവിൽ കണ്ടു മറന്ന മുഖം പോലെ ഇപ്പോൾ അനന്തപത്മനാഭൻ. അവനോടിപ്പോൾ ഒരു മമതയും എനിക്കില്ല. തിരിച്ചിങ്ങോട്ടും ഉണ്ടാവുക വയ്യ.

പുറത്ത് സിറ്റൗട്ടിൽ പത്രം വന്നുവീഴുന്ന നനുത്ത ശബ്ദം കേട്ട് ഞാൻ ചെറുതായൊന്ന് നടുങ്ങി. ഇപ്പോൾ പത്രങ്ങൾ മനുഷ്യരെ നിരന്തരം ഞെട്ടിക്കുന്ന വാർത്തകളുമായാണല്ലോ വരുന്നത്. ജാനേവടത്തി പറയുന്നത് ശരിയാണ്. വിഷവൃക്ഷങ്ങൾ തഴയ്ക്കുന്നത് പോലെയല്ലേ രാജ്യത്ത് വർഗീയത വളരുന്നത്.

അതാ, ചിന്തകൾ വീണ്ടും തിരിഞ്ഞ് വീഴുന്നത് ജാനേവടത്തിയിൽ തന്നെ. അവരെന്തെല്ലാം കണ്ടിരിക്കുന്നു! ഭർത്താവിനൊപ്പം ബിസിനസ്സ് ടൂറുകളിൽ എത്രയോ മഹാനഗരങ്ങൾ കണ്ടു. എത്രയോ വ്യോമയാനങ്ങൾ നടത്തി! പല നാടുകൾ, പല മനുഷ്യർ! ഭർത്താവ് പോയാൽ പിന്നെ പെണ്ണിന് വിലയില്ല എന്ന് ജാനേവടത്തി ഓർമിപ്പിക്കും.

തിരുവനന്തപുരത്തേക്ക് താമസം മാറ്റാൻ തന്നെ നിശ്ചയിച്ചു. അമ്മൂന് ഇക്കുറി ട്രാൻസ്ഫർ ഇല്ലത്രെ. പോകും മുമ്പ് ഒരാഴ്ച മരുമകളും, കുട്ടിയും ഫ്ളാറ്റിൽ വന്ന് താമസിച്ചു. ആ സമയത്തെ തിരക്കുകളിൽപ്പെട്ട് ജാനേവടത്തിക്ക് ഓരോരോ പരിക്കുകൾ ഉണ്ടായി.

രാവിലെ അമ്പലത്തിൽ പോയിവരുമ്പോൾ വീണ് തലയിലൊരു മുറിപ്പാട്. അടുക്കളയിലെ ആഘോഷങ്ങളിൽ കണങ്കൈക്കൊരു തീപ്പൊള്ളൽ. പിന്നെ കുളിമുറിയിൽ കാൽതെറ്റി വീണിട്ട് കാലിനൊരു ഉളുക്ക്.

കഴുത്തിലെ മാല അപ്പു മുറുകെ വലിച്ച് കഴുത്തിൽ ഒരു നീണ്ട രക്ത രേഖ. ഓരോ കഥയും ജാനേ്വടത്തി വളരെ ചിരിച്ച് രസിച്ചാണ് പറഞ്ഞിരുന്നത്.

ഒരാഴ്ച കഴിഞ്ഞ് ജാനേ്വടത്തിയുടെ മരുമകൾ യാത്ര പറയുവാൻ വാതിൽക്കൽ വന്നു നിന്നു. നല്ല മുഖശ്രീയുള്ള കുട്ടി. വലിയ വീട്ടിലെ കുട്ടി.

"ഞങ്ങൾ പോകുന്നേ. അമ്മയെ ഒന്നു ശ്രദ്ധിച്ചോണം. അതേയുള്ളൂ ഒരു ധൈര്യം."

ജാനേ്വടത്തിയുടെ മകൻ ചിരിച്ചപ്പോൾ കണ്ണുകളിൽ ജലസ്ഫുരണം പോലെ. പാവം. ഒറ്റ മകനല്ലേ. അമ്മയെ പിരിയാൻ വേദന കാണും.

'ജാനേ്വടത്തിയെ ഞാനല്ല, ജാനേ്വടത്തി എന്നെയാണ് ശ്രദ്ധിക്കുന്നത്, സ്നേഹിക്കുന്നത്.' ഇത് ഞാൻ പറഞ്ഞില്ല. പകരം ചിരിക്കുക മാത്രം ചെയ്തു.

ഒരു രാത്രിയിലാണ് ജാനേ്വടത്തി യാത്ര പറഞ്ഞു പോയത്. സ്നേഹം നഷ്ടപ്പെടുന്നത് ചിറക് നഷ്ടപ്പെടുന്നതുപോലെതന്നെ. മധുരവും ഹൃദയംഗമവുമായ ഒരു സ്നേഹം.

ഒരു സ്വാതന്ത്ര്യ സ്വർഗത്തിന്റെ വാതിൽ അടയുകയാണ്. ജാനേ്വടത്തി കരഞ്ഞില്ല. കൈകൾ കൂട്ടിപ്പിടിച്ച് ചിരിച്ചുകൊണ്ട് യാത്ര പറഞ്ഞു. കുട്ടിയെ ഒന്ന് കുനിഞ്ഞ് നെഞ്ചോടമർത്തി.

"ഞാനവിടെ ചെന്ന് വിളിക്കാം സന്ധ്യേ. ചിന്നുക്കുട്ടീ അമ്മമ്മ പോവുന്നേ."

ജാനേ്വടത്തി പടിയിറങ്ങി. എന്റെ നെഞ്ച് എന്തിനോ പിടഞ്ഞു. ഇനി കാണുമോയെന്ന് പറയുക വയ്യ. കണ്ണുനീർ ചിന്നു കാണാതിരിക്കാനായി ഞാൻ വേഗം ടി വി ഓണാക്കി. ജാനേ്വടത്തിയുടെ പ്രിയപ്പെട്ട സീരിയൽ.

ഒരാഴ്ച കഴിഞ്ഞിട്ടും ജാനേ്വടത്തി ഫോൺ ചെയ്തില്ല. അവിടുത്തെ നമ്പർ തന്നതുമില്ലല്ലോ.

ഇന്നലെ വൈകുന്നേരം ഞാൻ ഓഫീസിൽ നിന്ന് തിരിച്ചെത്തി അകത്ത് ക്ഷീണിച്ചു കിടക്കുമ്പോൾ ആരോ ബെല്ലടിക്കുന്നു. വാതിൽ തുറന്നപ്പോൾ ദേവകിയമ്മ! ജാനേ്വടത്തിയുടെ അമ്പലയാത്രയിലെ കൂട്ട്. ഇതേ ഫ്ളാറ്റിൽത്തന്നെ. പക്ഷെ, ദേവകിയമ്മയെ കണ്ടാൽ ഒന്നു ചിരിക്കും. അത്ര പരിചയമേ ഉള്ളൂ.

"ആ ദേവകിയമ്മ! വരൂ. ഇരിക്കൂ ഇരിക്കൂ."

ഞാൻ പ്രസാദം നടിച്ചു ചിരിച്ചു.

ദേവകിയമ്മയുടെ വിളർത്ത മുഖം വാടിയിരുന്നു. കണ്ണുകൾ ആകെ തളർന്നിരുന്നു.

"ദാ മോളേ ദ് ജാനകി തരാൻ ഏല്പിച്ചതാ. എനിക്കങ്ങട്ട് പടികയറാൻ വെയ്യാഞ്ഞിട്ടാ വൈകിപ്പോയത്. തന്നാൽ നീ വാങ്ങില്യാന്ന് അവർക്ക് സങ്കോചം. പൈസേടെ കടം ബാക്കി വെച്ച് പോകണ്ടല്ലോ ദേവകീ എന്നാ അവള് പറഞ്ഞത്....."

പണം വാങ്ങിച്ചു കൊണ്ട് ഞാൻ ഓർത്തു നോക്കി. ശരിയാണ്. മകനും കുടുംബവും വന്ന അവസരത്തിൽ ഒരു വൈകുന്നേരം ജാനേ്വ

ടത്തി ഓടിവന്ന് എന്നോട് പറഞ്ഞു: “ഒരു നൂറു രൂപ തരൂ സന്ധ്യേ. ജാനേടത്തിക്കും പണത്തിന് മുട്ട്.” ഞാനത് മറന്നു പോവുകയും ചെയ്തതാണ്.

“അവളൊരു പാവമാണ് മോളെ. നിന്നെ വല്യ കാര്യായിരുന്നു. നിന്റെ മോളെ ജീവനായിരുന്നു.”

മൗനത്തിന്റെ ഒരിടവേള. രണ്ടാളും ജാനേടത്തിയെക്കുറിച്ച് ഓരോന്നോർത്തുകൊണ്ടിരുന്നു.

“എന്നാൽ ഞാനിറങ്ങട്ടെ മോളേ.”

എനിക്കും അത് സമ്മതമായിരുന്നു. കാരണം ഈ ഇരുപ്പ് അസഹ്യമാണ്. വിട പറഞ്ഞുപോയ സ്നേഹിക്കുന്ന ഒരാളെക്കുറിച്ച് ഓർത്ത് കൊണ്ട് മൗനം നിറഞ്ഞ ഈ ഇരുപ്പ്. എനിക്ക് കുറെ നാളുകൾക്ക് ശേഷം ഒന്ന് കരയണമെന്ന് തോന്നി. മുകുന്ദേട്ടനും വന്നിട്ട് ഏറെ നാളായി. മുകുന്ദേട്ടന് എന്നോടുള്ള തീരാത്ത സ്നേഹവും, മാറാത്ത ആർത്തിയും ഒക്കെ ഓർത്ത് ഹൃദയത്തെ പ്രസന്നമാക്കുവാൻ ശ്രമിച്ചു. ഞാനും എഴുന്നേറ്റു.

“വല്യ റാണിയെപ്പോലെ കഴിഞ്ഞവരാ അവർ. ഭർത്താവ് പോയതോടെ എല്ലാം പോയി. സ്വത്തും മൊതലുംണ്ട്. ഒരു മകനുണ്ട്. പക്ഷെ സ്വസ്ഥതയില്ല്യാ.”

ദേവകിയമ്മ ഒരു തുടം കണ്ണുനീർ വിഴുങ്ങി. മേൽമുണ്ടെടുത്ത് കണ്ണുമറച്ചു.

ഞാനവരെ സോഫയിൽത്തന്നെ പിടിച്ചിരുത്തി അടുത്തിരുന്നു. ‘സാരല്യ ദേവകിയമ്മേ നമ്മള് ഓരോരുത്തരെ പരിചയമാവണു പിരിയുണു ഇതൊക്കെത്തന്ന്യല്ലേ ജീവിതം?”

ദേവകിയമ്മയുടെ വികാര വൈവശ്യം ഇരട്ടിച്ചു.

“കുട്ടിക്ക് അറീല്യ..... ഒന്നും അറീച്ചില്ല, ജാനു. കുട്ട്യേ, കുട്ടിക്കറിയോ ജാനൂന്റെ മരുമോള് ജാനു പറഞ്ഞപോലെ ഒരു ലക്ഷ്മ്യല്ല. തൊലിവെളുപ്പുണ്ടായിട്ടെന്താ? ഒറ്റ മോനല്ലേ ജാനൂന്? അവനും അമ്മേ ജീവനായിരുന്നു. കല്യാണം കഴിഞ്ഞേപ്പിന്നെ ഒക്കെ മാറി. അമ്മൂന് കണ്ടൂടാ ജാനൂനെ. അവള് മകനോട് മിണ്ടാൻ പാടില്ല. മകനൊന്നും അമ്മക്ക് വാങ്ങിച്ചുകൊടുത്തൂടാ. വീട്ടിനകത്ത് യുദ്ധം തന്നെ യുദ്ധം. ജാനു തളർന്നുപോയി. എങ്ങനെ കഴിഞ്ഞ സ്ത്രീയാ. ഭർത്താവേ പോയുള്ളു. പ്രതാപം പോയിട്ടില്ല. നെല്ലും കൃഷീം തെങ്ങും എത്ര്യാ വരുമാനം? കൃഷി നോക്കാൻ ആളില്ല്യാന്ന് പറഞ്ഞ് അവള് നെലങ്ങള് വില്പിച്ചു. പണം ബാങ്കിലിട്ടു. പിന്നെ മകന് തോന്നി, നാട്ടിലെ വീടും പറമ്പും കൊടുത്ത് ബിസിനസ്സില് ഇൻവെസ്റ്റ് ചെയ്യാം. അതും വിറ്റു. കീറി മുറിച്ചു കൊടുക്കുന്ന പോല്യാത്രെ ജാനു ഒപ്പിട്ടു കൊടുത്തത്. ഭർത്താവിന് അന്തിത്തിരിവെക്കണ വീടാ. പിന്നെ അമ്മേക്കൊണ്ടും ഭാര്യേക്കൊണ്ടും പൊറുതി മുട്ടി മകനൊരു കാര്യം ചെയ്തു. അമ്മയെ കോഴിക്കോട്ടും, ഭാര്യയെ പുതിയ വീട്ടിലും പാർപ്പിച്ചു. ബിസിനസ്സു കാര്യത്തിന് ഇടക്ക് കോഴിക്കോട് വരാറുണ്ടാവും. അപ്പോൾ അമ്മയെക്കാണാം. അങ്ങന്യാ കുട്ട്യേ ഇവിടെ ഒറ്റയ്ക്ക് താമസായത്. അല്ലാതെ അമ്മൂന് മാറ്റം കിട്ടുന്നിച്ചിട്ടല്ല.”

ദേവകിയമ്മ ശ്വാസമയക്കാനായി ഒന്നു നിർത്തി. അപ്പോൾ അവരുടെ കണ്ണുകളിൽ നിന്നും ഓരോ തുള്ളി കണ്ണുനീർ കവിളത്തേക്ക് ചാലിട്ടു. അവർ ദീർഘമായൊരു ശ്വാസം അകത്തേക്കെടുത്തു.

"ആ മരുമോള് കുട്ടിക്ക് പ്രാന്താ. സ്വന്തം മകന്റെ കുട്ട്യേ ഒന്ന് എടുത്തൂടാ ഓമനിച്ചൂടാ ഒരു കഥ പറഞ്ഞൂടാ. കഴിഞ്ഞ തവണ വേണു വന്നപ്പോ ജാനൂന്റെ ചെയിൻ പവിഴം കെട്ടിച്ചു കൊടുത്തു. ഈ വരവിന് മരുമോളത് കണ്ടുപിടിച്ചു. ജാനൂന്റെ കഴുത്തീന്ന് മാല ഒരു വലി. കഴുത്തില് നീലിച്ച പാടായിരുന്നില്ലേ? ദേഷ്യംവന്നാ ആ കുട്ടിക്ക് കണ്ണ് കണ്ടൂടാ. വേണു അമ്മയ്ക്ക് പണം കൊടുക്കുന്നത് കണ്ട അവള് ജാനൂന്റെ കാലുമ്മലേക്ക് കസേരയെടുത്തൊരുന്ത്. അല്ലാതെ കാല് തെറ്റി വീണ തല്ല. അടുപ്പത്തിരിക്കുന്ന പഴുത്ത ചീനച്ചട്ടി കൊണ്ടല്ലേ ജാനൂന്റെ കയ്യ് പൊള്ളിച്ചത്. ഒടുക്കം ഒരു ദിവസം കലി മൂത്ത് ജാനൂനെ പുറത്താക്കി വാതിലടച്ചൂത്രെ. അന്നാണ് ജാനു കുട്ട്യോട് നൂറുറുപ്പിക വാങ്ങ്യേത്. എങ്ങട്ടെങ്കിലും പൊയ്ക്കളയാന്ന് കരുതിയത്രെ. പിന്നെ മകൻ കൂടെക്കൊണ്ടു പോന്നു. രണ്ടു വീട്ടിലേക്കും ഓടിയോടി വേണു തളർന്നു. വന്നു കാല് പിടിച്ചിട്ടാ ജാനു പോയത്. മകനെ വ്യസനിപ്പിക്കാൻ അവൾക്കാവില്ല. ഇപ്പോദാ ജാനു പോണൂന്നറിഞ്ഞപ്പഴേ ജോലിക്കാര്യേ പറഞ്ഞുവിട്ടു. എങ്ങന്യാണാവോ അവൾടെ ബാക്കി ജീവിതം!"

മുമ്പെങ്ങോ പഠിച്ച മഹാകവിയുടെ ഒരു കവിതയാണ് എന്റെ മനസന്നേരം മൂളിക്കൊണ്ടിരുന്നത്.

'എൻ ചിതയിങ്കൽത്തന്നെയാണു
ഞാനെന്നാലേതോ
പുഞ്ചിരിത്തിളക്കത്തെപ്പഥികൻ
ദർശിക്കുന്നു —'

എപ്പോഴാണ് ദേവകിയമ്മ യാത്ര പറഞ്ഞു പോയതെന്ന് ഞാനറിഞ്ഞില്ല.

വീണ്ടും ടെലഫോൺ മണി മുഴങ്ങി. ഞാൻ ബ്ലാങ്കറ്റിന്റെ സുരക്ഷിതത്വത്തിൽ നിന്നും സ്വീകരണമുറിയിലേക്ക് വേച്ച് വേച്ച് അടികൾ വെച്ചു.

"ഹലോ സന്ധ്യേ..... ഇന്നത്തെ പത്രത്തിൽ കണ്ടു. ഇന്നലെ രാത്രി അറസ്റ്റു ചെയ്ത കൂട്ടത്തിൽ, മുകുന്ദേട്ടൻ മരുന്നു കമ്പനി തുടങ്ങിയെന്ന് പറഞ്ഞത് ഇതാണല്ലേ? വല്ലാത്ത ഷോക്കായിപ്പോയി. എല്ലാവർക്കും...... മുകുന്ദേട്ടൻ ഒരു തീവ്രവാദിയാണെന്ന്..... വിശ്വാസം വരുന്നില്ല....."

എന്റെ സഹപ്രവർത്തക ഇന്ദുവിന്റെ ശബ്ദം ഞാൻ തിരിച്ചറിഞ്ഞു. ഞാൻ പതുക്കെ കുനിഞ്ഞ് പത്രമെടുത്ത് നിവർത്തി.

ധർമത്തിന്റെ കണ്ണു പൊട്ടിയിരിക്കുന്നു എന്നെനിക്ക് മനസിലായി. നുണയുടെ അമ്പുകൾ തുരുതുരെ എന്റെ നെഞ്ചിലേക്കൊഴിച്ചവരെക്കുറിച്ചും ജീവിതത്തിന്റെ തെറ്റായ അർഥങ്ങളിലേക്കെന്നെ നയിച്ചവരെക്കുറിച്ചും ഓർത്തപ്പോൾ എന്റെ ചുണ്ടിൽ ഒരു പരിഹാസ മന്ദഹാസം പരന്നു. പിന്നെയത് വിടർന്നു വികസിച്ചു. എന്തെന്നറിയില്ല. ഞാൻ ഉറക്കെയുറക്കെ ചിരിക്കുവാനും തുടങ്ങി.

നിഴൽ നാടകത്തിന്റെ കാവ്യശാസ്ത്രങ്ങൾ

ബസ്സ്റ്റാന്റിന്റെ ഇരമ്പുന്ന എഞ്ചിനുകളുടെ കോലാഹലങ്ങളിലേക്ക് ശേഖരേട്ടൻ ഓട്ടോറിക്ഷയിറങ്ങി. ഒരു ഒളിച്ചോട്ടത്തിന്റെ സകല സന്നാഹത്തോടെയും കരുതലോടെയുമായിരുന്നു അദ്ദേഹത്തിന്റെ നീക്കങ്ങൾ. ചെവി മൂടിക്കെട്ടിയും ചുമലുകൾ കറുത്തൊരു കരിമ്പടത്താൽ മൂടിയും കൊലപാതകക്കുറ്റം ചെയ്തിട്ടുവരുന്നൊരു അപരാധിയെപ്പോലെ അദ്ദേഹം മുമ്പോട്ടു നീങ്ങി.

സ്റ്റാന്റിൽ വെളിച്ചം വീഴാത്തൊരു ഇരുണ്ട മൂലയിലേക്കൊതുങ്ങിക്കൊണ്ട് അദ്ദേഹം കിതപ്പടക്കി. പനിച്ചൂടിൽ ശരീരം തളരുന്നുണ്ട്. ഏത് പനിയിലും കുളിരിലും കർണ്ണങ്ങൾ അടച്ചുകെട്ടുന്നത് അദ്ദേഹത്തിന് സമ്മതമല്ല. കണ്ണും ചെവിയും തുറന്നുപിടിക്കാത്ത ജീവിതം ജീവിതമാണോ? പക്ഷെ, ഒളിച്ചോടുന്നവന് ഇഷ്ടാനിഷ്ടങ്ങൾ പാലിക്കാനാവില്ലല്ലോ.

"അല്ലാ എന്താണിങ്ങനെ? കണ്ണും മൊഖും മൂടീട്ട്? പനിയോ? സൂക്ഷിക്കണം. കൂട്ടിന് ആരുല്യാത്തതല്ലേ? എവിടെപ്പോണു? ഞാൻ പോരണോ കൂടെ? അല്ലെങ്കിലും ശേഖരേട്ടനെ ഒന്നു വന്നു കാണാൻ നിശ്ചയിച്ചതാ ഞങ്ങള്. കാര്യവട്ടം സ്കൂളിന്റെ വാർഷികാ അടുത്താഴ്ച. ശേഖരേട്ടനെ പ്രസംഗത്തിന് ക്ഷണിക്കാൻ. എന്താ, ശേഖരേട്ടൻ ഒന്നും പറയാത്തത്?"

ഉത്തരം കിട്ടാതെ അപരന്റെ നെറ്റിയിൽ ചോദ്യചിഹ്നംപോലൊരു ചുളിവ് പ്രത്യക്ഷപ്പെട്ടു. ഇരുട്ടിലെ രൂപത്തോട് അദ്ദേഹം ആശങ്കയോടെ ചോദിച്ചു.

"ശേഖരേട്ടനല്ലേ?"

"അല്ല. ഞാൻ കുഞ്ഞിക്കണാരനാണ്."

ഇരുട്ടിൽ തിളങ്ങുന്ന കണ്ണുകളിലെ ആഴത്തിലുള്ള ശൂന്യത കണ്ട്

പകച്ചുപോയ മാന്യൻ പതുക്കെ പിൻവലിഞ്ഞു.

കുട്ട്യേടത്തിയുടെ വീട്ടിലേക്ക് പരപ്പനങ്ങാടിക്ക് ബസ്സ് കയറണോ? ഈയൊരു സംഘർഷമായിരുന്നു മനസിൽ.

തേങ്ങൽ പോലുള്ള ശബ്ദത്താലെ തൊട്ടുമുമ്പിലൊരു ബസ്സു വന്നുനിന്നു. കാവുംതറ, ജന്മനാട്, ഏതൊരു ഇച്ഛാശക്തിയുടെ ഉൾപ്രേരണയാലാണ് ആ ബസ്സിൽ കയറിപ്പറ്റിയത് എന്ന് ശേഖരേട്ടന് തന്നെ ഓർമവരുന്നില്ല.

ടിക്കറ്റെടുക്കാൻ നേരം കണ്ടക്ടറുടെ മുഖത്തും കണ്ടു ഭവ്യത. "ശേഖരേട്ടനെക്കൊണ്ട് നാട്ടിലെ വായനശാലയുടെ പുതിയ കെട്ടിടം വിളക്ക് കൊളുത്തി ഉദ്ഘാടനം ചെയ്യിക്കണം എന്നാണ് മോഹം. ഞങ്ങളങ്ങോട്ട് വന്ന്....."

"ഞാൻ ശേഖരനല്ല. കുട്ടികൃഷ്ണനാണ്."

അടഞ്ഞ ശബ്ദത്തോടെ പറഞ്ഞൊപ്പിച്ച് അദ്ദേഹം കണ്ണുകളടച്ച് സീറ്റിലേക്ക് ചാരി.

എന്താണാവോ ഇപ്പോൾ നാലുകെട്ടിന്റെ അവസ്ഥ. പറമ്പിന്റെ ഭരണം കേളുക്കുട്ടി നായരുടെയും വീട് തൂത്തു തുടയ്ക്കൽ അയൽവാസി കുഞ്ചുകുട്ടിയമ്മയുടെയും അവകാശങ്ങളായിരുന്നു. കുട്ട്യേടത്തിയായിരുന്നു ഈ സ്വാതന്ത്ര്യങ്ങൾ അവർക്ക് അനുവദിച്ചുകൊടുത്തിരുന്നത്. എന്നെങ്കിലും തറവാട് കാണാനെത്തുന്ന അന്യനായി അവർ താക്കോൽ ഉത്തരത്തിൽ സൂക്ഷിച്ചു വെച്ചു.

താൻ നാലുകെട്ടിനു മുമ്പിൽ എത്തിച്ചേർന്നുവെന്നോ? ശേഖരേട്ടൻ അത്ഭുതപ്പെട്ടു. അദ്ദേഹം തലയിൽ കെട്ടിയ മുണ്ട് അഴിച്ചൂരിയെടുത്തു. ചുമലിൽ നിന്ന് പുതപ്പും വലിച്ചെടുത്തു. ശരീരം വിയർപ്പിൽ കുതിർന്നിരുന്നു. പനി വിട്ട് ദേഹം തണുത്തിരുന്നു. ഒരു യുവാവിന്റെ നെഞ്ചൂക്കോടെ ശേഖരേട്ടൻ പടിപ്പുരവാതിൽ വലിച്ചു തുറന്നു. നിറനിലാവിൽ ഒരു ഓർമത്തെറ്റുപോലെ നാലുകെട്ട് തണുപ്പിൽ ചൂളി നിൽക്കുകയാണ്.

വർഷങ്ങളെ പിറകോട്ട് തള്ളിക്കൊണ്ട്, നാടക റിഹേഴ്സൽ കഴിഞ്ഞ് മുണ്ട് മാടിക്കുത്തി, വിയർപ്പു തുടച്ച് അകത്തു കയറുന്നൊരു തിടുക്കത്തോടെയാണ് അദ്ദേഹം ഓരോ ചുവടും വെച്ചത്. പടിഞ്ഞാറേ അറയിലേക്ക് കാലെടുത്തു കുത്തും മുമ്പ് അദ്ദേഹം കോണിച്ചുവട്ടിലെ തണുത്ത ഇരുട്ടിലേക്കൊന്നു നോക്കിപ്പോയി. അവിടെ കാത്തിരുന്ന്, കാത്തിരുന്ന് ഉറക്കം തൂങ്ങിയ ലക്ഷ്മിക്കുട്ടി തലമുടി വാരിക്കെട്ടിക്കൊണ്ട് നടന്നടുക്കുന്നുണ്ടോ? മായക്കാഴ്ചകളിൽ അദ്ദേഹത്തിന് വിശ്വാസമില്ല. കളിച്ചൊല്ലുകൾ പണ്ടും പറയാനറിയില്ല.

മനസ്സ് ശീഘ്രഗാമിയായ കുതിരയായി പിറകോട്ടോടുവാൻ തുടങ്ങുന്നു.

"കുഞ്ഞേട്ടാ....."

"ഉം?"

"കുഞ്ഞേട്ടാ"

"ഉം..... ഉം.....?"

ദേശീയ പ്രസ്ഥാനത്തിന്റെ അലയടികൾ നാടകമായി രൂപപ്പെടുത്തി. എഴുതിയും വായിച്ചും വെട്ടിയും സ്ഫുടം വരുത്തിക്കൊണ്ടിരുന്ന എഴുത്തുകാരൻ ഈ വിളിയും വിളികേൾക്കലും നിമിഷങ്ങൾക്കകം പാടെ വിസ്മരിച്ചുപോയിരുന്നു. എഴുതിത്തീർന്ന് മൂരിനിവർന്ന് നോക്കിയപ്പോൾ എണ്ണമെഴുക്കുള്ള തലമുടി വിരലിൽ ചുറ്റിയും അഴിച്ചും മേൽത്തട്ട് നോക്കിക്കിടന്നിരുന്ന പെൺകുട്ടി കിടന്നുറങ്ങിപ്പോയിരുന്നു. അഴിവില്ലാത്ത ഒരു ദു:ഖചരായ ആ ഉരുണ്ട് മിനുത്ത മുഖത്ത് പടർന്നൊഴുകുന്നതായി അദ്ദേഹത്തിന് തോന്നി.

പാവം അവൾക്ക് ജീവിച്ചു പോകാൻ തന്റെയൊരു ഉദാരമായ നോട്ടം മതി. അദ്ദേഹം നെടുവീർപ്പയച്ച് കട്ടിപ്പുതപ്പെടുത്ത് അവളെ പുതപ്പിച്ചു. നീരവങ്ങളായ നിശായാമങ്ങളങ്ങനെ ഇഴഞ്ഞു നീങ്ങുന്നതറിയാതെ അദ്ദേഹം ചിന്തകളുടെ കൊടുമുടികൾ കയറിപ്പോയി.

രാത്രിയൂണ് കഴിഞ്ഞാൽ അച്ഛന് മുറ്റത്തൂടെ ഒരു നടത്തമുണ്ട്. പതിഞ്ഞ നടത്തമല്ല, ഒരു പന്തയക്കുതിരയുടെ കുതിപ്പോടെ പത്തുചാൽ നടത്തം. സ്ഥലത്തുണ്ടെങ്കിൽ താമ്പൂലം ഒരുക്കേണ്ടത് മകന്റെ ജോലിയാണ്. നടത്തത്തിനിടയിൽ അച്ഛൻ മകനോടെന്തെങ്കിലും സംസാരിക്കുകയും ചെയ്യും.

"കുട്ടാ, ജ്ഞാനത്തിൽ വെച്ചേറ്റവും ശ്രേഷ്ഠമായ ജ്ഞാനം തന്നെക്കുറിച്ചുള്ള ജ്ഞാനമാണെന്ന് ഉപനിഷത്ത് പറയുന്നുണ്ട്. കുട്ടന് ആത്മജ്ഞാനം സിദ്ധിച്ചൂന്ന് തോന്നലുണ്ടോ?"

മൗനം.

"ആ പെൺകിടാവങ്ങനെ കാടുപിടിച്ച ചിന്തകളുമായി നടക്കണത് കാണുമ്പോ, ആ കുട്ട്യേ തറവാട്ടീ കൊണ്ടുചെന്നാക്കിക്കൂടെ? കൊറച്ചീസം അവിടെ നിക്കട്ടെ. ആരോടെങ്കിലും മിണ്ടീം പറഞ്ഞും നിക്കാലോ."

"അതു വേണ്ടച്ഛാ. ലക്ഷ്മിക്കുട്ടില്ല്യെങ്കിൽ ഈ വീട്ടിലൊരു ചെത്തോം ചൂരുണ്ടാവില്ല്യാന്നാ അമ്മ പറയ്യ."

"അതാ പറേണെ, ഒരക്ഷരം മിണ്ട്ണ്ണില്ല്യ. എന്നിട്ടും ആ ശബ്ദങ്ങനെ ബ്ടെ മുഴങ്ങ്വാണ്. നീയിങ്ങനെ നാടു നന്നാക്കാൻ നടക്ക്വല്ലേ? കഥേം നാടകോം. ഇത് മാത്രാ ജീവിതം? കരേണില്യ അവള്. പക്ഷെ കണ്ണീരില്ലാത്ത കരച്ചില് അത് കാണാൻ വയ്യാ. കുട്ടന് മനസിലാവണുണ്ടോ?"

മനസ്സന്നേരം ചൊൽപ്പടിയിലല്ലായിരുന്നു. പുതിയ നാടകത്തിന്റെ സമരതന്ത്രപരമായ ആവേശം സിരകളിലാകെ അഗ്നിയായി പടരുകയായിരുന്നു.

പിന്നീടെപ്പോഴാണ് ആ ശബ്ദമില്ലാക്കരച്ചിൽ നാലുകെട്ടിൽ നിന്ന കന്നു പോയത്?

ഒരാഴ്ചത്തെ നാടകപ്പരിപാടികൾ കഴിഞ്ഞ് ഇരുട്ടിക്കഴിഞ്ഞാണ് അന്ന് വീട്ടിലേക്ക് തിരിച്ചത്. അന്നത്തെ ആകാശം നക്ഷത്രശൂന്യമായിരുന്നു. ഇടവഴിയിൽ പതുങ്ങി നിന്നിരുന്ന കനത്ത ഇരുട്ട് തന്റെ കാലൊച്ച കേട്ട് ഭയന്നു വിറകൊള്ളുന്നത് പോലെ..... ശോകനിർഭരമായ ഒരു അന്ധകാരം നാലുകെട്ടിനെ ചൂഴ്ന്നിരുന്നു.

അച്ഛൻ നിരുന്മേഷമായ മുഖത്തോടെ മുറ്റത്ത് ഉലാത്തുന്നു. നീല കണ്ഠൻ വൈദ്യർ ഉമ്മറത്തിരുന്ന് മുറുക്കുന്നു.

'ത്രിസന്ധ്യയ്ക്കിങ്ങനെ കിടന്നുറങ്ങ്വേ ചെറുപ്പക്കാരികള്' എന്ന് പരിഹസിച്ചു കൊണ്ടാണ് ലക്ഷ്മിക്കുട്ടിയുടെ നെറ്റി സ്പർശിച്ചത്. പനിയുടെ ഉഷ്ണത്താൽ ആ മഞ്ഞച്ച മുഖം അൽപ്പം ചീർത്തിരുന്നു.

"ഈ കുട്ടി ദിവസെത്രയായി ഉണ്ടിട്ട്ന്നറിയ്യോ കുട്ടന്? ദിവസവും മൂന്നും നാലും പ്രാവശ്യം ഛർദിക്യേം ചെയ്യും. ഞങ്ങള് നിരീച്ചത് വേറെയായിരുന്നു. ഇപ്പോദാ, പനീം കുളിരും, അകത്ത് കഷായം കുറുക്കുന്നുണ്ട്."

അമ്മയുടെ ശബ്ദത്തിൽ അടക്കാനാവാത്ത ഒരു ഉദ്വേഗമുണ്ടായിരുന്നു. ശേഖരേട്ടൻ കമ്പിളിയെടുത്ത് ആ തളർന്ന ചുമലുകളെ പുതപ്പിച്ചു. ലക്ഷ്മിക്കുട്ടി ഒരു നീണ്ട ദുഃസ്വപ്നത്തിൽ നിന്നെന്നപോലെ ഉണർന്നു. ഒരു കോടിയ പുഞ്ചിരി ആ ലാവണ്യം തികഞ്ഞ മുഖത്തെ പ്രാകൃതമാക്കി. അതിമനോജ്ഞങ്ങളായ ആ കണ്ണുകളിൽ ഒരു തീരാ വിശപ്പുണ്ടായിരുന്നു. ഒരു സഹജീവിയുടെ ഒടുങ്ങാത്ത സ്നേഹപ്രകടനങ്ങൾക്കായി വിശന്നിരിക്കയായിരുന്നുവല്ലോ അവളിത്രയും നാൾ. ശേഖരേട്ടന്റെ കണ്ണുകളിൽ നിന്ന് വലിയ ബാഷ്പങ്ങൾ അടർന്ന് ലക്ഷ്മിക്കുട്ടിയുടെ ചുവന്ന ബ്ലൗസിൽ വീണ് വറ്റി. അദ്ദേഹത്തിന് ആ പ്രിയ ശരീരത്തെ ദൃഢമായൊന്നാശ്ലേഷിക്കാൻ കൊതിയുണ്ടായി.

ഗർഭത്തിന്റേതല്ല, മഞ്ഞക്കാമലയുടേതാണ് ലക്ഷണങ്ങൾ എന്ന് കേട്ട് താൻ തളർന്നു. പിന്നീട് ലക്ഷ്മിക്കുട്ടി കണ്ണുകൾ തുറന്നില്ല. ഒരിറ്റു വെള്ളവും കുടിച്ചില്ല. പനി. മലരിട്ടാൽ പൊരിയുന്ന പനി. പനിച്ചൂടിൽ അഗ്നിപാതയിലൂടെ ആ പെൺകിടാവങ്ങനെ സംസാരദു:ഖങ്ങളിൽ നിന്നും കരകയറിപ്പോയി.

ശേഖരേട്ടൻ മുറിവേറ്റ ഒരു തീർഥാടകനെപ്പോലെ നിസ്സഹായനായി. ശോകം തീജ്ജ്വാലകളായി ഇന്ദ്രിയങ്ങളിൽ നീറിപ്പടർന്നു.

"ലോകത്തിൽ എല്ലാം മരണത്തിന് വിധേയമാണ് കുട്ടാ. സത്യം അതൊന്നിന് മാത്രമല്ലേ മരണമില്ലാത്തതുള്ളു? 'തരതിശോകമാത്മാവിത്' കേട്ടിട്ടില്ലേ? സ്വന്തം ആത്മാവിനെ അറിഞ്ഞവന് ശോകത്തെ ജയിക്കാനാവും. ഇന്ദ്രിയങ്ങളെ അടക്കാൻ ശീലിക്കൂ. അതിനായി പ്രാർഥിച്ചോളൂ. ഒക്കെ നേരെയാവും."

അവിടെ ശമദങ്ങൾ വഴികാട്ടികളായി. പിന്നെ വാങ്മനഃകായങ്ങൾ ലോകത്തിനായി ദാനം കൊടുക്കയായിരുന്നു.

നഗരത്തിൽ ചെറിയൊരു ജോലിയും, നന്നെ ചെറിയൊരു വീടും തരമാക്കി. ആത്മതിരസ്കാരം സ്വാതന്ത്ര്യസമര പുളകങ്ങളിലേക്ക് ഊളയിടുകയായിരുന്നു അദ്ദേഹം. ദേശീയ പ്രസ്ഥാനത്തിന്റെ അന്തർധാരകളിലേക്ക് നാടകങ്ങളും കഥകളും നോവലുകളും ചാലുകീറി. ജീവിതത്തിൽ നിന്ന് സ്വയം അടർത്തിമാറ്റി ജീവിതത്തെ നോക്കിക്കാണുക എന്ന തമാശയായിത്തീർന്നു പിന്നീടുള്ള ദിനങ്ങൾ.

മനുഷ്യർക്ക് അറിവ് വേണം. സുഖനിവൃത്തിക്കുള്ള അറിവ്.... അതിനായി അദ്ദേഹം പ്രസംഗവേദികൾ കളരിയാക്കി. ഇതിനിടയിൽ

എന്തെല്ലാം വിരലുകൾക്കിടയിലൂടെ ചോർന്നുപോയി? അമ്മ, അച്ഛൻ, വീട്, ജീവിതം.....

'ഒരിക്കലും നമുക്ക് വേണ്ടാത്തത് ദാനം ചെയ്യരുത് കുട്ടാ. നിനക്ക് ഇഷ്ടമുള്ളവയെന്തോ അവ വേണം അന്യർക്ക് കൊടുക്കുക' എന്ന് അച്ഛൻ തന്നെ പറഞ്ഞുതന്നിട്ടുണ്ടല്ലോ.

വെയിൽനാളങ്ങൾ തലചായ്ച്ചു തുടങ്ങിയാൽ അദ്ദേഹം വെളുത്ത ഉടുപ്പിട്ട്, കീഴ്ത്താടി ഉയർത്തിപ്പിടിച്ച്, 'ഹാ — ലോകമേ — നീയെത്ര സുന്ദരം' എന്ന മട്ടിൽ പ്രസന്നഭാവത്തിൽ റോഡരികിലൂടെ നടന്നുവരുന്നത് കാണാം. പലപ്പോഴും ആ നടത്തം ചെന്നവസാനിക്കുന്നത് ഏതെങ്കിലും പ്രസംഗവേദിയിലായിരിക്കും. അല്ലെങ്കിൽ സാഹിത്യസാംസ്കാരിക നായകന്മാർ ഒത്തുചേരുന്ന ബുക്ക് സ്റ്റാളിൽ.

പ്രസംഗവേദികളിൽ ചെറുപ്പക്കാരാണ് അദ്ദേഹത്തിന്റെ സുഹൃത്തുക്കൾ. ഏകാന്തഗാമിയായ ആ കൃശഗാത്രൻ ആയുസ്സിൽ എത്ര പ്രസംഗങ്ങൾ നടത്തിയെന്ന് സ്വയം തീർച്ചയില്ലാത്ത ഒരു അവസ്ഥയായി കഴിഞ്ഞിരിക്കുന്നു.

സ്വന്തം വേദനകളെ പ്രസംഗലഹരിയാക്കി രൂപാന്തരപ്പെടുത്തുകയാണോ അദ്ദേഹം എന്നായി പലർക്കും വേവലാതി. വിശ്വസിക്കാവുന്ന സുഹൃത്തും വിവേചനബുദ്ധിയുള്ള മാർഗദർശിയും വിജ്ഞാനമുള്ള ഉപദേഷ്ടാവുമായിരുന്ന അദ്ദേഹത്തിന് ഒരു കോടീശ്വരനേക്കാൾ ആത്മസമ്പത്തും നർമബോധവുമുണ്ടെന്ന് സുഹൃത്തുകൾ വിലയിരുത്തി. ശുദ്ധശാന്തമായ ഈ ജീവിതത്തിനിടയിൽ ശേഖരേട്ടന് പിണഞ്ഞുപോയ ഒര പകടമാണ് ഈ ഒളിച്ചോട്ടത്തിന് ഹേതു.

ശേഖരേട്ടന് രണ്ട്മൂന്ന് പുരസ്കാരങ്ങൾ ലഭിച്ച അതേ കൃതിക്കുതന്നെ ഒരു ദേശീയബഹുമതി. കരകവിഞ്ഞ ആഹ്ലാദത്തോടെയാണ് ജനം ഈ ബഹുമതിയെ സ്വീകരിച്ചത്. അന്നു മുതൽ ജനസ്വീകരണങ്ങളുടെ വാരിക്കുഴിയിലേക്ക് ആ സാധുമനുഷ്യൻ നിപതിച്ചു. അവിടെ ക്ലേശയാത്രകളുടെ ആരംഭമായി. കാലത്ത് കൊച്ചിയിൽ, ഉച്ചക്ക് കോഴിക്കോട്, വൈകീട്ട് കൽപ്പറ്റയിൽ......

ഏകാന്തതയും എഴുത്തും ആരോഗ്യവും പണയപ്പെട്ടു. ശേഖരേട്ടന്റെ ചിത്രം പത്രത്തിൽ നിത്യക്കാഴ്ചയായി. അദ്ദേഹത്തിന്റെ കൊച്ചുവീട് നിലവിളക്കുകളെക്കൊണ്ടും കരകൗശലവസ്തുക്കളെക്കൊണ്ടും നിറഞ്ഞു. അലമാരയിൽ പൊന്നാടകളും പട്ടുകളും കവിഞ്ഞു.

ഉൾച്ചൂട് ശരീരത്തെ ആക്രമിക്കുകയായിരുന്നു. തല മാത്രം പുറത്തിട്ട് കമ്പിളിപ്പുതപ്പിന്റെ സ്വസ്ഥതയിൽ പനിച്ചും വിറച്ചും കിടക്കുമ്പോൾ പടിക്കൽ കാറിന്റെ ഹോൺ. ഭാരവാഹികളിലൊരാൾ ക്ഷീണിച്ച ശബ്ദത്തിൽ വിളിച്ചു. "ശേഖരേട്ടാ."

"........."

"ദെന്ത് കിടപ്പാ ശേഖരേട്ടാ, അവിടെ ജനം തിങ്ങിക്കൂടിയിരിക്യല്ലേ. എഴുന്നേൽക്കാല്ലേ?"

"പനിയാണ് മക്കളെ എണീറ്റൂടാ. യാത്ര തീരെയും വയ്യ."

"അയ്യോ...... ചതിക്കല്ലേ ശേഖരേട്ടാ."

യുവാവിന്റെ ശബ്ദം ഇടറി. ശേഖരേട്ടന്റെ മനസലിഞ്ഞു. അദ്ദേഹം എഴുന്നേൽക്കാൻ ശ്രമിച്ചു. ഇതൊരു പ്രോത്സാഹനമാക്കി ചെറുപ്പക്കാർ ചേർന്ന് അദ്ദേഹത്തെ ഉയർത്തിയെടുത്ത് കാറിൽ കൊണ്ടിരുത്തി. അരങ്ങിലെത്തിച്ചു. ശേഖരേട്ടന്റെ കൂമ്പിപ്പോയിരുന്ന പ്രജ്ഞ പിടഞ്ഞുണർന്നു. അദ്ദേഹം ശരീരത്തിന്റെ സകല ആകുലതകളും വ്യാകുലതകളും മറന്ന് പ്രസംഗിച്ചു. ഇടറുന്ന കാൽവെപ്പോടെ ഇറങ്ങിപ്പോയി. ആദ്യം കണ്ട ഓട്ടോറിക്ഷയിൽ കയറി ബസ് സ്റ്റാന്റിലേക്ക്.

അദ്ദേഹം പടിഞ്ഞാറെ അറയുടെ ജനലുകൾ മലർക്കെ തുറന്നു. കുളിരുള്ള വായുവും നിലാവും അകത്തേക്ക് ഓടിക്കയറി, അദ്ദേഹത്തിന്റെ തളർന്ന ദേഹത്തെ വാരിപ്പുണർന്നു. ഉറങ്ങണം, നിഷ്കന്മഷമായ ഹൃദയത്തെ പൂണ്ടുറങ്ങണം. അദ്ദേഹം കണ്ണുകളടച്ചു.

അമ്മയുടെ തിടുക്കപ്പെട്ട കാലൊച്ചകൾ, ഓട്ടുപാത്രങ്ങളുടെ മർമരം, അച്ഛന്റെ ശാന്തഗംഭീരമായ ഉപദേശങ്ങൾ, മുത്തശ്ശിയുടെ പഴങ്കഥകൾ...... ലക്ഷ്മിക്കുട്ടിയുടെ നനുത്ത ചിരി..... ഈ ശബ്ദങ്ങളെ ചവുട്ടിത്തള്ളിക്കൊണ്ട് കരഘോഷങ്ങൾ മുഴങ്ങുകയാണ്. അതാ ഒരു അരങ്ങ്, ഒരു മൈക്ക്. അതിനു പിന്നിലൊരു പോഡിയം. അതിന് പിറകിൽ ദീർഘകായനായ ഒരു മനുഷ്യൻ. ആ മനുഷ്യൻ ചിരിമായാത്ത മുഖത്തോടെ പ്രസംഗിക്കുകയാണ്.

നർമവും സ്നേഹവും ദർശനങ്ങളും.... മനുഷ്യമനസിന്റെ വരണ്ട പ്രതലങ്ങളെ ആ വാക്കുകൾ നീർച്ചാലുകളായി ഉർവരമാക്കുകയാണ്. കരഘോഷങ്ങൾ, ആർപ്പുവിളികൾ. യാത്രാക്ലേശങ്ങളുടെ പാരിതോഷികമായ നടുവേദന. എത്ര ത്യജിച്ചാലും മനസിൽ ഉറഞ്ഞുകൂടുന്ന ആകുലതകൾ. പനി. പിന്നേയും ഭാരവാഹികളുടെ അപേക്ഷ നിറഞ്ഞ മുഖങ്ങൾ. പ്രസംഗം, കൈയടികൾ, കൈയടികൾ......

ശേഖരേട്ടൻ കാതുപൊത്തി. വയ്യ. ഇതൊന്നുമല്ല ആയുസ്സിന്റെ ഉന്നം. ജീവിതത്തിന്റെ പൂർണത. തന്റെ പ്രഭാഷണങ്ങൾ കേട്ട് ലോകത്തിന് അറിവു ലഭിച്ചുവോ?

ശമദമങ്ങൾ ഓർമകളെ ഹനിച്ചുവോ? ജീവിതനദി മുറിച്ചു കടന്നുവോ? ആത്മജ്ഞാനം സിദ്ധിച്ചുവോ?

പണ്ടെന്നോ വായിച്ച ഒരു റഷ്യൻ കവിതയുടെ തർജുമ പെട്ടെന്നോർമ വന്നു.

'ചണ്ഡവാതത്തെത്തേടി പോകുന്നൂ ഭ്രാന്തനവൻ
ചണ്ഡവാതത്തിലുണ്ടോ സ്വസ്ഥത ലഭിക്കുന്നു?'

ശേഖരേട്ടന് പൊടുന്നനെ ചിരി വന്നു. ഇതുവരെ ആളുകളെ ചിരിപ്പിക്കയായിരുന്നു. ഇപ്പോഴിതാ സ്വയം ചിരിക്കുന്നു. ചിരിച്ച് ചിരിച്ച് അദ്ദേഹം ചെരിഞ്ഞു കിടന്നു. പിന്നെ ഉറങ്ങി.

കാണാപ്പുറങ്ങൾ

ശിരസ്സിലൂടെ തണുത്ത വെള്ളം കോരിയൊഴിക്കുമ്പോൾ വീണ്ടും അയാൾക്കത് ഓർമ വന്നു. ഇന്നാണ് അവൾ തന്റെ ഓഫീസിലേക്ക് മാറ്റ മായി വരുന്നത്. അവൾ, ശാരിക. അവളെപ്പറ്റിയോർത്തപ്പോൾ അയാൾക്ക് താൻ കുളിമുറിയിലാണെന്ന കാര്യം മറന്നുപോയി. കാരണം അതൊരു സുഖിതമായ മനംകുളിർപ്പിക്കുന്ന ഓർമയായിരുന്നു.

"നിങ്ങൾ കുളിച്ചു കഴിഞ്ഞില്ലേ? ഇതാ ശാലിനിക്ക് പരീക്ഷയ്ക്ക് പോകേണ്ടതാണ്. ഒന്ന് വേഗമാവട്ടെ."

അയാൾ വാസ്തവമായും ഞെട്ടി. നിശ്ചലസുന്ദരമായ തടാകത്തി ലേക്ക് ഒരു കല്ല് വന്നുവീണതുപോലെ, ഛെ. അയാൾ തല കുടഞ്ഞു. താൻ ആഗ്രഹിക്കാത്തപ്പോഴെല്ലാം ഭാര്യയുടെ ഇടപെടൽ ഉണ്ടാവും. ഇതിന് ഒരവസാനമില്ലേ? കുളിമുറിക്ക് പുറത്തുനിന്നുവന്ന ചോദ്യത്തെ മറന്നു കൊണ്ട്, കുളിമുറിയിൽ പതിച്ചിരുന്ന കണ്ണാടിയിൽ അയാൾ സ്വന്തം മുഖം പരിശോധിച്ചു. ഉണ്ടോ? അത്രയ്ക്കധികം താൻ മാറിയി ട്ടുണ്ടോ? പന്ത്രണ്ട് വർഷങ്ങൾക്ക് ശേഷവും അവൾക്ക് തന്നെ തിരിച്ചറി യാനാവുമോ? തന്റെ സിഗരറ്റുകറപിടിയ്ക്കാത്ത ശുഭ്രമായ ദന്തനിര കൾക്കും, കറുപ്പ് വീഴാത്ത ചുണ്ടുകൾക്കും മാറ്റമൊന്നുമില്ല. താൻ ദീക്ഷ വളർത്തുന്ന സ്വഭാവം ഉപേക്ഷിച്ചിരിക്കുന്നു. പക്ഷെ, ശിരോരോമങ്ങൾ നാമമാത്രമായ ശിരസ്സ് കണ്ടപ്പോൾ അയാൾക്ക് ജീവിതത്തിലാദ്യമായി വ്യസനം തോന്നി. താനേറ്റവും ഇഷ്ടപ്പെട്ടിരുന്ന ആ പെൺകുട്ടി ഈ ഒരു കാരണം കൊണ്ട് തന്നെ തിരിച്ചറിയാതാവുമോ? അതുണ്ടാവില്ല. അവൾ പഴയ പ്രസരിപ്പോടെ, സന്തോഷം മറയ്ക്കാനാവാതെ തന്റെ അരി കിലേക്ക് ഓടിവരുന്നത് അയാൾ മനസിൽ കണ്ടു. മായാത്ത പുഞ്ചിരി യോടെയാണ് അയാൾ കുളിമുറിക്ക് പുറത്തു വന്നത്.

മകളുടെ നീണ്ട തലമുടിയിൽ നീലഭൃംഗാദി എണ്ണ തേച്ചു പിടിപ്പിച്ചിരുന്ന ഭാര്യ അയാളെ അത്ഭുതത്തോടെ നോക്കി.

"ഇന്നെന്താണ് നിങ്ങൾക്ക് കാര്യമില്ലാത്ത ഒരു ചിരി?"

ഇതാ, അതുപോലും അയാൾ കണ്ടുപിടിച്ചിരിക്കുന്നു. മകളെ പതുക്കെ തള്ളി കുളിമുറിയിലാക്കിയിട്ട് സ്വന്തം തലമുടിയിൽ കൈ അമർത്തിത്തേച്ച് അവൾ വീണ്ടും ചോദിച്ചു:

"കേട്ടില്ലേ, ഇന്നെന്താണ് നിങ്ങൾക്ക് വല്ല ലോട്ടറിയും അടിച്ചുവോ?"

അയാൾ മുഴങ്ങുന്ന ശബ്ദത്തിൽ പൊട്ടിച്ചിരിച്ചു.

"നിനക്ക് പണത്തിന്റെ കാര്യം മാത്രമേയുള്ളൂ നോട്ടം. ലോട്ടറിയേക്കാൾ പ്രിയപ്പെട്ടൊരു കാര്യമാണ് എനിക്കിന്ന് കിട്ടാൻ പോകുന്നത്. എന്റെ ഒരു പഴയ സുഹൃത്തിനെ എനിക്ക് തിരിച്ചുകിട്ടാൻ പോകുന്നു. എന്റെ വിരസമായ ജീവിതത്തിന് ഇനി മാറ്റമുണ്ടാവാതിരിക്കില്ല, പിന്നെ....."

തിരിഞ്ഞുനോക്കിയപ്പോൾ ഭാര്യയെ കണ്ടില്ല. പകരം അടുക്കളയിൽ വെപ്പുകാരിയോട് കയർത്തു സംസാരിക്കുന്നത് കേൾക്കാം.

ഓഫീസിൽ പോകാനൊരുങ്ങിക്കഴിഞ്ഞ് അയാൾ വീണ്ടും കണ്ണാടിയിൽ നോക്കി. ഇല്ല, കാര്യമായ മാറ്റമൊന്നും തന്റെ ബാഹ്യരൂപത്തിലില്ല. തനിക്കവളെ വീണ്ടും കണ്ടാൽ എന്തെല്ലാം പറയാനുണ്ട്! ഒരു തവണ ഹൃദയാഘാതത്തിന്റെ ദണ്ഡനയനുഭവിച്ച് താൻ തളർന്നുപോയതും, അങ്ങനെ ജീവിതം തനിക്ക് സമ്മാനിച്ച യാതനകളും, ക്ലേശങ്ങളും, പിന്നെ ഔദ്യോഗികമായി താൻ ഉയർന്നുവന്ന വിജയത്തിന്റെ കഥകളും..... എന്തെല്ലാം!

ബ്രീഫ്കെയ്സുമായി കാറിനടുത്തേക്ക് നടക്കുമ്പോൾ അയാൾ വാച്ചിലേക്ക് നോക്കി. സമയം എട്ട് കഴിഞ്ഞതേയുള്ളു. അകത്തേക്ക് നോക്കാതെ അയാൾ വിളിച്ചു പറഞ്ഞു:

"ഇന്നെനിക്ക് രാവിലെത്തന്നെ ഒരു അടിയന്തര അപ്പോയിമെന്റ്. ശാലിനി തനിച്ച് പൊയ്ക്കൊള്ളു."

പുറകെ ഭാര്യയുടെ അരുളപ്പാടുണ്ടാവുമെന്ന് ഭയന്നെന്നപോലെ അയാൾ വേഗം കാർ സ്റ്റാർട്ട് ചെയ്തു.

ശ്രുതിമധുരമായ ഒരു ഈണം പോലെ ശാരിക എന്നും അയാളുടെ മനസ്സിൽ ഒട്ടിപ്പിടിച്ചിരുന്നു. ഒരിക്കലും തനിക്കവളോട് പ്രേമമായിരുന്നില്ല. പിന്നെന്തായിരുന്നു ആ വികാരം?

അവൾ എത്ര നല്ലവളായിരുന്നു. എത്ര ദയാലുവായിരുന്നു! അവളും മാറിയിരിക്കില്ല. പഴയ പെൺകുട്ടി ഇന്ന് വിവാഹിതയാണ്. ഒരു കുഞ്ഞിന്റെ അമ്മയാണ്. പക്ഷെ, അത്രക്കൊന്നും പരിവർത്തനം അവളിൽ വരുത്താൻ കാലത്തിനാവില്ല.

"നിങ്ങളുടെയീ തമാശകളൊന്നും ഒരു കാലത്തും ഞാൻ മറക്കില്ല, ബാലാജീ."

ഒരു ദിവസം ഊണ് കഴിക്കുമ്പോൾ താൻ പറഞ്ഞ എന്തോ തമാ

ശകേട്ട് കണ്ണിൽ വെള്ളമൂറുന്നതു വരെ ചിരിച്ചിട്ട് അവൾ പറഞ്ഞു:

അപ്പോൾ വിവാഹിതയും അവളുടെ കൂട്ടുകാരിയുമായിരുന്ന വിമല അനുഭവം പറഞ്ഞു.

“കല്യാണം കഴിഞ്ഞാൽ പിന്നെ ഇത്തരം തമാശകൾക്കൊന്നും ജീവിതത്തിൽ സ്ഥാനമുണ്ടാവില്ല കുട്ടീ.”

“അതൊക്കെ വെറുതെ പറയ്യല്ലേ? ഈ പഴമൊഴി ഞാൻ തിരിത്തി ക്കുറിക്കും.” അവൾ ക്യാരറ്റിന്റെ ഒരു കഷണം വായിലിട്ട് ചവച്ചുകൊണ്ട് പറഞ്ഞു.

അവൾ ആദ്യമായി ഓഫീസിൽ ജോയിൻ ചെയ്യാൻ വന്നത് അയാൾക്കോർമ വന്നു. എന്തൊരു പരിഭ്രമമായിരുന്നു അവൾക്കന്ന്. തന്റെ തൊട്ടടുത്ത കസേരയിൽ വന്നിരിക്കാൻ അക്കൗണ്ടന്റ് പറഞ്ഞ പ്പോൾ അവൾ കർച്ചീഫുകൊണ്ട് പലവുരു മുഖം തുടച്ചു.

പിന്നെ പതുക്കെ ചോദിച്ചു:

“തണുത്ത വെള്ളം കിട്ട്വോ കുടിക്കാൻ.”

വാട്ടർ ഫിൽട്ടറിനു നേരെ പേന ചൂണ്ടിക്കൊണ്ട് താൻ ചിരിച്ചു കൊണ്ട് പറഞ്ഞു.

‘‘വെള്ളം ദാ അവിടെയുണ്ട്. പിന്നെ കുട്ടി പരിഭ്രമിക്കേണ്ട. വർക്കെല്ലാം ഞങ്ങൾ പഠിപ്പിക്കാം.”

അമ്പരന്ന ആ മുഖത്ത് പെട്ടെന്ന് സൂര്യനുദിച്ചു. അവൾ ദീർഘ മായി നിശ്വസിച്ചു.

വിചാരിച്ചതിലും മിടുക്കിയായിരുന്നു അവൾ. വളരെ വേഗം അവൾ ജോലികളെല്ലാം പഠിച്ചു.

“മിന്നൽപ്പിണർ പോലൊരു പെൺകിടാവ്.” അക്കൗണ്ടന്റ് മാധ വൻനായർ ഒരു ദിവസം ആരും കേൾക്കാതെ തന്നോട് പറഞ്ഞു. അത് ശരിയായിരുന്നുതാനും. താനായിരുന്നു അവളുടെ ഗുരു. നിസ്സാരവും നിരർഥകവുമായിരുന്നു അതുവരെയുള്ള തന്റെ ജീവിതം. ജീവിതസുഖ ങ്ങൾക്കിടയിലും താൻ ഏകനായിരുന്നു. മനസിലാക്കാൻ ആളില്ലാതെ, മുഖമമർത്തിക്കരയാൻ ഒരു ചുമലില്ലാതെ വിഷണ്ണനും, ചിന്താധീനനു മായിരുന്നു താൻ. അവളും ദു:ഖിതയായിരുന്നു. മാനസികമായി കൊടിയ ദണ്ഡനം അനുഭവിക്കുന്നുവൾ. ഒരു ജ്യേഷ്ഠനെപ്പോലെ അവൾ തന്നെ ബഹുമാനിച്ചു. ഒരു തോഴിയെപ്പോലെ താനവളിൽ ആശ്വാസം കണ്ടെത്തി.

അന്നത്തെ അവളുടെ പ്രധാനപ്രശ്നം തങ്ങളുടെ മേധാവിയായി രുന്നു. ഓഫീസിൽ ഒരു പട്ടാള അന്തരീക്ഷം സൃഷ്ടിക്കാൻ അദ്ദേഹം ഒരുമ്പെട്ടു. കാരണമില്ലാത്ത നിയന്ത്രണങ്ങളും, ചട്ടങ്ങളും കൊണ്ട് അയാൾ സഹപ്രവർത്തകരെ വീർപ്പുമുട്ടിച്ചു. ശാരികയായിരുന്നു പ്രധാന ഇര.

‘‘ശാരികയെ സുകുമാരൻസാർ വിളിക്കുന്നു.’’ പ്യൂണിന്റെ വായിൽനിന്ന് ഇത് കേട്ടയുടൻ അവൾ ഭയന്നുവിരണ്ട കണ്ണുകളോടെ

തന്റെ നേരെ നോക്കും. ശകാരിച്ച് പെൺകുട്ടികളെ കരയിക്കുന്നതിൽ അയാൾ രസം കണ്ടെത്തിയിരിക്കണം.

"കാര്യമില്ലാതെ ശകാരിക്കുന്നവരെ നീ ഉള്ളിൽ പുച്ഛരിക്കുകയാണ് വേണ്ടത്. കാരണം ആത്മവിശ്വാസമില്ലാത്തവരാണ് അങ്ങനെ ചെയ്യുന്നത്. അവർ കുഞ്ഞാടുകളെ നോവിച്ചുകൊണ്ട് അരിശം തീർക്കുന്നു." താൻ ആശ്വസിപ്പിക്കും.

"ശരിയാണ് എനിക്കയാളെ ഒരിക്കലും ഇഷ്ടപ്പെടാനാവില്ല. ഭയവും സ്നേഹവും ഒരിക്കലും ഒരേ കള്ളിയിൽ നിൽക്കില്ല." അവൾ അമർഷത്തോടെ പറയും.

അങ്ങനെ മൂന്നു വർഷങ്ങൾ കഴിഞ്ഞു. തനിക്ക് ഭാര്യയുടെ അച്ഛന്റെ സഹായത്തോടെ നാട്ടിലേക്ക് മാറ്റംകിട്ടി. ഉലഞ്ഞ മനസോടെ ശാരിക തന്നെ യാത്രയാക്കി.

"സാറിന്റെ മകളെയും, ഭാര്യയെയും കാണാൻ ഞാനൊരിക്കൽ വരും."

അവൾ ഇടറുന്ന തൊണ്ടയോടെ പറഞ്ഞു. പക്ഷെ അവൾ ഒരിക്കൽപോലും വന്നില്ല. വന്നത് അവളുടെ ഒരെഴുത്താണ്.

"ഞാനൊരു വിശേഷമെഴുതിയാൽ സാർ ഞെട്ടരുത്. ആത്മവിശ്വാസമില്ലാത്ത ഒരാളെ എനിക്ക് വിവാഹം കഴിക്കേണ്ടിവരും, സുകുമാരൻ സാറിനെ. അയാൾ എന്നുമെന്നെ ഹീനമായി കരയിച്ചിട്ടേയുള്ളു. ഇനി ചിരിപ്പിക്കുമെന്നും വിശ്വാസമില്ല. അച്ഛന്റെ തീരുമാനത്തെ അമ്മയില്ലാത്ത ഞാൻ അംഗീകരിക്കുന്നു. ശരത്കാലത്ത് മരങ്ങളുടെ ശിഖരങ്ങളിൽ വന്നിരിക്കാറുള്ള ഒറ്റപ്പെട്ട ഒരു പക്ഷിയെപ്പോലെയായി എന്റെ മനസ്സ്."

ആ എഴുത്ത് വായിച്ചപ്പോൾ ഏങ്ങലടക്കാൻ പാടുപെടുന്ന തന്റെ കൊച്ചുകൂട്ടുകാരിയെ താൻ കണ്ടു. നഗരാഗ്നിയുടെ ചൂടറിയാൻ പോകുന്ന ആ അരുമപ്രാവിനുവേണ്ടി താൻ പ്രാർഥിച്ചു.

താനന്ന് അവൾക്കൊരു നാലുവരി കത്തെഴുതി.

"വിഷാദംപൂണ്ട്, തണുത്തിരിക്കുന്ന നിന്റെ കുരുന്നു ഹൃദയത്തെ സുകുമാരൻസാറിന്റെ ഊഷ്മളസ്നേഹം സമ്പന്നമാക്കട്ടെ. ജീവിതത്തെ ധൈര്യപൂർവം, ആഹ്ലാദപൂർവം എതിരേൽക്കൂ." അങ്ങനെയെന്തോ ആണ് താനവൾക്ക് എഴുതിയത്.

അതിനുശേഷം വർഷങ്ങളെത്ര കടന്നുപോയി. പാലക്കാട്ട് ഏതോ കല്യാണത്തിനു പോയപ്പോൾ ഒരിക്കലവളെ കണ്ടു. കുഞ്ഞുപിറന്ന കാര്യം അന്നേരമാണറിയുന്നത്.

ഓഫീസ് പോർച്ചിൽ കാർ നിന്നിട്ട് വളരെ നേരമായിരിക്കണം. നേരത്തെയായതുകൊണ്ട് പക്ഷെ സുഖമുണ്ട്. ശല്യക്കാരാരുമില്ല.

ഇന്നിപ്പോൾ കഥയാകെ മാറിയിരിക്കുന്നു. താനിന്ന് അവളുടെ മേലധികാരിയുടെ അങ്കിയണിഞ്ഞു നിൽക്കുന്നു. പക്ഷെ അവൾക്ക് കാണിച്ചുകൊടുക്കണം, ദയാമസൃണങ്ങളായ വാക്കുകളും സ്നേഹവും, വിശ്വാസവും കൊണ്ട് തന്റെ സഹപ്രവർത്തകരെ താനെങ്ങനെ സംതൃപ്ത

രായി ജോലിചെയ്യാൻ അനുവദിക്കുന്നുവെന്ന്. പഴയ മേധാവിയുടെ വിട്ടു വീഴ്ചയില്ലാത്ത, കനത്ത ദുർമുഖം സൃഷ്ടിച്ച വിടവ് തങ്ങളെ എത്ര ത്തോളം വീർപ്പുമുട്ടിച്ചിരുന്നുവെന്ന് ഓർമിപ്പിക്കണം. അവളുടെ വേദന കളെല്ലാം തുറന്നുപറയാനും, കേൾക്കാനും താനുണ്ടെന്ന് പറയണം. ഒരു ദു:ഖിതന് അപരന്റെ വ്യസനങ്ങൾ വേഗം മനസിലാകും. ഓർമകളുടെ ശകലങ്ങൾ മഞ്ഞുകട്ടകൾപോലെ അയാളുടെ മനസിന് ശൈത്യമേകി ക്കൊണ്ട് ഒഴുകിപ്പോയി. അത്യന്തം ഹൃദയഹാരിയായ ഒരു കവിതപോലെ ഓർമയുടെ വരികൾ ഹൃദയം മൂളിക്കൊണ്ടിരുന്നു.

ഉയർന്ന മടമ്പുള്ള ചെരുപ്പിന്റെ കനത്ത ശബ്ദത്തിന്റെ അകമ്പടി യോടെ ആരോ കതക് തള്ളിത്തുറന്ന് അകത്ത് കയറി. അയാൾ കണ്ണട മൂക്കിനുമേൽ ഒന്നുകൂടി ഉറപ്പിച്ച് സൂക്ഷിച്ചു നോക്കി. പകിട്ടേറിയ വസ്ത്ര ങ്ങൾ ഉലച്ചുകൊണ്ട് കയറിവന്ന ഈ സ്ത്രീ അവളാണോ?

അവൾ തന്റെ റിലീവിങ് ഓർഡർ മേശപ്പുറത്ത് വെച്ചിട്ട് അനുവാദം കൂടാതെ എതിരെയിട്ടിരുന്ന കസേരകളൊന്നിൽ ഇരുന്നു.

“ഹോ എന്തൊരു ചൂട്.” അവൾ മുഖത്ത് നോക്കാതെ തന്റെ മനോ ഹരമായ ചേലത്തുമ്പുകൊണ്ട് പതുക്കെ മുഖവും, കഴുത്തും ഒപ്പി ക്കൊണ്ട് പറഞ്ഞു. പിന്നെ അവളുടെ വെളുത്ത് നേർത്ത വിരലുകൾ മേശമേൽ പതുക്കെ താളം പിടിച്ചു.

“ശാരിക എന്നാണെത്തിയത്? ഇന്നലെയോ, അതോ ഇന്നു തന്നെയോ? സുകുമാരൻസാറും, കുട്ടിയും.”

അവൾ തലയുയർത്തി സംസാരത്തെ തടയാനെന്നവണ്ണം ഒന്നു നോക്കി. പക്ഷെ ചിരിച്ചില്ല. പുഞ്ചിരിയോടടുത്ത ഒരു ഉറഞ്ഞ ഭാവം. ഒരു കൊച്ചു ദേവതയെ പ്രതീക്ഷിച്ച താൻ കണ്ടതെന്താണ്? നിസ്സംഗതയായ ഒരു പ്രതിഷ്ഠയെയോ?

അവൾ മറുപടി പറയാത്തത് കണ്ടപ്പോൾ കൊടിയ നിരാശ മറച്ചു പിടിച്ചുകൊണ്ട് ആഹ്ലാദം നിറഞ്ഞ ഒരു പുഞ്ചിരിയോടെ ചോദിച്ചു:

“പുതിയ ജീവിതം എങ്ങനെ? നിനക്ക് സുഖമല്ലേ? ശാരികക്ക് എന്നോടൊന്നും ചോദിക്കാനില്ലേ? എന്റെ ജീവിതത്തെക്കുറിച്ച്. നിന്റെ.....”

“എനി ഞാനങ്ങോട്ട് ചെല്ലട്ടെ സാർ.”

കൂടുതലൊന്നും പറയാൻ നിൽക്കാതെ, മറുപടിക്ക് കാത്തുനിൽക്കാതെ അവൾ വന്നപോലെ തിരിച്ചുപോയി. വിറങ്ങലിച്ച മനസോടെ അയാളത് നോക്കിയിരുന്നു. സങ്കൽപ്പത്തിന്റെ മായാലോകം. താൻ വഞ്ചിതനായതു പോലെ അയാൾക്ക് തോന്നി. അയാൾക്ക് കലശ ലായ ഏകാന്തത അനുഭവപ്പെട്ടു. അയാളുടെ അകം ചുട്ടുനീറി. വിഷാദം കൊണ്ട് കനത്ത ഒരു ഹൃദയത്തോടെ രാത്രി തന്റെ മുറിയിലെ ഇരുട്ടിലി രുന്ന് വളരെക്കാലത്തിനുശേഷം അയാൾ ഒരു മദ്യക്കുപ്പി തുറന്നു.

“നിങ്ങളുടെ കാര്യം വളരെ വിചിത്രം തന്നെ. രാവിലെ ഒരിക്കലും കാണാത്ത ഒരുത്സാഹം. രാത്രിയിൽ അപൂർവമായ ഒരു ദു:ഖം.”

മുറിയിലെ വിളക്ക് തെളിച്ചുകൊണ്ട് ഭാര്യ പതുക്കെ ചിരിച്ചു.

ലജ്ജയും വ്യസനവും താങ്ങാനാവാതെ അയാൾ അവളെ ക്രുദ്ധനായി നോക്കി.

"വീണ്ടും തുടങ്ങിയോ നിങ്ങളുടെ ഈ മദ്യപാനം? ഒരു പെൺകുട്ടിയുണ്ടെന്ന കാര്യം മറക്കേണ്ട."

അവൾ നീണ്ട തലമുടി ഒതുക്കിക്കെട്ടി കട്ടിലിലേക്ക് ചെരിഞ്ഞു കൊണ്ട് പറഞ്ഞു.

അയാൾ നിരാശയോടെ അവളുടെയാ സ്ഥൂലിച്ച രൂപത്തെ നോക്കിയിരുന്നു. വാസ്തവത്തിൽ ഈ ലോകത്തിൽ തന്നെ ആർക്കും ആവശ്യമില്ലേ? ഭാര്യക്ക് സ്നേഹപ്രകടനങ്ങളിലൊന്നും വിശ്വാസമില്ല. അല്ലെങ്കിൽ അവൾക്ക് തന്റെ കയ്യിൽനിന്ന് ബലമായി കുപ്പി വാങ്ങിച്ചിട്ട് തന്നെയൊന്ന് ശകാരിക്കാമായിരുന്നു. തന്റെ ജീവൻ അവൾക്ക് അത്യന്താപേക്ഷിതമാണെന്നൊരു ചെറിയ ധ്വനിയെങ്കിലുമുണ്ടായിരുന്നെങ്കിൽ.......

കാവൽക്കാരൻ

അവൾ കണ്ണുകളടച്ച് കിടക്കുകയായിരുന്നു. അയാൾ വിളർത്ത മുഖത്തോടെ അതു നോക്കിയിരുന്നു. മരിച്ചുകൊണ്ടിരിക്കുന്ന ഒരു രോഗിയാണ് അവളെന്ന് അയാൾക്ക് വിശ്വസിക്കാൻ മനസ്സു വന്നില്ല.

പൊടുന്നനെ ഒരു കള്ളനെപ്പോലെയാണ് രോഗം അവളെ കടന്നുപിടിച്ചത്. അയാൾ വേദനകൊണ്ട് നീറിപ്പുകയുന്ന മനസോടെ അത്ഭുതപ്പെട്ടു. അവളുടെ ആ കൂസലില്ലാത്ത നടത്തവും ഒറ്റക്കവിളിൽ നുണക്കുഴി തെളിച്ചുകൊണ്ടുള്ള മന്ദഹാസങ്ങളും കോപിച്ചാൽ നിയന്ത്രണം വിട്ടുകൊണ്ടുള്ള വാഗ്ശരങ്ങളും എല്ലാം എവിടെപ്പോയി? എല്ലായ്പ്പോഴും നീതിക്കുവേണ്ടി ഒരു ഈറ്റപ്പുലിയെപ്പോലെ ചീറിയിരുന്ന ആ അഭിമാനിയായ സ്ത്രീയോ ഇത്?

രാധിക ഉറങ്ങിയോ?

പതിഞ്ഞ ശബ്ദത്തിലുള്ള ചോദ്യം കേട്ട് വിജയ് ഞെട്ടിത്തിരിഞ്ഞു. ഡോക്ടർ വേണുഗോപാലിന്റെ ശബ്ദമാണത്.

"സെഡറ്റീവ് കൊടുത്തതല്ലേ? മയക്കമാവും. വരൂ, ഉണരും മുമ്പ് വിജയ് വന്ന് എന്തെങ്കിലും കഴിക്കൂ..... രാത്രി എനിക്ക് കഴിക്കാൻ കൊണ്ടുവന്ന മസാലദോശയുണ്ട്. നമുക്കത് പങ്കുവയ്ക്കാം."

വിജയ് അറച്ചുനിന്നു.

"വിജയ് നിങ്ങളിങ്ങനെ പട്ടിണി കിടന്നാലൊന്നും സ്ഥിതി മാറില്ല."

ഡോക്ടറുടെ മുറിയിലെ പച്ചത്തിരശ്ശീലക്ക് പിന്നിലെ മേശമേൽ ടിഫിൻകാര്യർ. വാഷ്ബേസിനിൽ കൈകഴുകി തുടച്ചുകൊണ്ട് ഡോക്ടർ പറഞ്ഞു.

"കൈകഴുകിക്കൊള്ളു. ഞാനിന്ന് നിങ്ങളെ ശിക്ഷിക്കാൻ പോകുന്നു. മസാലദോശയെന്ന് പറഞ്ഞെങ്കിലും ഞാൻ നിങ്ങൾക്കൊരു

സദ്യതന്നെ കൊണ്ടുവന്നിട്ടുണ്ട്. എല്ലാ സരിതയുടെ നിർബന്ധം."

വിജയ് നനഞ്ഞ കൈത്തലത്തിലേക്ക് നോക്കിക്കൊണ്ട് നിശ്ചേഷ്ടനായി ഇരുന്നതേയുള്ളൂ.

"തൽക്കാലം വിജയ് മറ്റെല്ലാം വിസ്മരിക്കാൻ പോകുന്നു. വിജയ് ഇപ്പോൾ എന്റെ അതിഥി മാത്രമാണ്. നാം ഉണ്ണാൻ പോകുന്നു....."

ജീവിതത്തിലാദ്യമായി വിജയ് ഭക്ഷണത്തിന് മുമ്പിലിരുന്ന് പൊട്ടിക്കരഞ്ഞു.

"ഈ സാന്ത്വനങ്ങൾ...... എനിക്കത് താങ്ങാനാവുന്നില്ല.... ഡോക്ടർ...... ഡോക്ടർ കാണുന്നില്ലേ, അവൾ, രാധിക, ആ കട്ടിലിൽ ഊണിന് രുചിയില്ലാതെ, കാപ്പിക്ക് രുചിയില്ലാതെ ഇന്നവൾ ഓറഞ്ച് ജ്യൂസ് കുടിച്ചത് പോലും ഛർദ്ദിച്ചു....."

അയാൾ ഗദ്ഗദത്തോടെ ഡോക്ടറുടെ കൈത്തലം പിടിച്ചമർത്തി. ഡോക്ടറുടെ മുഖത്ത് ദയനീയത നിറഞ്ഞ ഒരു പുഞ്ചിരി വിടർന്നു.

"എനിക്കോർമയുണ്ട് രാധിക തനിച്ചാണ് ഈ നഴ്സിങ് ഹോമിലെത്തിയത്....ഓഫീസിൽ നിന്നു സുഖമില്ലാതെ ലീവെടുത്ത് തനിച്ച്..... തിരക്കുകാരനായ നിങ്ങളെ അവൾ കാത്തില്ല. രോഗത്തിന്റെ ഭീകരത ഒരർത്ഥത്തിൽ അവൾ തന്നെ അനുഭവിച്ചറിഞ്ഞിരുന്നു..... സെൽഫ് റിസ്പെക്ട് ഇത്രയുള്ള സ്ത്രീകളെ ഞാൻ വേറെ കണ്ടിട്ടില്ല. വിജയ് ഊണുകഴിക്കൂ....."

വായിലെ ചോറ് ചാരമായതുപോലെ അയാൾ ഇറക്കാൻ വിഷമിച്ചു.

"നിങ്ങളിനി പട്ടിണികിടക്കരുത്. രാധികയ്ക്കിനി കൂടുതൽ അറ്റൻഷൻ കിട്ടേണ്ടതുണ്ട്..... അവളെ ശുശ്രൂഷിക്കാൻ ഇനി നിങ്ങളല്ലാതെ മറ്റാരുമില്ലതാനും...."

"സാർ ഞാനെല്ലാം ഉപേക്ഷിക്കാം. എന്റെ അഹന്ത, അഭിമാനം, സമ്പത്ത് ഇവയെല്ലാം..... എനിക്കവളെ തിരികെക്കിട്ടണം."

അയാൾ നിസ്സഹായതയോടെ കൈകൾ മലർത്തിക്കൊണ്ട് പറഞ്ഞു.

"വിജയ് തുടങ്ങിയേടത്ത് വീണ്ടുമെത്തുന്നു. നിങ്ങൾ ഭക്ഷണം കഴിക്കൂ....."

പാത്രം കഴുകി മേശപ്പുറത്തുവെച്ച് വിജയ് പുറത്ത് കടന്നു. രാധിക ചെറുചിരിയോടെ അന്വേഷിച്ചു.

"വിജയേട്ടൻ ഊണ് കഴിച്ചില്ലേ?"

"ഉവ്വ്. നിനക്ക് അല്പം കഞ്ഞി തരട്ടെ?"

"വേണ്ട....."

അവൾ കൈകൊണ്ട് വിലക്കി.

"കുറച്ചുവെള്ളം കുടിക്കാം."

ആയാസത്തോടെ കട്ടിലിൽ എഴുന്നേറ്റിരുന്നുകൊണ്ട് അവൾ ഗ്ലാസ്സ് വാങ്ങിച്ചു. ഒരിറക്ക് കുടിച്ചിട്ട് മുഖം ചുളിച്ചു.

"കുറച്ചൂടെ രാധികേ....."

വിജയ് നിർബന്ധിച്ചു.

അവൾ ഛർദിക്കാൻ വരുന്നെന്ന് കഴുത്തിൽ പിടിച്ചുകൊണ്ട് ആംഗ്യം കാണിച്ചു.

"വിജയേട്ടൻ ഇനി വീട്ടിൽ പോകണം. എത്ര ദിവസം ബേങ്കിൽ പോകാതെ ലീവെടുക്കും. വൈകീട്ട് ഇങ്ങോട്ട് പോന്നാൽ മതി. ഇവിടെ ഡോക്ടർമാരും നഴ്സുമാരുമില്ലേ? പകൽ കല്യാണിയമ്മ ഇങ്ങോട്ടു പോരട്ടെ. വിജയേട്ടന്റെ സമാധാനത്തിന്....."

അവൾ ചുണ്ടുകൾ നാക്കുകൊണ്ട് നനച്ചുകൊണ്ട് പതുക്കെ പറ ഞ്ഞു.

"അല്ലെങ്കിലും ഞാൻ തനിച്ചല്ല. എന്റെ നിഴൽപോലെ ആരോ കൂടെ യുണ്ടെന്ന് ഒരു തോന്നൽ. മഞ്ഞിന്റെ ശൈത്യവും ഇരുമ്പിന്റെ കരുത്തു മുള്ള ഒരാൾ. എനിക്കിപ്പോൾ ജീവിതത്തോട് ഒരു അനുരാഗവുമില്ല. വിജ യേട്ടൻ എന്നെ കുറച്ചെങ്കിലും സ്നേഹിച്ചിരുന്നുവെങ്കിൽ എനിക്ക് ജീവി ക്കാൻ ഒരു കൊതിയൊക്കെ ഉണ്ടായേനെ.... ഒരു കണക്കിന് ആ സ്നേഹ ശൂന്യത ഒരനുഗ്രഹമായി ഇപ്പോൾ തോന്നുന്നു."

നിരാശതയും വ്യസനവും വല്ലാത്തൊരു ഉന്മാദവും വിജയിനെ ഗ്രസിച്ചു.

"പക്ഷെ ഞാൻ ഒരടി പിറകോട്ടുവെച്ചപ്പോൾ നീ രണ്ടടി പിറകോ ട്ടുപോയില്ലേ?"

അവൾ ഉറങ്ങിയപോലെ കണ്ണടച്ചു കിടന്നു. വിജയ് മേശപ്പുറത്തി രിക്കുന്ന പുസ്തകങ്ങളിലേക്ക് നോക്കി. അവൾ ആവശ്യപ്പെട്ടിട്ടാണ് ഇതെല്ലാം താൻ ചുമന്നുകൊണ്ടുവന്നത്. പക്ഷെ, അവൾ ഒന്നുപോലും തൊട്ടിട്ടില്ല. ആഗ്രഹിക്കുന്നതൊന്നും ചെയ്യാൻ അവൾക്കിപ്പോൾ കഴിവില്ല. അവൾക്കിപ്പോൾ യാതൊന്നിനെക്കുറിച്ചും ഉൽക്കണ്ഠയില്ല. ഭർത്താവി നെക്കുറിച്ചോ, ഹോസ്റ്റലിൽ കഴിയുന്ന കുട്ടികളെക്കുറിച്ചോ യാതൊന്നി നെക്കുറിച്ചും.....

എന്തുമാത്രം വൃത്തിയായും സുന്ദരമായും അവൾ അണിഞ്ഞൊ രുങ്ങിയിരുന്നു. ആപ്പീസിലേക്ക് അവൾ ഒരുങ്ങിയിറങ്ങുമ്പോൾ താൻ പോലും ഒന്ന് ഒളികണ്ണിട്ട് നോക്കുമായിരുന്നു. മോഹിപ്പിക്കുന്ന എന്തോ ഒന്ന് അവളിലുണ്ടായിരുന്നു. അവളുടെ വ്യക്തിത്വത്തിൽ തുടിക്കുന്ന ആ പ്രത്യേകത. അത് തന്നെ അമ്പരപ്പിച്ചിരുന്നു. എന്തുകൊണ്ടാണ് താൻ അവളിൽനിന്നകന്നത്? അവൾക്ക് ഉണ്ടായിരുന്നതായി അവൾ പറഞ്ഞു തുടങ്ങിയ ഒരു സ്നേഹബന്ധത്തിന്റെ ഓർമയുളവാക്കിയ ചവർപ്പാണോ, അതോ അവളോട് തോന്നിയിരുന്ന അസൂയയോ?

വിജയ് ജനാലക്കൽ ചെന്ന്നിന്ന് പുറത്തേക്ക് നോക്കി. ഇമയന ക്കാതെ നിൽക്കുന്ന വൃക്ഷങ്ങൾ.

ഞാനെന്തിനാണ് നിന്നെ എല്ലായ്പ്പോഴും പീഡിപ്പിച്ചിരുന്നത്; നീയെത്ര സ്നേഹസമ്പന്നയായിരുന്നു. എത്ര നല്ലവളായിരുന്നു. ആ നിന്നെ......

ദുഃഖാധിക്യത്താൽ വിറച്ചുകൊണ്ട് വിജയ് അവളുടെ വരണ്ട പാദങ്ങൾ സ്പർശിച്ചു. അവൾ പുഞ്ചിരിയ്ക്കാൻ ശ്രമിച്ചുകൊണ്ട് പുറംതിരിഞ്ഞു കിടന്നു.

“ഞാനൊന്നുറങ്ങാൻ ശ്രമിക്കട്ടെ.... പക്ഷെ ആ നശിച്ച വേദന....”

അവൾ മുഖം ചുളിച്ചുകൊണ്ട് അടിവയറ്റിൽ കൈപ്പത്തിയമർത്തി.

വേദനയുടെ ആധിക്യത്താൽ അവൾ വിറക്കുന്നത് അയാൾ നിസ്സഹായനായി കണ്ടു. വേദനകൊണ്ട് ഒരു പുഴുവിനെപ്പോലെ അവൾ പിടഞ്ഞു.

ദുഃഖത്താലും ദുസ്സഹമായ സങ്കടത്താലും വാവിട്ടുകൊണ്ട് വിജയ് ഡോക്ടറുടെ മുറിയിലേക്കോടി.

“ഇനി വേദനയുടെ ഇടവേളകൾ കുറഞ്ഞുവരും.... വിജയ് മനസ്സാന്നിധ്യം കൈവിടരുത്.”

സിറിഞ്ചിൽ മരുന്ന് നിറച്ച് വിജയിന്റെ കൂടെ നടക്കുന്നതിനിടയിൽ ഡോക്ടർ പറഞ്ഞു.

രാധിക മയക്കത്തിന്റെ ഇരുണ്ട കയത്തിലേക്ക് ആണ്ടിറങ്ങിയപ്പോൾ ഡോക്ടർ ശബ്ദം താഴ്ത്തിക്കൊണ്ട് പറഞ്ഞു:

“ഇനി നിങ്ങൾക്ക് അറിയിക്കേണ്ടവരെ അറിയിക്കാം.....”

“കുട്ടികൾക്ക് ഹോസ്റ്റലിലേക്ക് ഫോൺ ചെയ്തുകഴിഞ്ഞു. നാളെയെത്തും. മറ്റാരും ഞങ്ങൾക്ക് വരാനില്ല ഡോക്ടർ......”

വിചിത്രമായ ഒരു വിഷാദം വിജയിനെ ഗ്രസിച്ചു. തുടർച്ചയായി ഉറക്കമൊഴിഞ്ഞത് കാരണം അയാൾ ഉണർന്നിരിക്കാൻ വിഷമിച്ചു. വർണപ്പൊട്ടുകൾ കൺമുമ്പിൽ നൃത്തംവെച്ചു. ക്ഷീണാധിക്യത്താൽ അയാൾ വെറും നിലത്ത് കിടന്നുറങ്ങിപ്പോയി. ഉണർന്നപ്പോൾ അയാൾ പരിഭ്രമിച്ചു. രാധിക....

അവൾ കട്ടിൽപ്പടിയിൽ തലയണ ചാരിവെച്ച് പുസ്തകം മറിച്ചു നോക്കുകയായിരുന്നു. അവ്യാഖ്യേയവും ഗൂഢവുമായ ഒരു പുഞ്ചിരി അവളുടെ ചുണ്ടിൽ തത്തിക്കളിച്ചു.

“ഈ പഴയ പുസ്തകങ്ങളെല്ലാം എനിക്കാരാണ് തന്നതെന്ന് വിജയേട്ടനറിയോ. അതൊന്നും ഇതുവരെ പറയാൻ വിജയേട്ടൻ അനുവദിച്ചില്ല. എന്തോ, ഇപ്പോൾ ആ പഴയ ചാരത്തിനടിയിൽ ഞാനൊരു തീപ്പൊരി തിരയുകയാണ്. വിജയേട്ടനോടു ഞാനെല്ലാം പറയാം.....”

അയാൾ വിഷണ്ണനും ചിന്താധീനനുമായി ആ മുഖത്തേക്ക് നോക്കി.

“ഈ വിലപ്പെട്ട പുസ്തകങ്ങളെല്ലാം തന്നെ എനിക്ക് തന്നത് മോഹൻദാസായിരുന്നു. എന്റെ വർണശബളമായിരുന്ന യൗവനകാലത്ത് എന്നെ സ്നേഹിച്ചിരുന്ന ഒരാൾ..... അയാൾ ഒരു രോഗിയായിരുന്നു അക്കാലത്ത്. വീടിന്റെ തട്ടിൻപുറത്ത് താമസിക്കാനെത്തിയ വാടകക്കാരൻ. പുസ്തകങ്ങളാണ് ഞങ്ങളെ അടുപ്പിച്ചത്. അത്ഭുതകരമായ ഒരു പുസ്തശേഖരമായിരുന്നു അയാളുടെ സമ്പാദ്യം. ഞാനും ആ പുസ്തകങ്ങളെല്ലാം വായിച്ചിട്ടുണ്ട്. രാത്രിയിൽ അയാൾ വല്ലാതെ ചുമയ്ക്കും. അപ്പോൾ ഞാൻ കോവണികയറി തട്ടിൻപുറത്തെത്തും. മണ്ണെണ്ണ വിള

ക്കിന്റെ ചഞ്ചലമായ പ്രഭയിൽ അയാളുടെ വിളർത്ത മുഖത്തേക്ക് നോക്കി ഞാനിരിക്കും.....'

രാധിക അസുഖം മറന്നപോലെ, മനോഹരമായി പുഞ്ചിരി തൂകി. ചെറുതായി കിതച്ചുകൊണ്ട് അവൾ പുസ്തകങ്ങൾ മടിയിൽ നിന്നെടുത്തുമാറ്റി.

"ബാക്കി നാളെ പറയാം രാധിക. നീ ഇപ്പോൾ വളരെ ക്ഷീണിച്ചിരിക്കുന്നു."

വിജയ് അവളെ തടുത്തുകൊണ്ട് പറഞ്ഞു. അവൾ പറയുന്നതൊന്നും അയാളിൽ അസൂയയോ കാലുഷ്യമോ ഉണ്ടാക്കിയില്ല. അയാൾ അതിനെല്ലാം അതീതനായിക്കഴിഞ്ഞിരുന്നു.

വിജയിനെ ഒരു പുഞ്ചിരിയോടെ നോക്കിക്കൊണ്ട് അവൾ പറഞ്ഞു തുടങ്ങി.

"അയാൾ ഒരു ദരിദ്രനായിരുന്നു. പക്ഷെ, അദ്ദേഹം ആത്മാവിന്റെ സമ്പത്ത് എനിക്ക് തന്നു. ഞാൻ കൂടുതൽ സമ്പന്നയായി. അദ്ദേഹം കൂടുതൽക്കൂടുതൽ ദരിദ്രനും.... പകൽ മുറിയിലിരുന്ന് എനിക്കദ്ദേഹം കത്തുകളെഴുതും. ഓ ആ തൂലികാവിലാസം....! ചിന്താധീനനായി തട്ടിൻപുറത്തൂടെ ഉലാത്തുന്ന ശബ്ദം ഇന്നും എന്റെ ചെവികളിലലയ്ക്കുന്നു. ധാരാളം വായിച്ച്, ധാരാളമെഴുതി, അദ്ദേഹം വലിയ എഴുത്തുകാരനായിത്തീർന്നു. പക്ഷെ, പിന്നീട് ഞാനൊരു പുസ്തകം പോലും അദ്ദേഹത്തിന്റേത് വാങ്ങി വായിക്കാൻ തുനിഞ്ഞില്ല. എനിക്കറിയാമായിരുന്നു. ഓരോ കഥയുടെ ആത്മാവിലും ഞാനുണ്ടാവുമെന്ന്..... രാത്രിയിൽ ഞാനുറങ്ങാതെ കിടക്കുമ്പോൾ മുഴക്കമുള്ള വിറയാർന്ന മധുരസ്വരത്തിൽ അയാൾ ഗസലുകൾ പാടിയിരുന്നു. ഗസലുകൾ ഇന്നുമെനിക്ക് പ്രിയങ്കരമായത് അതുകൊണ്ടാവണം വിജയേട്ടൻ എന്റെ എല്ലാം തട്ടിയെടുത്തു..... എന്നിട്ട് കാൽക്കീഴിലിട്ട് ചതച്ചരച്ചു....."

അയാൾ അനുതാപത്തോടെ അവളുടെ വിരലുകളിൽ പിടിച്ചു.

"എന്റെ കടങ്ങൾ എത്രയോ വലിയതാണ് വിജയേട്ടാ....."

പതുക്കെപ്പതുക്കെ അവൾ ഒരു ജ്വരഭ്രാന്തിലേക്ക് മൂർച്ഛരിച്ചു വീണു. അമൂർത്ത സ്വപ്നങ്ങൾ പോലെ അവൾക്ക് മുമ്പിൽ കറുത്ത രൂപങ്ങൾ നൃത്തം വെച്ചു. വിളർത്ത മുഖവും അഗ്നിശകലങ്ങൾപോലുള്ള കണ്ണുകളുമുള്ള ഒരു ചെറുപ്പക്കാരൻ അവളോട് പറയുന്നു:

സമാധാനം തേടി നീ എത്തിയത് സമാധാനം അന്വേഷിച്ചിറങ്ങിയ ഈ യാത്രക്കാരനിലായിപ്പോയി. എന്റെ മുമ്പിൽ ഇരുട്ടാണ്. ഇന്ന് ഈ ഇരുട്ടിൽ നീയും പെടും..... ആ ഇരുണ്ട ഗർത്തത്തിലേക്ക് നീ വലിച്ചിഴക്കപ്പെടുകയായിരുന്നു......

ദാസ് എന്നെ പൂർണമായറിഞ്ഞു.... ഈ ലോകത്ത് എന്നെ തനിച്ചാക്കി ദാസ് പോകരുത്.....

അനേകം അവകാശികളുള്ള നിനക്ക് എന്റെ ഇരുട്ടിനെ മടുത്തുപോകും. കണ്ടുകിട്ടാത്തതിനെ അന്വേഷിച്ചിറങ്ങിയ ഈ യാത്രക്കാരനോട് ചേർന്നു നിന്ന് നിനക്കെന്തുകിട്ടാൻ?

പക്ഷെ, എന്തിനാണ് ഈ പുസ്തകങ്ങളും ഒരിക്കലും അണയാത്ത ഓർമകളും തന്ന് നിങ്ങൾ ഓടിപ്പോയത്?

എന്റെ അയൽവാസി സോമയാജിപ്പാട് ഗായത്രി ചൊല്ലുന്നതെനിക്ക് കേൾക്കാം..... നീയാരാണ്? ഞാൻ തന്നെയല്ലേ, എനിക്കേറ്റവും പ്രിയപ്പെട്ട ഞാൻ....?

"ബോധം തീരെ നശിച്ചിട്ടില്ല..... തികച്ചും ശോകപൂർണവും വിലപ്പെട്ടതുമായിരുന്ന ഭൂതകാലത്തിലാവണം ഇപ്പോൾ രാധികയുടെ മനസ്സ്. നിങ്ങൾ ഇതെല്ലാം കേട്ട് സഹിക്കാൻ ശക്തിനേടണം, വിജയ്....."

ഡോക്ടർ വേണുഗോപാലിന്റെ ദയ നിറഞ്ഞ വാക്കുകൾ.

രാധിക പതുക്കെ കണ്ണുതുറന്നു. പുറംകൈയിൽ സൂചി, മൂക്കിൽ കുഴൽ, അവൾക്ക് എഴുന്നേറ്റിരിക്കാൻ കൊതി തോന്നി. ആരാണ് കരഞ്ഞു ചുവന്ന മുഖത്തോടെ തന്റെ മുഖത്തേക്ക് ഉറ്റുനോക്കിയിരുന്നത്. അത് തന്റെ മകനല്ലേ? വികാസ്..... അല്ലല്ല വിനയനാണ്......

"വിനയനും വികാസും ഇവിടെ നിൽക്കേണ്ട. വീട്ടിലേക്ക് പോകണം. അമ്മയ്ക്ക് ഒന്നുമില്ല..... കേട്ടില്ലേ പറഞ്ഞത്?"

അവൾ തളർന്ന ശബ്ദത്തിൽ ചോദിച്ചു. സ്വതേ തരളഹൃദയനായ വികാസ് പൊട്ടിക്കരഞ്ഞു. എല്ലായ്പ്പോഴും ദു:ഖം ഉള്ളിലേക്കമർത്തുന്ന വിനയന്റെ കണ്ണിൽ നിന്ന് ഓരോ തുള്ളി കണ്ണീർ കവിളിലേക്ക് ഒലിച്ചിറങ്ങി.

പിന്നീടുള്ള ദിവസങ്ങൾ വിജയ് അവളുടെ കൈപ്പത്തി തഴുകിക്കൊണ്ട് അടുത്തിരുന്നു. അവൾ യാതൊന്നും സംസാരിച്ചില്ല. ആ കുഴിഞ്ഞ കണ്ണുകൾ എന്തിനോ യാചിച്ചുകൊണ്ട് അയാളെ നോക്കി. ആ നോട്ടം വിജയിന്റെ ഹൃദയത്തെ പിച്ചിച്ചീന്തുന്നതായി തോന്നി.

വാടിയ ഇലകൾപോലെ കൊഴിഞ്ഞു പോകുന്ന നിമിഷങ്ങൾ. ഒരു ജന്മം മുഴുവനും അവളെ സ്നേഹിച്ചുകൊണ്ട്; ആ പ്രിയശരീരത്തിനൊപ്പം കഴിയാൻ അയാൾക്ക് ഉൾക്കടമായ ഒരാഗ്രഹമുണ്ടായി. കാരണം, ആഹ്ലാദത്തിന്റെയോ, സ്നേഹത്തിന്റെയോ കടാക്ഷങ്ങളില്ലാത്ത വിരസവും മ്ലാനവുമായ ഒരു ജീവിതമായിരുന്നു അവർ നയിച്ചിരുന്നത്.

അവളുടെ പ്രിയങ്കരമായ മുഖം, ഗൗരവം മുറ്റിനിൽക്കുന്ന പുഞ്ചിരി.... അതെല്ലാം എവിടെപ്പോയി?

സായംകാലത്ത് വീടിന്റെ അകത്തളങ്ങളിൽ നടമാടിയിരുന്ന നിശ്ശബ്ദത അപ്രതിരോധ്യമായ ഒരു സത്യമായി, അവർക്കിടയിൽ. അടുത്തടുത്ത് കിടന്നാലും പ്രതിസ്പന്ദിക്കാത്ത ശരീരങ്ങൾ.....

"ഭൂമിയിൽ ആരും ആർക്കും താങ്ങാവുകയില്ല. എല്ലാവരും സ്വന്തം നിലനിൽപ്പിനായി സമരം ചെയ്യേണ്ടിയിരിക്കുന്നു. സ്നേഹിക്കുന്നുവെന്ന് വിശ്വസിച്ച് നമുക്ക് ഒരു ജീവിതത്തെ കള്ളത്തരമാക്കേണ്ടതില്ല."

ഒരു ദിവസം വഴക്കിനിടയിൽ അവൾ പറഞ്ഞു.

സ്നേഹം അടിച്ചേൽപ്പിക്കാനോ പിടിച്ചുവാങ്ങാനോ അവൾക്ക് കഴിവില്ലായിരുന്നു. പിടി മുറുകുന്തോറും അയഞ്ഞുപോകുന്ന ഒരു ഊഞ്ഞാലിന്റ അരക്ഷിതത്വം മാത്രമായിരുന്നു അവൾക്ക് ദാമ്പത്യം.

അവളുടെ നെഞ്ചിനകത്ത് വിചിത്രമായ ധ്വനിയോടെ ഒരു പഴയ സ്നേഹത്തിന്റെ തേങ്ങൽ കിടന്നുപിടയ്ക്കുന്നത് വിജയ് കണ്ടു. അവൾ എല്ലായ്പ്പോഴും എന്തോ പറയാനുണ്ടെന്നപോലെ അയാളുടെ കൈ മുറുകെപ്പിടിക്കും. എത്ര നിർബന്ധിച്ചിട്ടും അവൾ തന്റെ ആഗ്രഹം തുറന്നു പറഞ്ഞില്ല. ആ ദുസ്സഹമായ കൊടിയ ദണ്ഡന വിജയിന്റെ ഹൃദയത്തെ പിടിച്ചുലച്ചു. ദാസിനെ ഈ ലോകത്തിന്റെ ഏത് മൂലയിൽ നിന്നാണ് താൻ പിടിച്ചുകൊണ്ടുവരേണ്ടത്....?

വിജയ് തൊണ്ടയുടയും മട്ടിൽ പൊട്ടിക്കരഞ്ഞു.

മഴത്തുള്ളികൾ ശബ്ദമുണ്ടാക്കിക്കൊണ്ട് ജനാലച്ചില്ലുകളിൽ അടിച്ചുകൊണ്ടിരുന്നു. വികാരങ്ങൾ അയാളുടെ ഹൃദയത്തെ പ്രഹരിക്കും പോലെ. അയാൾ ഒരുറച്ച തീരുമാനത്തിലെത്തിച്ചേർന്നു.

അന്വേഷണം എവിടെനിന്ന് ആരംഭിക്കണമെന്ന അമ്പരപ്പ് അയാളെ തളർത്തി. രാധികയുടെ ആ അന്ത്യാഭിലാഷം താൻ സഫലമാക്കുകതന്നെ ചെയ്യും.

വിജയ് പരിക്ഷീണമായ ചുവടുകൾ വെച്ച് കട്ടിലിന്നരികിലെത്തി. അപ്പോഴേക്കും തണുത്ത് വിറങ്ങലിച്ച ഒരു നിഴൽ രാധികയുടെ മീതെ പുതപ്പിട്ടുകഴിഞ്ഞിരുന്നു.......

കരയാത്ത കുട്ടി

സിനിമ തീർന്ന് പുറത്ത് കടന്നപ്പോൾ അവർ പരസ്പരം മുഖത്തു നോക്കാതിരിക്കാൻ ശ്രദ്ധിച്ചു. തിരിക്കൊഴിയാൻ കാത്ത് റോഡരികിൽ ഓട്ടോറിക്ഷക്ക് നിൽക്കുമ്പോൾ അവർ പറഞ്ഞു:

"ഒന്നും കിട്ടുമെന്ന് തോന്നുന്നില്ല. നമുക്കു പതുക്കെ നടക്കാം."

"ഉം" അയാൾ മൂളി.

അവരിരുവരും വിഷാദഗംഭീരമായ ഒരു ഭാവത്തോടെ തലകുനിച്ചു കൊണ്ടു നടന്നു തുടങ്ങി. പരസ്പരം സ്പർശിക്കാതെ, സംസാരിക്കാതെ.

ഇരട്ടക്കുട്ടികളെക്കുറിച്ചുള്ള കഥയായിരുന്നു സിനിമ. സ്ത്രീയുടെ മുഖം സ്തോഭം കൊണ്ടു തുടുത്തിരുന്നു. അവരുടെ എഴുന്നു നിൽക്കുന്ന തോളെല്ലുകൾക്കു കീഴെ നെഞ്ച് ക്രമം വിട്ട് ഉയരുകയും താഴുകയും ചെയ്തു. എന്നോ വറ്റി വരണ്ടുപോയിരുന്ന കണ്ണുനീർ ഗ്രന്ഥികൾ ഉൽപ്പാദിപ്പിച്ച നീരുറവകൾ അവർ തടഞ്ഞു നിർത്തിക്കൊണ്ടിരുന്നു. പ്രസവശേഷം നിറകുംഭങ്ങളായിത്തീരുമ്പോഴെന്നപോലെ അവരുടെ മാറിടങ്ങളിൽ ഒരു കടച്ചിൽ അനുഭവപ്പെട്ടു.

പുറത്തു കാണിക്കാൻ വയ്യാത്ത ഒരു വിങ്ങിപ്പൊട്ടൽ അയാളും അനുഭവിച്ചു. ഒരു കരയാത്ത കുട്ടി, മരിച്ചിട്ടും മൺമറയാത്ത കുട്ടി, ശ്രാദ്ധമൂട്ടാത്ത കുട്ടി. വർഷങ്ങൾക്കുശേഷവും അയാളെ അസ്വസ്ഥപ്പെടുത്തി. പാതി ചിമ്മിയ കണ്ണുകളാൽ നോക്കിക്കൊണ്ട് പിഞ്ചു കയ്യാൽ അമ്മയുടെ നിറമുലകൾ തട്ടിമാറ്റുന്ന ഒരു ശിശു.

"ലക്ഷ്മിക്ക് ദാഹം തോന്നുന്നുണ്ടോ?"

അയാൾ പെട്ടെന്നു ചോദിച്ചു. അവരൊന്നു ഞെട്ടി. പിന്നെ ഉറക്കമുണർന്നതുപോലെ ഇരുട്ടിലേക്കും നടവഴിയിലേക്കും അമ്പരപ്പോടെ നോക്കി. സെക്കന്റ് ഷോ കഴിഞ്ഞ് ആളുകൾ ചിതറിപ്പിരിഞ്ഞിരിക്കുന്നു.

പാത ശൂന്യമായിരുന്നു. വിചാരിക്കാതെ അയാളുടെ മെല്ലിച്ച കൈത്തണ്ട കടന്നെടുത്തുകൊണ്ട് അവർ ചോദിച്ചു.

"നിങ്ങളന്ന് എന്തു ചെയ്തു കുട്ട്യേ? സത്യം പറയൂ. ഇപ്പോഴെങ്കിലും പറയൂ."

ഇടറുന്ന തൊണ്ടയോടെ പാതി മുറിഞ്ഞുപോയ ഒരു സ്വപ്നത്തിന്റെ ഇഴകൾ കൂട്ടിക്കെട്ടാനുള്ള ഒരു വെമ്പലോടെ.....

"എന്താദ്, ലക്ഷ്മി....." ഞാൻ മുമ്പ് പറഞ്ഞു തന്നിട്ടില്ല്യേ. എനിക്ക് മനസിലായി. ഈ സിനിമ നമുക്ക് കാണേണ്ടിയിരുന്നില്ല. അവനെക്കുറിച്ച് നീ വീണ്ടും ഓർമിച്ചൂല്ലേ? സാരല്യ കൊല്ലം കുറെ കഴിഞ്ഞില്യേ? നീയതൊക്കെ മറക്കണം."

അവരുടെ മുഖത്തേക്കു വീണ നരച്ച മുടിച്ചുരുളുകൾ പുറകോട്ടൊതുക്കി, പച്ചകൈത്തറി സാരി ചുറ്റിയ ആ മെലിഞ്ഞ ദേഹത്തെ ചുമലിൽ കൈചേർത്തുപിടിച്ചു കൊണ്ട് അയാൾ നടന്നു. ചോലമരങ്ങളുടെ നീണ്ടുനീണ്ടുപോകുന്ന തണൽവഴിയിലൂടെയെന്ന വണ്ണം അനുസരണയോടെ അവർ അയാൾക്കൊപ്പം നടന്നു. അവർ പിന്നീടൊന്നും പറഞ്ഞില്ല. എങ്കിലും ആ പഴയ മൗനത്തിലേക്ക്, പ്രസവശേഷം അവൾക്കുണ്ടായിരുന്ന ആ ഘനഗഹനമായ മൗനത്തിലേക്ക് അവൾ വീണ്ടും കാൽ തെറ്റി വീഴുമോ എന്നയാൾക്ക് പേടി തോന്നി.

"ഇന്ന് രാഹുലന് ഒന്ന് ഫോൺ ചെയ്യണം."

കുളിമുറിയിൽ നിന്നു പുറത്തു കടന്ന് കഴുത്തും മുഖവും തുടച്ചുകൊണ്ടു അവർ പറഞ്ഞു.

"വിളിക്കാം. പക്ഷെ, ഈ അർധരാത്രി തന്നെ വേണോ? അവൻ പഠിത്തമൊക്കെ കഴിഞ്ഞ് ഉറങ്ങാൻ കിടന്നിട്ടുണ്ടാവും. ഈ നേരത്ത് ഹോസ്റ്റലിലേക്ക് വിളിച്ചാൽ," അയാൾ ആശങ്കപ്പെട്ടു.

"എന്നാൽ വേണ്ട. നാളെ വൈകിട്ട് വിളിക്കാം."

അവർ ഉറങ്ങുവാൻ കിടന്നു. അകത്തും പുറത്തും ഉഷ്ണം തന്നെയായിരുന്നു. അയാൾക്ക് ഉറങ്ങാൻ കഴിഞ്ഞില്ല. അകലെ നഗരത്തിൽ ബിസിനസ്സ് മാനേജ്മെന്റിനു പഠിക്കുന്ന ഏക മകനെക്കുറിച്ച് എന്തൊക്കെയോ ഓർത്തുകൊണ്ട് അയാൾ ഉറക്കം വരാതെ കിടന്നു.

രാത്രിയിലെ ദുഃസ്വപ്നങ്ങളെ തട്ടിത്തകർത്തുകൊണ്ട് പ്രഭാത പ്രകാശം ഇമതാഴ്ത്തിക്കൊണ്ട് കടന്നുവന്നു.

"ഇന്നല്ലേ പെൻഷൻ വാങ്ങുവാൻ പോകേണ്ട ദിവസം?" ഭാര്യ ഓർമിപ്പിച്ചു.

ഉച്ചയ്ക്ക് വിയർപ്പിൽ മുങ്ങി വീട്ടിൽ തിരിച്ചെത്തിയപ്പോൾ അവർ അൽപ്പം ആഹ്ലാദത്തോടെ പറഞ്ഞു.

"ഇന്നെന്തോ അല്പം ഉന്മേഷം തോന്നുന്നു. രാഹുലന്റെ ഫോൺ വന്നു. അവന്റെ ശബ്ദം ഞാൻ കേൾക്കാൻ ആഗ്രഹിച്ചപ്പോഴേക്കും.... പക്ഷെ, അവന് അഞ്ഞൂറു രൂപ അടിയന്തരമായി അയയ്ക്കണമത്രെ. അച്ഛൻ പെൻഷൻ വാങ്ങി വന്നാൽ അയയ്ക്കാം എന്നു പറഞ്ഞിട്ടുണ്ട്."

അവർ ചിരിച്ചപ്പോൾ അയാൾക്ക് ഹൃദയത്തിലൊരു നേർത്ത വിങ്ങൽ അനുഭവപ്പെട്ടു.

ഊണു കഴിഞ്ഞ് അയാൾ പത്രത്തിലേക്ക് മുഖം കുനിച്ചപ്പോൾ അവർ പിറകിൽ വന്നു പറഞ്ഞു.

"ഇന്ന് നമുക്ക് എക്സിബിഷനുപോകണം. തെക്കേലെ കൃഷ്ണേട്ടനും സരോജിനിം ഇന്നലെ പോയത്രെ. കാണാനും കേൾക്കാനും ഏറെണ്ടത്രെ ഇക്കുറി. ജാതകഫലം പറയണ യന്ത്രം. ചെവിയിലൊരു ഇയർഫോൺ ഘടിപ്പിച്ചാൽ കേൾക്കാത്രെ ജാതകഫലം."

അവർ പൊട്ടിച്ചിരിച്ചു. ചിരിയുടെ അലകൾ അടങ്ങിയപ്പോഴേക്കും അയാൾക്ക് ഉറക്കം വന്നു തുടങ്ങിയിരുന്നു. അവർ പത്രം അയാളുടെ നെഞ്ചിൽ നിന്നെടുത്ത് മടക്കി മേശപ്പുറത്തു വെച്ചു. പറക്കാനൊരുങ്ങുന്ന പക്ഷിയുടെ ചിറകുകൾ പോലെ അതിന്റെ അകം പിടച്ചുകൊണ്ടിരുന്നു. അല്ലെങ്കിൽ ശ്വാസം കിട്ടാതെ പിടയുന്ന ഒരു പിഞ്ചുകുഞ്ഞിന്റെ നെഞ്ചു പോലെ.

അയാൾ ഉറങ്ങുകയായിരുന്നില്ല. ഉറക്കത്തിനും ഉണർച്ചയ്ക്കുമിടയിൽ ഒരു നൂൽപ്പാലത്തിലൂടെ നടക്കുകയായിരുന്നു. അപ്പോൾ സിനിമയിലെ സുന്ദരനായ ചെറുപ്പക്കാരൻ, മക്കളില്ലാത്ത ഒരമ്മയ്ക്ക് പ്രസവാലസ്യത്തിൽ നിന്നുണരാത്ത ഭാര്യപോലുമറിയാതെ തന്റെ ഇരട്ടക്കുട്ടികളിലൊന്നിനെ ഉദാരമായി ദാനം ചെയ്തത്. പിന്നെ കുട്ടിയെ വിട്ടുകിട്ടാൻ വേണ്ടി അയാൾ സഹിച്ച ക്ലേശങ്ങൾ, അപമാനങ്ങൾ...... അതെല്ലാം അയാളുടെ മനസിൽ വീണ്ടും വീണ്ടും വന്നും പോയും കൊണ്ടിരുന്നു. തുരുമ്പെടുത്തു പോയിരുന്ന ചില ഓർമകൾ ഉള്ളു നീറ്റുന്ന കുറ്റബോധമായി തെളിഞ്ഞുവന്നു.

ലക്ഷ്മി പ്രസവിച്ച ഇരട്ടക്കുട്ടികളെയും അയാൾ ഓർത്തു. എത്ര ബുദ്ധിമുട്ടിയാണ് ഗർഭകാലത്ത് അവൾ നാളുകൾ കഴിച്ചിരുന്നത്! ഏഴാം മാസത്തിൽ തന്നെ പൂർണഗർഭത്തിന്റെ ഭാരവും പേറി അവൾ കുട്ടികളെ പഠിപ്പിക്കാൻ പോയത്. വയറ്റിൽ ഇരട്ടകളാണെന്ന വിവരം എക്സ്റേയിലൂടെ അറിഞ്ഞപ്പോൾ ആദ്യം ഞെട്ടിയത്. പിന്നീട് സത്യത്തെ ഉൾക്കൊണ്ടു കഴിഞ്ഞപ്പോൾ കാത്തിരിപ്പ്. എന്തെല്ലാം ഒരുക്കങ്ങളായിരുന്നു! ഇരട്ടക്കുട്ടികൾ, ഇരട്ടക്കിടക്കകൾ, ഇരട്ടക്കുപ്പായങ്ങൾ...... പ്രസവം അടുത്തപ്പോൾ തനിക്കായിരുന്നു പേടി. ഇരട്ടവേദന അവളെങ്ങനെ താങ്ങും എന്നതായിരുന്നു പരിഭ്രമം. പ്രസവം നടന്നു. രണ്ട് ആൺകുട്ടികൾ. അവൾ വിസ്മയഭാവത്തോടെ കുട്ടികളെ നോക്കിക്കൊണ്ട് ചെരിഞ്ഞു കിടന്നത്. രക്തവാർച്ച കൊണ്ട് അവൾ നന്നേ ക്ഷീണിച്ചിരുന്നു. കരയാത്ത കുട്ടിയുടെ മേൽ അവളുടെ ദൃഷ്ടികൾ ഉറച്ചു. ജനിച്ചയുടൻ പൃഷ്ഠത്തിലെത്ര അടിച്ചിട്ടും കരയാത്ത കുട്ടി. പതിഞ്ഞ ചെവികളും ചെറിയ വായയും. മറ്റേക്കുട്ടിയേക്കാൾ ആരോഗ്യം കുറവായിത്തോന്നിച്ചു. കണ്ണുകൾ പാതിതുറന്ന് അവൻ അയാളെ ഉറ്റു നോക്കുന്നതായി തോന്നി. ജനിച്ചയുടൻ കുട്ടികൾക്ക് വ്യക്തമായ കാഴ്ചയുണ്ടാവില്ല എന്ന് വായിച്ചറിഞ്ഞിരുന്നു. എന്നിട്ടും......

രണ്ടാമത്തെ ദിവസവും കുട്ടി പാൽ കുടിക്കാൻ തയ്യാറാവാതിരുന്നപ്പോൾ സ്വകാര്യ ആശുപത്രിക്കാർ മെഡിക്കൽ കോളേജിലേക്ക് റെഫർ ചെയ്തു. അയാളും അമ്മയും കുട്ടിയുമായി തണുത്ത രാത്രിയിൽ മെഡിക്കൽ കോളേജിന്റെ ഒരു വിഭാഗത്തിൽ നിന്ന് മറ്റൊരു വിഭാഗത്തിലേക്ക് പലതരം പരിശോധനകൾക്കായി കോണിപ്പടികൾ കയറിയിറങ്ങി. എക്സ്റേ.... സ്കാനിങ്.....

"ഇവനൊരു അപൂർവ ശിശുവാണ്. ശ്വാസകോശങ്ങൾ വികസിക്കാത്ത കുട്ടി. എന്നിട്ടും രണ്ടു ദിവസം മുഴുവൻ ഈ ലോകത്ത് നില നിന്ന കുട്ടി."

ചെറുപ്പക്കാരനായ ഡോക്ടർ വെളിച്ചത്തേക്ക് എക്സ്റേ ഫിലിം നീട്ടി പിടിച്ചു.

"കാണുന്നില്ലേ, ചെറിയ രണ്ടു മൊട്ടുകൾ പോലെ..... അതാണ് ശ്വാസകോശങ്ങൾ. ഒന്നും ചെയ്യാനില്ല, മിസ്റ്റർ ഒന്നും ചെയ്യാനില്ല. എന്നാൽ നിങ്ങൾക്കൊന്ന് ചെയ്യാം. ഇവനെ ഞങ്ങൾക്ക് വിട്ടുതരാം. ഇനി വരാൻ പോകുന്ന അനേകം വൈദ്യ വിദ്യാർഥികൾക്കായി, വൈദ്യശാസ്ത്രത്തിനായി ഇവനെ ഞങ്ങൾക്ക്....."അമ്മ എതിർപ്പോടെ അയാളുടെ കയ്യിൽ പിടിച്ചു.

അയാൾ ഒരു വികാരവും കൂടാതെ കുട്ടിയെ ഡോക്ടറുടെ മേശപ്പുറത്ത് കിടത്തി. അതൊരു ജീവനുള്ള കുട്ടിയാണെന്നോ, അവനെ പ്രതീക്ഷിച്ചുകൊണ്ട് ലോലപ്രകൃതയായ ഒരു സ്ത്രീ കാത്തിരിക്കുന്നു എന്നോ അയാൾക്ക് ഓർമ വന്നില്ല. തനിക്ക് ഒരു കുട്ടി കൂടിയുണ്ടല്ലോ എന്നായിരുന്നു അയാൾ സമാധാനിച്ചത്. ചികിത്സിച്ചാലും കിട്ടാത്ത ഒരു കുട്ടിക്ക് വേണ്ടി അധികം പ്രയത്നിക്കാൻ തനിക്ക് മനസില്ലായിരുന്നു എന്നു വേണം കരുതാൻ. 'നാം പ്രായോഗികമായി ചിന്തിക്കണം അമ്മേ. ഇതാണ് ധർമം. ദൈവം ഒരു കൈകൊണ്ട് അധർമികളെ ശിക്ഷിക്കുമ്പോൾ മറുകൈകൊണ്ട് ധർമ്മിഷ്ഠരെ അനുഗ്രഹിക്കുന്നു. ഇതൊക്കെ അമ്മയല്ലേ പറഞ്ഞു തന്നത്. മെഡിക്കൽ കോളേജിനു വേണ്ടി ഇത്രയെങ്കിലും ചെയ്യാൻ കഴിഞ്ഞുവല്ലോ.....' എന്ന മട്ടിലെന്തൊക്കെയോ അമ്മയോട് പറഞ്ഞതായി ഓർക്കുന്നു. യൗവനത്തിന്റെ അപക്വചിന്തകൾ..... ബഹിർഭാഗസ്ഥങ്ങളായ ചിന്തകൾ.....

എന്നാൽ ഇന്നലെ ആ സിനിമയിലെ അച്ഛൻ അയാളെ പലതും ഓർമിപ്പിക്കയായിരുന്നില്ലേ? അങ്ങനെ ആയിരുന്നില്ല വേണ്ടിയിരുന്നത്. കുട്ടിയോട് അൽപ്പം സ്നേഹം കാണിക്കാമായിരുന്നു. കുട്ടിക്ക് ശ്വാസമുള്ളിടത്തോളം അവനെ ശുശ്രൂഷിക്കാമായിരുന്നു. ഒന്നും ചെയ്തില്ല.... ഒന്നും.

പ്രദർശനനഗരി അലങ്കാര ദീപങ്ങൾ വാരിയണിഞ്ഞു നിൽക്കുന്നു. വെളിച്ചപ്പൊട്ടുകൾ. എങ്ങും വെളിച്ചങ്ങൾ മാത്രം. തുണിത്തരങ്ങളും അലങ്കാര വസ്തുക്കളും പ്ലാസ്റ്റിക് സാധനങ്ങളും വിൽക്കുന്ന കടകളിൽ കയറാതെ അവർ കാഴ്ചകൾ കണ്ടു നടക്കുന്ന രണ്ടു കുട്ടികളായി. പൊലീസ്

പവലിയനിൽ കയറി പലതരം തോക്കുകൾ കണ്ടു. ഹെഡ്ഫോൺ ചെവി യിൽ ചേർത്ത് ഭാവിഫലങ്ങൾ പറയുന്നത് കേട്ട് ഭാര്യ പൊട്ടിച്ചിരിച്ചു. ജീവിതാർഥചിന്തകളെ അവൾ അടർത്തി മാറ്റുകയായിരുന്നു. വിശന്ന പ്പോൾ മൈതാനത്തെ ഭോജനശാലകളിലൊന്നിൽ കയറി ബജിയും, ചട്നിയും കഴിച്ചു. നടന്നു തളർന്നപ്പോൾ അവർ കരിഞ്ഞുണങ്ങിയ പുല്ലു കളിൽ വിശ്രമിച്ചു.

ഭാര്യ പുഞ്ചിരി മായാത്ത മുഖത്തോടെ പരിസരം ശ്രദ്ധിച്ചുകൊണ്ടി രുന്നു. യന്ത്രഊഞ്ഞാലിൽ പരിഷ്കൃത വേഷം ധരിച്ച് ഉറക്കെയുറക്കെ ചിരിച്ചുല്ലസിക്കുന്ന പെൺകുട്ടികളെ നോക്കി അവർ വാത്സല്യപൂർവം പുഞ്ചിരിച്ചു.

"നമുക്കിനി മടങ്ങിപ്പോകാം. ഞാൻ വല്ലാതെ ക്ഷീണിച്ചു." അയാൾ നെഞ്ചു തടവിക്കൊണ്ട് പറഞ്ഞു.

"വരട്ടെ, നമുക്ക് മെഡിക്കൽ പവലിയനിൽ കൂടി കണ്ടിട്ടുപോകാം." ഭാര്യ ചുറുചുറുക്കോടെ എഴുന്നേറ്റു. അയാൾ മനസില്ലാമനസോടെ അവരെ അനുഗമിച്ചു. ചുറുചുറുക്കുള്ള, ചെറുപ്പക്കാരായ ഡോക്ടർമാർ പുഞ്ചിരിയോടെ കാര്യങ്ങൾ പറഞ്ഞുകൊടുത്തുകൊണ്ടിരുന്നു. ശുദ്ധജല ഉപയോഗത്തിന്റെ ആവശ്യകത, സാംക്രമികരോഗങ്ങൾ, എയ്ഡ്സിനെ ക്കുറിച്ചുള്ള ഉദ്ബോധനങ്ങൾ..... ഡിസക്ട് ചെയ്തുവെച്ച ജീവനുള്ള നായയുടെ ഹൃദയമിടിപ്പുകൾ..... അയാൾ ക്യൂവിലൂടെ മുമ്പോട്ട് നീങ്ങി ക്കൊണ്ടിരുന്നു. ഭാര്യ അൽപ്പം മുന്നിൽ നടക്കുന്നത് കാണാമായിരുന്നു. 'തൊടരുത്' എന്നു വെള്ള കട്ടിക്കടലാസ്സിൽ എഴുതിവെച്ച ഒരു അറിയി പ്പിനു മുമ്പിൽ അവൾ തറഞ്ഞു നിൽക്കുന്നത് അയാൾ കണ്ടു. അയാൾ ധൃതിയിൽ ക്യൂ കവച്ച് മുമ്പോട്ട് നീങ്ങി. നിരോധനത്തെ അവഗണിച്ചു കൊണ്ട് അവർ ഒരു ചതുരൻ സ്ഫടികപാത്രത്തെ തലോടിക്കൊണ്ടി രുന്നു. അയാൾക്ക് ഹൃദയം പൊട്ടിച്ചിതറുന്നതായി തോന്നി. 'ശ്വാസകോ ശമില്ലാതെ ജനിച്ച അത്ഭുത ശിശു.' പിളർന്ന നെഞ്ചിൽ ശ്വാസകോശ ത്തിന്റെ സ്ഥാനത്ത് രണ്ട് ചെറുമൊട്ടുകളുള്ള ഒരു കുട്ടി. അനക്കം തട്ടി അവൻ ഫോമലിൻ പൂളിൽകിടന്ന് പതുക്കെ ആടി. അയാളുടെ ഹൃദയം നടുങ്ങി.

"മതി. പോരു, മതി." അയാൾ ഓർമപ്പെടുത്തി.

"സർ, ഇതൊരു അത്ഭുത ശിശുവാണ്. വർഷങ്ങളായി എംബാം ചെയ്ത്....." ചെറുപ്പക്കാരനായ ഡോക്ടർ വിസ്തരിക്കാൻ തുടങ്ങി. അപ്പോഴും അയാൾ ഒരു വിരലുയർത്തി തടഞ്ഞുകൊണ്ട് പറഞ്ഞു.

"മതി മതി..... മനസ്സിലായി......."

ഭാര്യ പതുക്കെ അയാൾക്ക് നേരെ ശിരസ്സുയർത്തി. കനൽകൊണ്ട് കത്തുന്ന പോലെ ഒരു നോട്ടം. ഒരു ചെറുപ്പക്കാരിയുടെ കത്തുന്ന നോട്ടം. ആത്മാവിന്റെ അഗാധതയിലേക്ക് ചുഴിഞ്ഞിറങ്ങുന്ന നോട്ടം.

"നിങ്ങൾ എന്തുചെയ്തു? എന്റെ കുട്ടിയെ എന്തുചെയ്തു? ആശു പത്രിയിൽ നിന്ന് വന്നിട്ട് അവനെ ദഹിപ്പിക്കുവാനോ, മണ്ണിട്ടുമൂടുവാനോ ഉള്ള സമയം ആയിട്ടില്ല. പറയൂ. നിങ്ങളവനെക്കൊണ്ട് കളഞ്ഞുവോ?"

അന്ന് ഷർട്ടിന്റെ കോളറിൽപ്പിടിച്ച് അലറിക്കൊണ്ടിരുന്ന ആ ചെറുപ്പക്കാരിയല്ലേ ഇത്? വാക്കുകളുടെ സ്ഫോടനദീപ്തിയിൽ ജ്വലിച്ച ആ പെണ്ണ്? അത് ജീവിതത്തിന്റെ ഒരു മൂർധന്യാവസ്ഥയായിരുന്നു.

"അവന് ശ്വാസകോശങ്ങൾ രൂപപ്പെട്ടിട്ടില്ലായിരുന്നു ലക്ഷ്മി. അവന് അത്രയേ ആയുസ്സു കിട്ടിയുള്ളു. നമുക്കവനെ മറക്കാം. ആരോഗ്യമുള്ള ഒരു കുട്ടിയെ നമുക്ക് കിട്ടിയല്ലോ" അവളുടെ ഗളനാളത്തിൽ ഒരു വലിയ തേങ്ങൽ പൊട്ടിയുടഞ്ഞു.

അന്ന് അത്രയേ അയാൾ പറഞ്ഞിരുന്നുള്ളു. എന്നിട്ടും അവൾ മിക്കപ്പോഴും മൗനത്തിലേക്ക് വീണു. ജീവിക്കുവാൻ താൽപ്പര്യമില്ലാത്ത ഒരു മട്ട്. പലപല ജീവിതഘട്ടങ്ങളുടെ അനിവാര്യതകൾ അവളെ പഴയതുപോലെയാക്കി. പക്ഷെ, ഇനി.....?

തിരക്കു വർധിച്ചപ്പോൾ, തിടുക്കപ്പെട്ട് അവിടന്ന് രക്ഷപ്പെടാൻ അവർക്ക് കഴിഞ്ഞില്ല. അയാൾ സ്വയമറിയാതെ ഒരിക്കൽക്കൂടി തിരിഞ്ഞു നോക്കി. അടർന്നു നിന്ന ചാരനിറമുള്ള തൊലി, ചാമ്പിയ കണ്ണുകളിൽ ജൈവസ്ഫുരണങ്ങൾ ഉയിർത്തെഴുന്നേറ്റ്, കൃഷ്ണമണികൾ ചലിക്കുന്നുണ്ടോ? അയാൾക്ക് കൈത്തലം വിയർക്കുന്നതായി തോന്നി. അയാൾ പ്രാർഥനയോടെ ആൾക്കൂട്ടത്തിനിടയിലേക്ക് ഒരു മോഹാലസ്യത്തിലേക്ക് കൂപ്പുകുത്തി.

അവളുടെ വീട്

അയാൾ ആ വലിയ ഇരുമ്പുഗേറ്റിന്റെ താഴെടുത്തതേയുള്ളു. ഒരു വല്ലാത്ത ശബ്ദത്തോടെ അത് രണ്ടായി പിളർന്നു. അപമാനിക്കപ്പെട്ട ഒരു സ്ത്രീയുടെ തേങ്ങൽ പോലെ. അയാൾ വിചാരിച്ചു.

കോൺക്രീറ്റിട്ട വിശാലമായ മുറ്റത്ത് ചെറിയ കളങ്ങളിൽ പച്ചപ്പുല്ല് അസന്തുലിതമായി വളർന്നിരുന്നു. അപ്പോഴാണ് അയാളത് ശ്രദ്ധിച്ചത്. വെളുത്ത അഴികളോടുകൂടിയ ഒരു നായ്ക്കൂട്! അവൾ സ്വന്തം വീട്ടിൽ ഒരു മൃഗത്തെ കൂട്ടിലിട്ടു വളർത്തുമെന്നത് അയാൾക്ക് ഓർക്കാനെ വയ്യാ യിരുന്നു. പക്ഷെ, അവളുടെ ഇഷ്ടങ്ങൾ മാത്രമല്ലല്ലോ വീട്ടിൽ നടപ്പിലാ വുക. അയാൾ ആശ്വസിച്ചു.

വീട് കാക്കുന്ന നായ്ക്കളെ ഒരിക്കലും അയാൾ ഭയന്നില്ല. പകരം ഉള്ളിൽ കവിയുന്ന സഹതാപമേ അവറ്റകളോട് തോന്നിയിട്ടുള്ളു. കണ്ണിൽ വ്യസനത്തിന്റെ നനവും, മുഖത്ത് നിസ്സഹായതയുടെ പകപ്പും അവറ്റക ളിൽ അയാൾ ദർശിച്ചു. എന്നാൽ ഈ വീട്ടിലെ നായ്ക്കൂട് ശൂന്യമായി രുന്നു. പുറത്തെങ്ങും ഒരു വളർത്തുനായയെ കാണുന്നുമില്ല.

വാതിൽക്കൽ കണ്ട ചെറിയ ചൂടിപ്പായിൽ കാലുകൾ ഉരച്ചുകൊണ്ട് അയാൾ ചുറ്റും നോക്കി. കോളിങ്ബെല്ലിൽ വിരലമർത്തും മുമ്പ് വാതിൽ തുറക്കപ്പെട്ടു.

അവളുടെ ഭർത്താവ് നേർത്ത ചിരി വരുത്തിക്കൊണ്ട് മുമ്പിൽ.

“ഞാൻ ആദിത്യൻ.”

അയാൾ വലതു കൈപ്പത്തി മുമ്പോട്ട് നീട്ടിക്കൊണ്ട് പറഞ്ഞു. അതു കാണാത്ത മട്ടിൽ അയാൾ സോഫയിലേക്ക് വിരൽ ചൂണ്ടി:

“ഇരിക്കൂ.”

വെൽവെറ്റിന്റെ ഉറയിട്ട സോഫയിൽ ചുറ്റും നോക്കിക്കൊണ്ട്

അയാൾ ഇരുന്നു. ഇത് അവളുടെ വീട് തന്നെയാണോ? ടി വി സ്റ്റാന്റിൽ ഒരാഴ്ചത്തെ പൊടി. സോഫമേലും നിലത്തും ചിതറിക്കിടക്കുന്ന പത്രങ്ങൾ, മാസികകൾ...... ആരോ കുടിച്ച് തറയിൽവെച്ച ഒഴിഞ്ഞ ചായക്കോപ്പ, സ്ഥാനം തെറ്റിക്കിടക്കുന്ന മേശവിരി. ഒഴിഞ്ഞ ഷോക്കേസിൽ അവിടവിടെ കാണുന്ന കൊച്ചു കാറുകൾ.....

അവളുടെ ഭർത്താവ് അകത്തുപോയി താഴ്ന്ന ശബ്ദത്തിൽ എന്തോ പറഞ്ഞ് തിരികെ വന്നു.

"ഇന്നലെയാണ് ഞാൻ ഫ്രാൻസിൽ നിന്ന് തിരിച്ചെത്തിയത്. അപ്പോഴാണ് വിവരം......"

"അത് സാരമില്ല. ഇപ്പോഴെങ്കിലും വന്നുവല്ലോ. അവൾ മരിച്ചപ്പോഴാണ് അവൾക്ക് ഇത്രയധികം സ്നേഹിതന്മാർ ഉണ്ടെന്നറിഞ്ഞത്. കവിതയെഴുത്തുകാർക്ക് ഇത്രയൊക്കെ ഡിമാന്റുണ്ടെന്ന്......"

തറയിൽ വീണു കിടന്ന അവളുടെ ഒരു കവിതാപുസ്തകത്തിന്റെ പുറംചട്ട ചുളിവ് നിവർത്തി തടവിക്കൊണ്ട് അയാൾ പറഞ്ഞു:

"ശരിയാണ് അവളുടെ കവിതകൾ എല്ലാത്തരം ആളുകളേയും രസിപ്പിച്ചു."

"പക്ഷെ, ആദിത്യൻ വരാതിരുന്നത് നന്നായി. അവളെ സ്നേഹിച്ചവർക്കാർക്കും തന്നെ അവളെ ആ നിലയിൽ കാണുന്നത് സഹിച്ചില്ല. എല്ലാ പുരുഷന്മാരും വിതുമ്പി. എല്ലാവരുടേയും ഹൃദയം പിടഞ്ഞു. എല്ലാവരും നിലവിട്ടു കരഞ്ഞു."

അവളുടെ ഭർത്താവിന്റെ നേർത്ത ചുണ്ടുകളുടെ അറ്റത്ത് ഒരു ക്രൂരമായ മന്ദഹാസം പൊടിഞ്ഞതു പോലെ. ഉണ്ടെങ്കിൽത്തന്നെ നൊടിയ്ക്കുള്ളിൽ അതു പൊലിഞ്ഞു. ശാന്തനും സൗമ്യനും വിവേകത്തോടുകൂടി പെരുമാറുന്നവനുമായ ഈ ആളെയാണോ മുമ്പിവിടെ വന്നപ്പോൾ കണ്ടത്? അന്ന് ക്ഷോഭിച്ചിളകിയ കടൽ പോലെയായിരുന്നു. ആ കണ്ണുകളിൽ ഇന്ന് ഒരു തിരയടക്കം കാണുന്നുണ്ട്.

ചുവരിലാകെ കണ്ണുകൾ കൊണ്ട് അയാൾ പരതി. അവളുടെ ചിരിക്കുന്ന ചിത്രമോ, ആ ഓർമകൾ ഓളങ്ങളായി ഹൃദയത്തിലേക്ക് തിക്കിത്തിരക്കിയെത്തിച്ച് കണ്ണുകളെ ഈറനാക്കുന്ന എന്തെങ്കിലുമോ എങ്ങും കണ്ടില്ല. അവളുടെ എഴുത്തുമുറിയിൽ ഈ സാധുമനുഷ്യൻ എല്ലാം സജ്ജീകരിച്ചിരിക്കും. അവളുടെ ഓർമ അയാളെ എല്ലായ്പ്പോഴും കരയിക്കാതിരിക്കാൻ.

വിഷയം മാറ്റാൻ അയാൾ ചോദിച്ചു:

"ദർശന ഇവിടെ ഇല്ലേ?"

"ഇല്ല. അവൾ കോളേജിൽ പോയി. മരിച്ച മൂന്നിന്റെയന്ന് ചടങ്ങുകൾ തീർത്തു. മകൾക്ക് ഒന്നാംവർഷപ്പരീക്ഷ അടുത്തു. അവളെ മെഡിസിന് ചേർക്കണമെന്നുണ്ട്. പ്രാക്ടിക്കൽസ് ഒന്നും ഒഴിവാക്കാനാവില്ല. അതുകൊണ്ട്....."

"അപ്പോൾ ഇവിടെ....?"

"അനുജന്റെ ഭാര്യയും കുട്ടികളും. പിന്നെ എന്റെ അമ്മയും ഇങ്ങോട്ട് പോന്നു. അനുജൻ കൽക്കത്തയിലാണെന്ന് അറിയില്ലേ? ഗ്രാമത്തിലെ ഞങ്ങളുടെ ചെറിയ വീട് പൂട്ടിയിട്ടു. എത്ര കഷ്ടപ്പെട്ടിട്ടാണ് അവൾ അല്ല ഞങ്ങൾ ഈ വീടുണ്ടാക്കിയത്. ഞങ്ങൾ ഒരു ഭേദപ്പെട്ട വീട്ടിൽത്തന്നെ കഴിയണമെന്നായിരുന്നു അവൾക്ക്...."

"അറിയാം...... അവൾ വലിയ പ്രാരാബ്ധക്കാരിയായിരുന്നു എന്നറിയാം. അവൾ ഈ വലിയ വീടുണ്ടാക്കിയതെങ്ങനെയെന്നറിയാം. അവൾ ഭാരം ചുമക്കുന്ന ഒരു കഴുതപ്പുലിയെപ്പോലെയായിരുന്നു. വലിയ ഉദ്യോഗം വലിയ കടങ്ങൾ ഓരോ അവസരത്തിലും ബന്ധുക്കൾക്ക് വില പിടിച്ച പാരിതോഷികങ്ങൾ. എന്നാലവൾക്ക് സമ്പാദ്യം തോരാത്ത കണ്ണുനീർ മാത്രമായിരുന്നു. അതറിയാം."

ആദിത്യൻ ഇതൊന്നും പറഞ്ഞില്ല. പകരം മന്ദഹസിച്ചതേ ഉള്ളു. ഒന്നു പുരികം ചലിപ്പിച്ച് 'എല്ലാമറിയാം' എന്ന് തലയാട്ടുകയേ ചെയ്തുള്ളു.

അവളുടെ ഭർത്താവിന് അത് പിടിച്ചില്ലെന്ന് തോന്നി. മുഖത്തെ ശാന്തഭാവം മാഞ്ഞു. പിച്ചിച്ചീന്തുവാൻ തയ്യാറെടുക്കുന്ന ഒരു ഹിംസ്രമൃഗത്തിന്റെ ഭാവം തെളിഞ്ഞു. ഇല്ല ഒരു മാത്ര മാത്രം. ശോകം നിറഞ്ഞ ഒരു നേർത്ത പുഞ്ചിരി എല്ലാം മാച്ചു കളഞ്ഞു.

"അവൾക്കിനി ഒന്നുമറിയണ്ട. മകളുടെ പഠനം, കല്യാണം എല്ലാ ചെലവുകളും എല്ലാ ഭാരങ്ങളും എന്റെ തലയിൽ കയറ്റിവെച്ചിട്ടാണ് അവൾ പോയത്."

അപ്പോൾ അവൾ പ്രാരാബ്ധങ്ങൾക്കിടയിലും അടച്ചിരുന്ന ലക്ഷങ്ങളുടെ ഇൻഷുറൻസ് പ്രീമിയങ്ങളോ? ദേശീയ സർട്ടിഫിക്കറ്റുകളോ, ഓഹരികളോ? ഇതൊക്കെ മറ്റാർക്ക് വേണ്ടിയാണ്? അയാൾ മനസിൽ ചോദിച്ചു. എന്നിട്ട് അയാൾ പതുക്കെ പറഞ്ഞു:

"അവളുടെ എഴുത്തുമുറി ഒന്ന് കാണണം."

"ഹ് ഹ്" അവളുടെ ഭർത്താവ് ശോകം മറന്ന് അൽപ്പമുറക്കെ ചിരിച്ചുപോയി. "എഴുത്തുമുറിയോ? അവൾക്ക് എഴുത്തുമുറി ഇല്ലായിരുന്നു. മകൾ പഠിച്ചിരുന്ന മുറിയിൽ അവൾക്കൊരു പുസ്തക അലമാരയുണ്ട്. അത് നിറയെ പുസ്തകങ്ങളും. അതൊക്കെ അവൾ മരിച്ചതോടെ താൽപ്പര്യമുള്ളവർ എടുത്തു കൊണ്ടുപോയി. അവൾ പോയില്ലേ? ഇനി ഞങ്ങൾക്കെന്തിനാണ് അതെല്ലാം? അതെല്ലാം അവളുടെയാ അവസാന യാത്രയെ ഓർമിപ്പിക്കും. എല്ലാം എടുത്തു കൊണ്ടുപോകാൻ ഞാനാണ് പറഞ്ഞത്. മകളാവകയൊന്നും വായിക്കില്ല. ഇപ്പോഴാ അലമാരയിൽ അനുജന്റെ ഭാര്യ കുട്ടികളുടെ വസ്ത്രങ്ങൾ സൂക്ഷിക്കുന്നു."

"അവൾ പിന്നെ എവിടെയിരുന്നാണ് എഴുതിയിരുന്നത്? അത് നിങ്ങൾക്കറിയില്ലേ? അവളുടേതായി അഞ്ചാറ് പുസ്തകങ്ങൾ ഇറങ്ങിയിട്ടില്ലേ? ആ പുസ്തകങ്ങൾ നല്ല നിലയിൽ വിറ്റു പോയില്ലേ? ധാരാളം പുസ്തകങ്ങളും....."

'അത് ശരിയാണ്. അവൾ പുസ്തകങ്ങൾ എഴുതി. അതിന് റോയൽറ്റിയും കിട്ടിക്കാണും. പണത്തിന്റെ കണക്ക് ഞങ്ങൾ പറയാറില്ല. അവൾക്ക് ഒരു എഴുത്തുമേശയും ഇല്ലായിരുന്നു. കിടപ്പുമുറിയുടെ മൂലയിൽ ഒരു ചൂരൽക്കസേര ഉണ്ട്. അതിന്മേൽ ഒരെഴുത്തുപലക വെച്ചാണത്രെ അവൾ എഴുതുക. ഞാൻ വൈകി വരുന്ന ദിവസങ്ങളിൽ അവൾ എഴുതിയിരുന്നത്രെ. അച്ഛന്റെ കോളിങ് ബെല്ലിന്റെ ശബ്ദം കേട്ടാലുടൻ അമ്മ എഴുത്തുപലകയും കടലാസും കട്ടിലിനടിയിൽ ഒളിപ്പിക്കും എന്ന് മകൾ ഇപ്പോ പറയുന്നു. എന്റെ മുമ്പിലിരുന്നു അവൾ എഴുതിയിട്ടില്ല. ഇവിടെ അവളൊരു സാധാരണ ഭാര്യ. മകളുടെ അമ്മ. ഒരു ദിവസം അർധരാത്രി ദാഹിച്ചുണർന്നപ്പോൾ അവളെ കട്ടിലിൽ കണ്ടില്ല. ഒച്ചയുണ്ടാക്കാതെ സംശയക്കാരനായ ഒരു ഭർത്താവിനെപ്പോലെ ആ വീടു മുഴുവനും അവളെത്തേടി ഞാൻ നടന്നു. ഏതെങ്കിലും ചെറുപ്പക്കാരനായ ആരാധകനോടൊപ്പം അവൾ നാടുവിട്ടു കാണുമോ എന്നും ഞാൻ ഭയന്നുപോയി. മകളും ഞാനും കൂടി തിരഞ്ഞു. താഴത്തെ നിലയിൽ ആർക്കും വേണ്ടാത്ത സാധനങ്ങൾ കൂട്ടിയിട്ട മുറിയിൽ ഒരു മെഴുകുതിരി കത്തിച്ചുവെച്ച് അവളെഴുതുന്നു! അന്ന് എന്റെ സകല നിയന്ത്രണങ്ങളും തകർന്നു. ഞാൻ ബാഗെടുത്ത് വീടുവിട്ടിറങ്ങിപ്പോകാൻ തുനിഞ്ഞു. പിന്നീട് മകളെ ഓർത്തു പോയില്ല."

ഏതോ കയ്പുനീർ കുടിച്ചതുപോലെ അവളുടെ ഭർത്താവിന്റെ മുഖം ചുളിഞ്ഞു.

"അല്ലെങ്കിൽത്തന്നെ അവളെന്തിനാണ് ഇത്തരം കവിതകളെഴുതുന്നത്? അവൾക്ക് നല്ല വീടില്ലേ? ഭർത്താവില്ലേ? കുട്ടിയില്ലേ? അവൾ എഴുതിയില്ലെങ്കിൽ ഈ ലോകം അവസാനിച്ചു പോകുമോ?"

ആദിത്യൻ പതുക്കെ മന്ദഹസിച്ചു. എന്നിട്ട് ചോദിച്ചു:

"ശരിയാണ്. എന്തിനാണ് അവൾ കവിതകൾ എഴുതിയത്?"

അവളുടെ ഭർത്താവിന് സന്തോഷമായി എന്നു തോന്നി. ഭാര്യ തന്നത്താൻ മരിച്ചത് കവിത കാരണമാണെന്ന ആധി അദ്ദേഹത്തിന് സ്വാഭാവികമായും ഉണ്ടാവുമല്ലോ. അദ്ദേഹം കരയുന്ന ശബ്ദത്തിൽ പറഞ്ഞു:

"പാവം അവൾ എന്തുമാത്രം പാടുപെട്ടു എഴുതി! എന്തെല്ലാം നേടി! എത്ര ആരാധകർ ഉണ്ടായി! എന്നിട്ടും ഈ നിലയിൽ ഒരു മരണം."

അയാളുടെ കണ്ണുനീർ നിറഞ്ഞുതൂവുകയാവുമെന്ന സഹതാപത്താൽ ആദിത്യൻ കണ്ണുകൾ താഴ്ത്തി വിരലുകൾ മടക്കുകയും നിവർത്തുകയും ചെയ്തു. അവളുടെ ഭർത്താവിന്റെ മനസ്സ് മൗനത്തിന്റെ ഇടനാഴികളിലൂടെ അലഞ്ഞു തിരിയുകയാണെന്ന് തോന്നി.

ദു:ഖത്തിന്മേൽ പൊരുന്നയിരുന്ന് ചൂടേറ്റുവിരിഞ്ഞുവന്ന കോഴിക്കുഞ്ഞുങ്ങളെപ്പോലെയായിരുന്നു അവളുടെ കവിതകൾ. അയാൾ ഓർക്കുകയായിരുന്നു. വറ്റിപ്പോകാത്ത മനുഷ്യസ്നേഹമായിരുന്നു അതിൽ തുടിച്ചിരുന്നത്.

ദീർഘയാത്രയുടെ ക്ഷീണം. അയാൾ എഴുന്നേറ്റു നിന്നു ഒന്നു മൂരി

നിവർന്നു. സ്വീകരണമുറിയിൽ നിന്ന് പുറത്തേക്കുള്ള ചെറിയ ബാൽക്കണിയിൽ ചെന്നുനിന്നു. ആകാശത്ത് കാറ്റത്തുലാത്തുന്ന മട്ടിൽ വെള്ളി മേഘങ്ങൾ നീങ്ങിപ്പോകുന്നത് കണ്ടപ്പോൾ അയാളുടെ കൺതലപ്പുകൾ നനഞ്ഞു.

പ്രകാശദീപ്തമായ ഏതോ ലോകത്തേക്ക് കടന്നുപോയ എന്റെ ആത്മസോദരീ. നിന്റെ ഉള്ളിൽ മുഴങ്ങുന്ന നിശ്ശബ്ദ നിലവിളി ഞാൻ കേട്ടതാണല്ലോ. നിണം ചോരുന്ന നിന്റെ മുറിവുകൾ കണ്ടുവല്ലോ. സാഫല്യം ചുംബിക്കാത്ത ജീവിതത്തെ അറിഞ്ഞുവല്ലോ. സഹജീവികളോട് നീ കാണിച്ച അനുകമ്പ വിശ്വമാനവികതത്വത്തോളം ഉയരത്തിലായിരുന്നുവല്ലോ. എന്റെ ഹൃദയം അവിടെ കൂപ്പുകയ്യോടെ പ്രാർഥിച്ചുപോയിട്ടുള്ളതും ആണല്ലോ.

അയാൾക്ക് ഹൃദയം തുറന്ന് ഒന്ന് കരഞ്ഞു തീർക്കുവാൻ മോഹം തോന്നി. അയാൾ യാത്രപോവും മുമ്പ് അവൾക്ക് എഴുതിയിരുന്നു;

"ആരുമില്ല എന്ന് ഒരിക്കലും അറിയാതെപോലും പറയരുത്. എന്റെ ഗുരു ഒരിക്കൽ എന്നോട് പറഞ്ഞിരുന്നു: എടോ, സ്നേഹം നിറഞ്ഞ ഹൃദയവുമായി ജനിച്ചാൽ കണ്ണുനീർ വാർക്കാനേ സമയമുണ്ടാകൂ എന്ന്. നിന്റെ നോവുകൾ എപ്പോഴും എന്റെ ഹൃദയത്തിൽ വന്നു മുട്ടാറുണ്ട്. അപ്പോൾ ഞാൻ ദൈവത്തിന്റെ മുഖത്തേക്ക് നോക്കും. ദൈവം പറയും: 'യോഗ്യത ഉള്ളവർക്കേ ഞാനെന്റെ വിശുദ്ധശേഖരത്തിൽ നിന്നും ദു:ഖത്തിന്റെ അമൃത് വിളമ്പാറുള്ളു. നിന്റെ ആത്മസഹോദരി അതിന് യോഗ്യയായത് എന്റെ കുറ്റമാണോ?' ഞാൻ അന്തംവിട്ട് നിന്നപ്പോൾ ദൈവം ഒരു മൗനമന്ദഹാസം ഉതിർത്തു."

ബാർക്കണിയിൽ ചെരുപ്പുകൾ കൂട്ടിയിട്ട മൂലയ്ക്കുണ്ടായിരുന്ന വലിയൊരു ചാക്കുകെട്ടിൽ അയാളുടെ കാൽ മുട്ടി. ഓട്ടുപാത്രങ്ങളുടെ കിലുക്കം.

ശബ്ദം കേട്ടു അവളുടെ ഭർത്താവ് അടുത്തേക്ക് വന്നു. "കാല് വേദനിച്ചുവോ? അതൊക്കെ അവൾക്ക് കിട്ടിയ പുരസ്കാരങ്ങളാണ്. ഷോകേസിൽ അതൊക്കെ കാണുമ്പോഴേക്കും അവളെ ഓർത്തു ഞാൻ കരഞ്ഞു. അപ്പോൾ മകൾ എല്ലാമെടുത്ത് ചാക്കിൽ കെട്ടിവെച്ചു. പതുക്കെ ദു:ഖത്തിന്റെ ചൂട് കുറഞ്ഞാൽ ഇതെല്ലാം ഒരു മുറിയിൽ ഒരുക്കിവെക്കണം. അവളുടെ വക സാധനങ്ങളെല്ലാം...."

അയാൾ നേർത്തൊരു നടുക്കത്തോടെ നോക്കി. മഴ നനഞ്ഞ ചാക്കിനടിയിലൂടെ കണ്ണുനീർ പോലൊരു നനവ് കിനിഞ്ഞിറങ്ങി തന്റെ കാലുകളെ നനയ്ക്കുന്നതായി തോന്നി. സ്വതവേ മുട്ടിനൽപ്പം താഴെ മാത്രം നിൽക്കുന്ന തന്റെ കാവിമുണ്ട് അയാൾ അറിയാതെ പൊക്കിപ്പിടിച്ചു. കണ്ണുനീർ വെള്ളപ്പൊക്കം പോലെ പെരുകി വരികയാണല്ലോ.

വീണ്ടും കണ്ണുകളിൽ നീർ പൊടിഞ്ഞു. ഇനി ആശ്രമത്തിലേക്ക് അവളുടെ നീണ്ട, സ്നേഹം നിറഞ്ഞ കത്തുകൾ കടന്നുവരില്ല. ആത്മശോഭ പൊലിക്കുന്ന അവളുടെ കവിതകൾ വാരികകളിൽ വായിക്കില്ല.

ഒരിക്കലും തനിക്ക് ലഭിച്ചിട്ടില്ലാത്ത സ്നേഹത്തിന്റെ മധുരത്തെക്കുറിച്ച് അവൾ പരാതിപറയില്ല.

ജീവിതത്തിന്റെ പതനത്തിന് ജീവിതം തന്നെ അവൾ ബലികൊടുത്തു. ജീർണിച്ച ഒരു വസ്ത്രംപോലെ അവൾ ദുഃഖങ്ങളെ അഴിച്ചെടുത്ത് ദൂരെക്കളഞ്ഞു.

"നിങ്ങൾക്ക് അവൾ മുടങ്ങാതെ എഴുതിയിരുന്നു, അല്ലേ?"

അവളുടെ ഭർത്താവ് ചോദിച്ചു.

"ഉവ്വ്. അവളെ എനിക്ക് മനസിലായിരുന്നു. ദുഃഖത്തെ ദുഃഖമെന്നറിഞ്ഞുകൊണ്ട്, യാതനയെ യാതനയെന്ന് മനസിലാക്കിക്കൊണ്ട്, ആശ്ലേഷിക്കാൻ കഴിവുള്ളവളായിരുന്നു അവൾ. അതുകൊണ്ടല്ലേ അവൾ മരിച്ചു എന്നറിഞ്ഞിട്ടും ഈ നേരം വരെ ഞാൻ കരയാതിരുന്നത്?"

അയാൾ തീർത്തും നിർവികാരമായ ഒരു സ്വരത്തിൽ ഒഴിഞ്ഞ നായ്ക്കൂട്ടിലേക്ക് കണ്ണുകളയച്ചുംകൊണ്ട് ചോദിച്ചു.

പ്രായശ്ചിത്തം

ഭാര്യ സ്വീകരണ മുറിയിലിട്ട ദിവാൻകോട്ടിൽ മലർന്നു കിടക്കുകയായിരുന്നു. കൈത്തണ്ട കൊണ്ട് കണ്ണുകൾ മറച്ചിരുന്നുവെങ്കിലും, അയാൾക്ക് മനസിലായി അവൾ കരയുകയാണെന്ന്. കടക്കണ്ണിൽ നിന്ന് സമൃദ്ധമായി കണ്ണുനീർ ചാലിട്ടുകൊണ്ടിരുന്നു.

കരയട്ടെ. അവൾ കരയട്ടെ. കണ്ണീരിലൂടെ സ്വതന്ത്രയാവട്ടെ. മനസ്സ് കലങ്ങിത്തെളിയുകയും ചെയ്യട്ടെ. 'ഒരു നല്ല പോര് ചീത്ത സമാധാനത്തേക്കാൾ നന്ന്' എന്ന ഒരു റഷ്യൻ പഴമൊഴി ഓർമവന്നു. മാസങ്ങളായി അവൾ അനുഭവിച്ചുപോന്ന ആത്മസംഘർഷങ്ങൾക്ക് ഇന്നാണ് അയവു കിട്ടിയത്. വെടിമരുന്നിന് തീ പിടിച്ചതു പോലെ. ഇത്രയും നാൾ ഉള്ളിലൊതുക്കിയൊതുക്കി..... അയാൾക്കും ഒന്നു കരയണമെന്ന് തോന്നി.

താനും ഇക്കാലമത്രയും അവളെ നോവിക്കുകയായിരുന്നു. ശാന്തമൂകമായ ഒരു ജീവിതം നയിക്കുന്ന അവളെ. ഒരാളുടെ വാക്കും പ്രവൃത്തിയും അപരനെ എങ്ങനെ ബാധിക്കുന്നുവെന്ന് ആരും ശ്രദ്ധിക്കുന്നില്ല. അതുപോലെ താനും ഓരോന്ന് പറഞ്ഞു, പ്രവർത്തിച്ചു. എന്നാൽ അവൾ ഒന്നും ഭാവിച്ചില്ല ഒന്നും.

അയാൾ ക്ഷീണിച്ച കാലടികളോടെ മകന്റെ മുറിയിലേക്കുള്ള കോവണി കയറി. അവൻ വലിച്ചടച്ച മുറിക്ക് പുറത്ത് അനങ്ങാതെ അങ്ങനെ നിന്നു. വാതിലിനു മുകളിലായി ഒരു വലിയ ചിത്രം ചില്ലിട്ടു തൂക്കിയിരുന്നു. താനും ഭാര്യയും, പിന്നെ മധ്യത്തിൽ ചിരിക്കുന്ന മുഖത്തോടെ മകനും.

അയാൾക്ക് ഹൃദയത്തിന്റെ മൂലയിലെവിടെയോ ഒരു കടച്ചിൽ അനുഭവപ്പെട്ടു. അവന്റെയാ നിഷ്കളങ്കമായ പുഞ്ചിരിയും, മേൽച്ചുണ്ടിന് മുക

ളിൽ പൊടിഞ്ഞ വിയർപ്പും. അവന് മീശ വളർത്തുന്ന ശീലം ഉണ്ടായിരുന്നില്ല. അതുകൊണ്ടു തന്നെ മുഖത്തെപ്പോഴും ഒരു കുട്ടിത്തം ഉണ്ടായിരുന്നു. ആ ചിത്രം ഇത്രമാത്രം ജീവസ്സുറ്റതാണെന്ന് ഇതുവരെ തോന്നിയിരുന്നില്ല. ഭാര്യയുടെ മുഖത്ത് അഗാധതയിലേക്ക് ചുഴിഞ്ഞിറങ്ങുന്ന ഒരു നോട്ടം ഉണ്ടായിരുന്നു. അയാൾക്കാണെങ്കിൽ ഒരു വ്യസനഭാവവും.

ആ ചിത്രം എടുത്തത് താൻ ബാങ്കിൽ നിന്ന് വിരമിച്ചതിനോടനുബന്ധിച്ച പാർട്ടിയിലായിരുന്നു. മകന്റെ എം ബി എ യുടെ ഫലം അറിഞ്ഞ വലിയ സന്തോഷത്തിനിടയിലായിരുന്നു യാത്രയയപ്പ്. ഒരു വണ്ടിക്കാളയെപ്പോലെ മുപ്പത്താറ് വർഷം സേവനമനുഷ്ഠിച്ചതിന് ശേഷം പിരിയുമ്പോൾ അയാൾക്ക് വ്യസനമില്ല, നേർത്ത ആഹ്ലാദമായിരുന്നു മനസിൽ. നാളെ മുതൽ ഡെബിറ്റും, ക്രെഡിറ്റും ഇല്ല. ഇടപാടുകാരുടെ അക്ഷമ നിറഞ്ഞ മുഖങ്ങൾക്ക് നേരെ കൃത്രിമമായി പുഞ്ചിരിക്കേണ്ടതില്ല. ഒരിക്കലും തീരാത്ത ടാലിയാക്കലില്ല, പ്രോഫിറ്റില്ല, ലോസ്സില്ല, നിക്ഷേപസമാഹരണം എന്ന കീറാമുട്ടിയില്ല. എന്നിട്ടും വലിയ ഹോട്ടലിന്റെ തുറന്ന ലോണിൽ അയാളുടെ കഴിഞ്ഞകാല സേവനങ്ങളേയും ആത്മാർഥതയേയും കുറിച്ച് സഹപ്രവർത്തകർ സ്തുതിപറഞ്ഞപ്പോൾ എന്തിനോ കണ്ണിൽ നീർ പൊടിഞ്ഞു.

പ്രസംഗങ്ങളും, മറുപടി പ്രസംഗവും കഴിഞ്ഞ് സുഹൃത്തുക്കൾ യാത്ര പറഞ്ഞ് പിരിഞ്ഞു തുടങ്ങിയിരുന്നു. അയാൾ ഭക്ഷണം കഴിഞ്ഞ് നേർത്ത ക്ഷീണത്തോടെ ഒറ്റയ്ക്ക് പച്ചപുൽത്തകിടിയിൽ ഇരിക്കയായിരുന്നു. ഭാര്യ ഒരു ചെറുപ്പക്കാരൻ ഫോട്ടോഗ്രാഫറേയും മകനേയും കൂട്ടി അടുത്തേക്ക് വന്നു.

"നമുക്കൊന്നിച്ച് ഒരു ചിത്രമെടുക്കാം?"

മകൻ ലേശം ജാള്യതയോടെ പറഞ്ഞു:

"വേണ്ടമ്മേ. ഇന്ന് വയ്യ. ഇനിയൊരിക്കലാവാം."

ഭാര്യ നിർബന്ധിച്ചു.

"എതിര് പറയേണ്ട സുനിൽ. നാളെ നാളെ എന്ന് ഒന്നും കാത്തുവയ്ക്കരുത്. എന്റെ ഹൃദയത്തിന്റെ പ്രശ്നങ്ങൾ നിനക്കറിയുന്നതല്ലേ? ഇനി നമുക്കൊന്നിച്ച് ചിത്രം എടുക്കാനായില്ലെങ്കിലോ?"

അയാൾ വാതിൽക്കൽ ചെവി ചേർത്തുപിടിച്ചു. മകനും കരയുകയാണോ? ഒരു ശബ്ദവുമില്ല. അവൻ ഉറങ്ങിപ്പോയിരിക്കും. എത്രതല്ലാണ് അവനെ തല്ലിയത്? അതോർത്തപ്പോൾ ഹൃദയം നടുങ്ങിപ്പോയി. ഒരമ്മ മുതിർന്ന ഒരു മകനെ തല്ലുകയോ? അവൾ വാസ്തവത്തിൽ പീഡിപ്പിച്ചത് അവളെത്തന്നെയായിരുന്നു. എന്നാൽ അവൾ തല്ലിയത് മകനെയായിരുന്നുവെങ്കിലും വേദനിച്ചത് അയാൾക്കായിരുന്നുവല്ലോ?

ഉച്ചയ്ക്ക് ഊണ് മേശപ്പുറത്ത് നിരത്തി ഭാര്യ അയാളുടെ അടുത്തെത്തി.

"വേഗം എല്ലാവരും ഉണ്ടാൽ എനിക്കൊന്ന് കിടക്കാമായിരുന്നു. നാളെയല്ലേ സുരേഷിന്റെ കല്യാണം? അവന് ഒരു പ്രസന്റ് വാങ്ങിക്കണം.

രാത്രി കല്യാണവീട്ടിലും ഒന്നു കയറണം. എനിക്കാണെങ്കിൽ ഇന്നൊരു വല്ലാത്ത തലചുറ്റലും. കുറച്ചു കിടന്നാൽ മാറിക്കിട്ടും?"

അയാൾ വായിച്ചിരുന്ന പുസ്തകം അടയാളം വെച്ച് മടക്കി, അവളെ കണ്ണടയ്ക്ക് മുകളിലൂടെ നോക്കി. അമ്പത്തിനാല് കഴിഞ്ഞുവെന്ന് ആരും പറയില്ല. പ്രായത്തെ അതിശയിക്കുന്ന ഒരു മിനുമിനുപ്പ് അവളുടെ മുഖത്തുണ്ടായിരുന്നു. ആ വൃത്തമൊത്ത മുഖത്തിനും നീണ്ട നാസികയ്ക്കും, ചുവപ്പു കലർന്ന ചുണ്ടുകൾക്കും മാറ്റമൊന്നും ഇല്ല. കഴുത്തിലെ അയഞ്ഞ പേശികളാണ് മധ്യവയസെങ്കിലും തോന്നിപ്പിക്കുന്നത്. താനാണ് വയസനായത്. തന്റെ എല്ലിച്ച ശരീരവും നരകയറിയ മുടിയും. റിട്ടയർമെന്റിനു ശേഷം മുടി കറുപ്പിക്കാൻ പോലും തനിക്ക് ഉന്മേഷമില്ല.

മകന് ഭാര്യയുടെ ഛായയായിരുന്നു. അവളുടെ വെളുത്ത നിറം മാത്രം കിട്ടിയിട്ടില്ല.

"എഴുന്നേൽക്കുന്നില്ലേ? സുനിലിനേയും വിളിച്ചോളൂ. അവനിന്നെന്താണ് താഴെ ഇറങ്ങാത്തത്? ഞാൻ കരുതിയത് നിങ്ങൾക്കൊപ്പം ഉണ്ടാവുമെന്നാണ്."

അയാൾ അൽപ്പം ആയാസത്തോടെ എഴുന്നേറ്റ് ഭാര്യയ്ക്ക് പുറകേ നടന്നു.

"അല്ലെങ്കിൽ വേണ്ട. ഞാൻ തന്നെ വിളിക്കാം സുനിലിനെ."

അവൾ മകന്റെ മുറിയിലേക്കുള്ള കോണി കയറുമ്പോൾ അയാളും കൂടെച്ചെന്നു.

മകൻ കട്ടിൽപ്പടിയിൽ തലചാരിവെച്ച് കിടക്കുകയായിരുന്നു. പതിഞ്ഞ ശബ്ദത്തിൽ അവൻ ചിരിച്ചുവെന്ന് തോന്നി. അപ്പോഴാണ് അവന്റെ കൈയിലെ ടെലഫോൺ റിസീവർ അയാൾ ശ്രദ്ധിച്ചത്. അവൻ ആരോടോ സൗമ്യമധുരമായ ശബ്ദത്തിൽ സംസാരിക്കുകയാണ്. ഏതോ ആനന്ദത്താൽ കണ്ണുകൾ പാതിയടച്ചുംകൊണ്ട്. സൗന്ദര്യം തികഞ്ഞ ആ മുഖം ഒരു വിടർന്ന പുഷ്പം പോലെ തോന്നിച്ചു.

പെട്ടെന്നാണ് അവൻ അയാളെ കണ്ടത്. ആ മുഖം എന്തിനോ വിവർണമായി.

"ശരി ശരി, എന്നാൽ നാളെക്കാണാം, ബൈ."അവൻ ധൃതിയിൽ ടെലഫോൺ ക്രാഡിലിൽ വച്ചു.

"ആരായിരുന്നു സുനിൽ ഫോണിൽ?" ഭാര്യ ശാന്തത കൈവിടാതെ അന്വേഷിച്ചു.

"എന്റെയൊരു ഫ്രണ്ട്."

"ഏത് ഫ്രണ്ട്?" ഇത്തവണ അവളുടെ ശബ്ദത്തിന് കാരണമില്ലാത്ത ഒരു മൂർച്ച ഉണ്ടായിരുന്നു. അവനത് ഇഷ്ടമായില്ലെന്ന് തോന്നി. ഉത്തരം പറയാതെ അവൻ മേശപ്പുറത്ത് കിടന്നിരുന്ന ഏതോ വീക്കിലിയിലേക്ക് മുഖം താഴ്ത്തി.

അന്തരീക്ഷം ഒന്നു മയപ്പെടുത്തുവാനായി അയാൾ പറഞ്ഞു: "വരൂ. വൈകുന്നേരം നമുക്ക് സുരേഷിന്റെ കല്യാണവീട്ടിൽ പോകുവാനുണ്ട്

അപ്പോഴേക്കും നിന്റേമ്മയ്ക്കൊരു തലച്ചുറ്റൽ. ഒന്നു കിടന്നാൽ മാറുമത്രെ.''

അയാൾ മകന്റെ ചുമലിലൊന്ന് തോണ്ടി ചിരിച്ചുകൊണ്ട് മുറിക്ക് പുറത്തേയ്ക്ക് നടന്ന് പതുക്കെ തിരിഞ്ഞുനോക്കി. ഭാര്യയും കട്ടിലിൽ നിന്ന് എഴുന്നേൽക്കുന്നത് കണ്ടു.

"സുനിൽ, ആരായിരുന്നു ഫോണിൽ?"

അവളുടെ വാക്കുകൾക്ക് അക്ഷമയുടെ നേർത്ത ചൂടുണ്ടായിരുന്നു.

"ഇപ്പം പറയാൻ മനസില്ല. എല്ലാ കാര്യങ്ങളും അമ്മയോട് പറയാൻ പറ്റ്വോ?"

എന്നിട്ടവൻ അൽപ്പം ഉച്ചത്തിൽ പറഞ്ഞു:

"കഷ്ടംണ്ട് അച്ഛാ. ഇതെന്താ ജയിലാ? പ്രായപൂർത്തിവന്ന ഒരു മകനോട് ക്രോസിംഗ്. അമ്മേ, ദിസീസ് റ്റൂ മച്ച്.'

ഭാര്യ കടുത്ത ഒരു ശബ്ദത്തിൽ ചോദിച്ചു:

"അനിതയാണോ?"

"അമ്മയ്ക്ക് അറിയുമോ അനിതയെ?"

"ഞാൻ കേട്ടിട്ടുണ്ട് ധാരാളം കേട്ടിട്ടുണ്ട്."

ഭാര്യ പുച്ഛത്തോടെ ചിരിച്ചു. മകന്റെ കടക്കണ്ണ് ചുവന്നു. എന്നാൽ ഒന്നും മിണ്ടാതെ അവൻ അമ്മയെ നോക്കി കോപമടക്കി.

കാര്യങ്ങൾ അത്ര സുഖകരമല്ല എന്ന് മനസിലായപ്പോൾ അയാൾ വീണ്ടും മുറിയിലേക്ക് തന്നെ കടന്നു. മകൻ ചിരിക്കാനൊരു ശ്രമം നടത്തിനോക്കി. അയാൾ തളർന്ന് കട്ടിലിലിരുന്ന് മകന്റെ ശരീരത്തിൽ കൈവച്ചു. മകന്റെ കണ്ണുകളിൽ നീർ നിറഞ്ഞു.

"എന്ത് ഭാവിച്ചാണ് ഭാമേ, നീയിവനെ ക്രോസ്സ് ചെയ്യുന്നത്? അവനിന്ന് കൊച്ചുകുട്ടിയല്ല. പഠിപ്പു കഴിഞ്ഞു. ഉദ്യോഗമായി. ഒന്നല്ല രണ്ട് കമ്പനികളാണ് അവനെ ആവശ്യപ്പെടുന്നത്. നാളെയോ മറ്റന്നാളോ ബോംബേക്ക് പോകണോ, അതോ അമേരിക്കക്കോ എന്ന സന്ദേഹത്തിൽ നിൽക്കുന്നു. അവന് അച്ഛനേയും അമ്മയേയും പിരിയാനുള്ള മടി. നിനക്ക്...."

മുഴുവനും പറയാൻ ഭാര്യ സമ്മതിച്ചില്ല. അവൾ അടക്കം വിട്ട് അലറി:

"അച്ഛനേം അമ്മേം പിരിയാനാണോ, അതോ അനിതയെ പിരിയാനോ?'

അവളുടെ കണ്ഠം വിറച്ചു. അവളൊരു ക്ഷോഭിച്ചിളകിയ കടൽ പോലെ കിതച്ചു.

"നീയൊന്ന് അടങ്ങൂ ഭാമേ, ഇങ്ങനെ അടക്കം വിടുന്നത് ശരിയല്ല. നിനക്ക് പ്രഷറിന്റെ ലവൽ കൂടിക്കാണും. അല്ലാതെ നീയിങ്ങനെ, സുനിൽ അമ്മയ്ക്ക് സുഖമില്ലെന്ന് നിനക്കും അറിഞ്ഞൂടെ?"

"എനിക്കെന്ത് സുഖക്കേട്? നിങ്ങളേക്കാൾ ആരോഗ്യം എനിക്കുണ്ട്. പക്ഷെ, മകൻ കൈവിട്ടു പോകുന്നത് കാണാൻ വയ്യ. എത്ര ദിവസായി അകം നീറുന്നു, പുകയുന്നു. അവന് അറിഞ്ഞ ഭാവല്യ. എന്നിട്ട് ടെലഫോണിലൂടെ സ്വകാര്യം പറേണു. ഭർത്താവും കുട്ടീം ഉള്ള ഒരു സ്ത്രീയോട്."

"അമ്മേ, അനിതക്ക് അച്ഛനും അമ്മേം ഇല്ല. ആങ്ങളമാർക്ക് അവരുടെ ഭാര്യമാരും കുടുംബോം മതി. അനിതേടെ ഭർത്താവിന്റെ ജ്യേഷ്ഠൻ— അയാൾക്ക് ഭ്രാന്താ അമ്മേ. ചിലപ്പോ ആ കുട്ട്യേ തല്ലേം ചവിട്ടേം. ഞാനവളെ ആദ്യം കാണണത് ഒരു ആശുപത്രീല് രക്തദാനത്തിന് പോയപ്പോഴാണ്. വെയിൻ മുറിച്ച് മരിക്കാൻ ശ്രമിച്ചതാ അവള്. അങ്ങനെ അവൾക്ക് ജീവൻ കിട്ടി. അവൾടെ കുട്ടിക്ക് അമ്മയേം കിട്ടി. അങ്ങനെ ടെലഫോണിലൂടെ ആശ്വസിപ്പിച്ച് ആശ്വസിപ്പിച്ച് ഇവിടം വരെ എത്തി. സ്നേഹിക്കാനാരൂല്യെങ്കിൽ ഇനീം ആ കുട്ടി മരിക്കാൻ."

"ഒക്കെ ശരി. അവൾ മരിക്കരുത്, ജീവിക്കണം. അവളുടെ കാര്യത്തിൽ നിനക്കെന്ത് ചെയ്യാൻ കഴിയും, സുനിൽ?"

"ഞാനവളെ വിവാഹം കഴിക്കും." അവന്റെ ശബ്ദത്തിന് വല്ലാത്തൊരുറപ്പുണ്ടായിരുന്നു. സടകുടയുന്ന സിംഹത്തെപ്പോലെ ഭാര്യ ഉഗ്രമായി പിടഞ്ഞെഴുന്നേറ്റു. അവൾ സകല ശക്തിയും സംഭരിച്ച് അവനെ അടിച്ചു. "ചെയ്യോ നിയ്യ്? ചെയ്യോ?"

"ചെയ്യും, അമ്മേ എന്റെ ശപഥമാണത്, പ്രാർഥനയാണത്." മകൻ ഒരു ചാഞ്ചല്യവും കൂടാതെ പറഞ്ഞു. മുഖത്ത്, ചുമലിൽ തുരുതുരെ അടി വീണു. മകൻ അനങ്ങിയില്ല. എന്താണീ നടക്കുന്നതെന്ന് അയാൾക്കും മനസിലായില്ല. അവസാനം ഭാര്യ തളർന്ന് മുറിവിട്ടിറങ്ങിപ്പോയി. പോകുന്ന പോക്കിൽ അയാൾക്കരികെ എത്തിയപ്പോൾ അവൾ പിറുപിറുത്തു.

"എന്നിട്ട് അവളെ നിനക്കു മടുത്താൽ കാൽക്കീഴിലിട്ട് ചവുട്ടാം. പരിഹസിക്കാം. നെറികെട്ടവളെന്ന് വിളിക്കാം. പഴയ കാര്യങ്ങൾ പറഞ്ഞ്....."

അയാൾ നടുങ്ങി. മകൻ അയാളുടെ മുഖത്ത് നോക്കാതെ ലജ്ജ കൊണ്ട് കണ്ണുകൾ ഇടതുകൈകൊണ്ട് പൊത്തി.

"ശരി ശരി, നീയൊന്ന് വിശ്രമിക്ക്." അയാൾ ധൃതിയിൽ പുറത്തിറങ്ങി. പിറകിൽ വാതിൽ കൊട്ടിയടയ്ക്കുന്ന ശബ്ദം കേട്ടു. അയാൾ പുറത്തേക്ക് നോക്കി. പകൽ ചമയങ്ങളോരോന്നായി അഴിച്ചുവയ്ക്കുകയാണ്. പൊട്ടിയ കണ്ണാടിയിലെന്നവണ്ണം മുറിഞ്ഞ ചന്ദ്രബിംബം നോക്കി, നക്ഷത്രങ്ങൾ മുഖം മിനുക്കുന്നു. അയാൾ അടുക്കളയിൽ കടന്ന് ലൈറ്റിട്ടു. ഉച്ചക്ക് ആരും ഉണ്ടതല്ല. അയാൾക്ക് കലശലായി വിശപ്പു തോന്നി. പ്ലാസ്റ്റിക് ഡബ്ബകൾ തുറന്നപ്പോൾ കിട്ടിയ പലഹാരങ്ങൾ ഒരു സ്റ്റീൽ തട്ടത്തിൽ എടുത്തു. ചായ കൂട്ടി കപ്പുകളിൽ നിറച്ചു. സുനിൽ ഉറങ്ങട്ടെ. പക്ഷെ ഭാര്യയെ ഉണർത്തുക തന്നെ വേണം.

"ഭാമേ," അയാൾ ചായക്കപ്പുകളും തട്ടവും പതുക്കെ ടീപ്പോയിൻമേൽ വെച്ചു.

ഭാര്യ പതുക്കെ എഴുന്നേറ്റു. ചിതറിക്കിടന്ന തലമുടി വാരിക്കെട്ടി. അകത്തുപോയി, വാഷ്ബേയ്സനിൽ മുഖം കഴുകി വന്നു.

"ഭാമേ സുനിലിന്."

"ഉം." അവൾ മുരടനക്കി.

"എനിക്ക് മനസിലായി. അവനെ എനിക്കല്ലാതെ മറ്റാർക്കു മനസിലാവും? അലിവുള്ള ഹൃദയമാണ് അവന്റേത്. പക്ഷെ, അവനൊരു തീക്കുടുക്കയിലാണ് കൈയിട്ടിരിക്കുന്നത്. എനിക്ക് പേടിയുണ്ട്, നല്ല പേടിയുണ്ട്, അയാൾ വന്ന് അവനെ."

"ഛെ" അയാൾ പതുക്കെ ചിരിച്ചു. എന്നിട്ട് ഷർട്ടിന്റെ കീശയിൽ നിന്ന് ആ ചിത്രം പുറത്തെടുത്തു.

"നോക്ക്, അരുമ പ്രാവിനെപ്പോലെ ശുദ്ധമായ ഈ പെൺകിടാവിനെ ഇങ്ങനെ ദ്രോഹിക്കാൻ കഴിയുന്ന ആ മനുഷ്യൻ അവളെത്തേടി വരുമോ? ബാധയൊഴിഞ്ഞുവെന്നേ കരുതൂ."

ഭാര്യ ചിത്രം കൈയിലെടുത്തു. കണ്ണുനീർ പെരുകി വന്നു കാഴ്ച മറച്ചു. അവൾ മറ്റൊരു പെൺകിടാവിനെ ഓർക്കുകയായിരുന്നു. പെൺകിടാവല്ല. ഇരുപത്തഞ്ചു കഴിഞ്ഞ ഒരു സ്ത്രീ. അവൾക്ക് ഒരു കുട്ടിയുണ്ടായിരുന്നു. മദിരയും, മദിരാക്ഷിയും മാത്രം ജീവിതാനന്ദമാക്കിയ ഭർത്താവെന്ന അധമനിൽ നിന്ന് രക്ഷപ്പെട്ടോടി അവൾ ഒരു വാതിൽക്കൽ വന്നു തട്ടി. വാതിൽ തുറന്നു കിട്ടി. കുട്ടിക്ക് പനിക്കുന്നുണ്ടായിരുന്നു. ഗൃഹനാഥൻ തനിച്ചായിരുന്നില്ല. അകത്ത് രോഗിയായ അമ്മയുണ്ടായിരുന്നു. അതിനടുത്തൊരു കട്ടിലിൽ കുട്ടിയെ കിടത്തി. സ്ത്രീയുടെ ദേഹമാകെ അടികൊണ്ട് തിണർത്തപാടുകളുണ്ടായിരുന്നു. അവളുടെ മുഖം പേടിച്ചരണ്ട പേടമാനിനെപ്പോലെ. കരഞ്ഞുകരഞ്ഞ് അവളുടെ കണ്ഠം അടഞ്ഞിരുന്നു. ഇടറുന്ന കൃഷ്ണമണികൾ. അയാൾക്ക് ആ സ്ത്രീയോട് അനുകമ്പയുണ്ടായി. അയാളുടെ അമ്മ അവളുടെ വെളുത്തമിനുത്ത കൈത്തണ്ട തലോടി. കവിളുകൾ തുടച്ചു. തന്നെ ശുശ്രൂഷിക്കുന്ന ആ ഇരുത്തംവന്ന പെണ്ണിനെ അമ്മ സ്നേഹിച്ചു. മകനും സ്നേഹിച്ചു. വെണ്മയാർന്ന നിലാവ് പോലെ ഒരു പെണ്ണ്. അവളുടെ ദഹിപ്പിക്കുന്ന ദുഃഖാഗ്നിയെ അവർ സ്നേഹത്താൽ ആറ്റിത്തണുപ്പിച്ചു.

"സ്വന്തം ഭാര്യയെ അന്യനു വിൽക്കാൻ തുനിഞ്ഞ ആ ദുഷ്ടന്റെ അടുത്തേക്ക് നീയവളെ അയക്കല്ലേ മോനെ. നിനക്ക് ഭാര്യയില്ല, കുട്ടിയില്ല, ഇനി ഇവരാണ് നിനക്ക് ഭാര്യയും കുട്ടിയും. നീ കേട്ടിട്ടില്ലേ, 'തല്പാഗതാം ന പരിഹരേത്.' പെണ്ണ് അടുത്തേക്ക് വന്നാൽ നീയവളെ ഉപേക്ഷിക്കരുത്."

മകൻ അനുസരിച്ചു. മകന് ആ പെണ്ണിന്റെ പ്രകൃതം ഇഷ്ടമായി. കുട്ടിയേയും ഇഷ്ടമായി.

അവളെത്തേടി ആരും വന്നില്ല. പഴയ ഭർത്താവ് വിവാഹിതനായതിനു ശേഷമാണ് അവൾ അയാൾക്ക് മാലയിടാനായി തല കുനിച്ചു കൊടുത്തത്. പിന്നീട് അശ്രുക്കൾ തളം കെട്ടി നിന്ന ആ കണ്ണുകൾ തെളിഞ്ഞു. അവയിൽ നക്ഷത്രങ്ങൾ വിളങ്ങി. മകനും മിടുക്കനായിരുന്നു. മൂന്നാലുവർഷങ്ങൾ കഴിഞ്ഞപ്പോൾ അമ്മ മരിച്ചു. ഭാര്യയുടെ സ്നേഹനിമന്ത്രണം, കാന്തി ചിന്തുന്ന വ്യക്തിത്വം. എന്നിട്ടും അവർക്കി

ടയിൽ നേർത്ത വിള്ളലുകൾ ഉണ്ടായി. അയാൾ കാര്യമില്ലാതെ ഭാര്യയോട് വഴക്കിട്ടു. പഴയ ഭർത്താവിനെക്കുറിച്ച് കൊള്ളിവാക്കു പറഞ്ഞു. താനൊരു വലിയ ത്യാഗം ചെയ്തില്ലായിരുന്നുവെങ്കിൽ അവളുടെ ഗതി എന്താകുമായിരുന്നു എന്ന് സൂചിപ്പിച്ചു. വേദനയാൽ ഏങ്ങിക്കൊണ്ട് ആ പെണ്ണ് എല്ലാം സഹിച്ചു. പക്ഷെ കുഞ്ഞ് എപ്പോഴും ചിരിച്ചു. അവൻ അയാളെ 'അച്ഛാ' യെന്ന് വിളിച്ചു. അച്ഛനും മകനും എന്നും ഒന്നായിരുന്നു.

മകൻ വളർന്നപ്പോൾ അച്ഛനും എല്ലാം മറന്നു. ആ സ്ത്രീ മറ്റൊരാളുടെ ഭാര്യയായിരുന്നു എന്ന ഓർമ കാലം മാച്ചു കളഞ്ഞു. ജീവിതസത്യങ്ങളിലേക്കണയാനുള്ള അഭിലാഷം അവർക്കുണ്ടായി. ജീവന്റെ വർണോജ്ജ്വലതകളിൽ ഇപ്പോൾ മകനിതാ അഭിരമിക്കുന്നു.

"നിങ്ങളെന്താണ് ഒന്നും പറയാത്തത്?"

അവൾ പതുക്കെ തലയുയർത്തി.

"അത്..... ഞാനെന്താണ് പറയുക? അന്നത്തെ നിന്നെപ്പോലെത്തന്നെ ജീവിതത്തിനു മുമ്പിൽ പകച്ചു നിൽക്കുകയാണ് അനിതയും. അവൾക്കൊരു പെൺകുട്ടിയുണ്ട്. അവൾ മരിക്കാൻ പാടില്ല. നീയന്ന് വിവാഹത്തിന് സമ്മതിച്ചത് മകനെ ഓർത്താണ്. അതുപോലെ അനിതയും ഇത് സമ്മതിക്കും. ഞാൻ നിന്നോട് അനീതി കാണിച്ചിരിക്കും. ഒക്കെ ചെറുപ്പത്തിന്റെ അഹങ്കാരം. സുനിൽ നിന്റെ മകനാണ്. അവനാരേയും വേദനിപ്പിക്കാനാവില്ല. അച്ഛൻ ചെയ്ത പാപത്തിന് മകൻ പ്രായശ്ചിത്തം ചെയ്യുന്നു."

അയാൾ പറഞ്ഞു നിർത്തി. ഭാര്യ ശബ്ദമില്ലാത്ത ഒരു ചിരി ചിരിച്ചു. ഒരു വലിയ കൊടുങ്കാറ്റ് വീശിയമർന്നതുപോലെ ഒരു ശാന്തത.

പരസ്പരം കണ്ണുകളിലേക്ക് നോക്കി പുഞ്ചിരിതൂകി അവർ രണ്ടാളും മകന്റെ മുറിയിലേക്കുള്ള കോവണി കയറുവാൻ തുടങ്ങി.

മണൽക്കൊട്ടാരത്തിലെ രാജ്ഞി

എന്റെ ആപ്പീസുവക കെട്ടിടത്തിനു തൊട്ടടുത്തുള്ള സെർവന്റ്സ് ക്വാട്ടേഴ്സിന്റെ മുറ്റത്തിരുന്ന് നാരായണിയുടെ കുട്ടികൾ കളിക്കുകയാണ്. കയ്യിൽ പത്രം നിവർത്തിപ്പിടിച്ചിട്ടുണ്ടെങ്കിലും ഞാൻ ആ കളികൾ ശ്രദ്ധിക്കുകയായിരുന്നു. കുട്ടനും ശുഭയും കണ്ണനും. കൂട്ടത്തിൽ വീറ് രണ്ടു വയസ്സുകാരൻ കണ്ണനു തന്നെയാണ്. മൂത്തവർ രണ്ടും കൂനകൂട്ടിവെക്കുന്ന മണൽക്കൊട്ടാരത്തെ ഓരോ പ്രാവശ്യവും കണ്ണൻ അടിച്ചു നിരപ്പാക്കി. കുട്ടിക്കളികളെങ്കിലും നിയതിയുടെ നിയമബന്ധമില്ലാത്ത ചില കുസൃതിക്കളികളെക്കുറിച്ച് ഇപ്പോൾ ഞാൻ ഓർത്തുപോയി.

നാരായണി എന്റെ ഗൃഹജോലികൾ ചെയ്തുതരുന്നവൾ. ഏകവും തപ്തവുമായ എന്റെ ജീവിതത്തിൽ അവളും കുട്ടികളുമാണ് ഇപ്പോൾ കൂട്ട്. ഇടയ്ക്ക് എന്റെ സ്നേഹിത ഷീബ വലിയ ആരവങ്ങളോടെ വിരുന്ന് പാർക്കാനെത്തും. സ്വതന്ത്ര സുഭഗയായ ഒരു പക്ഷിയെപ്പോലെയാണ് അവൾ. അവളെത്തിയാൽ നാരായണിക്ക് പിന്നെ പിടിപ്പതു ജോലിയായി. 'നാരായണീ ഫ്രൈഡ് റൈസ്, നാരായണീ തന്തൂരി, നാരായണീ കൂട്ടുകറി, അങ്ങനെ ഓരോരോ ഉത്തരവുകൾ അവൾ പുറപ്പെടുവിക്കും. അവളുടെ നേതൃത്വത്തിൽ സകലാ ഡിഷുകളും നാരായണിക്കു മനഃപാഠമായി.

ശുചിത്വത്തിന്റെ കാര്യത്തിൽ ഷീബയ്ക്ക് നീക്കുപോക്കില്ല. അവിടെ പൊടി, ഇവിടെ മാറാല ഇങ്ങനെ പറഞ്ഞുകൊണ്ട് അവൾ നാരായണിയെ സൈ്വരം കെടുത്തു. "സാരമില്ല, രണ്ടു ദിവസത്തേക്കല്ലേ?" എന്ന് ഞാൻ ചിരിച്ചുകൊണ്ട് ആംഗ്യഭാഷയിൽ ആശ്വസിപ്പിക്കും. മുഖം വീർപ്പിച്ച്, പരിഭവിച്ച് ജോലി ചെയ്യുന്ന നാരായണി അറിയാതെ ചിരിച്ചുപോകും.

ഷീബ പോകുമ്പോൾ നാരായണിക്ക് കൈനിറയെ 'ടിപ്പു'

കൊടുക്കും. നിറകണ്ണുകളോടെ അവളത് വാങ്ങി രണ്ടു കണ്ണിലും അണയ്ക്കും.

ജീവിതത്തിലെ ദുരന്തദു:ഖതീവ്രതകൾ അറിഞ്ഞവരാണ് ഞാനും ഷീബയും. ഇപ്പോൾ നാരായണിയും സംഘത്തിൽ ചേർന്നു. ഞങ്ങൾ ഓരോരുത്തരും ഓരോ തരത്തിൽ ദു:ഖിതരായിരുന്നു. ഏകാന്തഗാമികളായിരുന്നു. സ്വസ്ഥതയെന്തെന്ന് അറിയാത്തവരും ആയിരുന്നു.

ഷീബ കയ്യയച്ചു കൊടുക്കുന്ന 'ടിപ്പ്' നാരായണി മുണ്ടിൻകോന്തലയിൽ കെട്ടി തുണിപ്പെട്ടിയിൽ ഒളിപ്പിക്കും. താലികോർക്കാൻ ഒരു സ്വർണമാല അങ്ങനെയൊരു സ്വപ്നം അവൾക്കുണ്ടായിരുന്നു. പക്ഷെ, മധുരവാക്കുകൾ പറഞ്ഞ് അവളെ കീഴ്പ്പെടുത്തിയും പ്രീണിപ്പിച്ചും ഭർത്താവ് ഗോപി ആ പണമെല്ലാം തട്ടിയെടുക്കും. അതുകൊണ്ട് മദ്യപിക്കുകയും ചീട്ടുകളിക്കുകയും ചെയ്യും.

"നീ കൊടുത്തിട്ടല്ലേ? അനുഭവിക്ക്. ഭർത്താവിന് ചോറ് മാത്രമല്ല, ചാരായവും ഒരുക്കിക്കൊടുക്ക് നീയ്യ്."

ഞാൻ സ്നേഹത്തിന്റെ അധികാരത്തിൽ ശാസിക്കും. "ഗോപ്യേട്ടന്റെ പഞ്ചാരവാക്കും, തൊടലും, തലോടലും, പിന്നെ ഞാനങ്ങ് വെണ്ണപോലെ ഉരുകിപ്പോകും, ചേച്ചി."

എനിക്ക് ഉള്ളിൽ അൽപ്പം അസൂയ ഉണ്ടാകും. എന്റെ ഭർത്താവും എന്നെ സ്നേഹിച്ചിരുന്നു. കിടപ്പറയിൽ മധുരമധുരമായ വാക്കുകൾ പറഞ്ഞിരുന്നു. അവസാനം സംശയിച്ചും പീഡിപ്പിച്ചും, അസൂയപ്പെട്ടും, കലഹിച്ചും രണ്ടും രണ്ടുവഴിക്കായി. ഇനി സന്ധിയില്ല എന്ന് ഞങ്ങൾക്ക് ബോധ്യമായപ്പോൾ ഞങ്ങൾ വെവ്വേറെ താമസമാക്കി. മാനസികമായി പിളർന്നുകഴിഞ്ഞാൽപ്പിന്നെ ഒന്നിച്ചുകഴിയുന്നതിൽ അർഥമില്ല. കോടതി അനുവദിച്ച ഒരു ഇടവേള. ഇനിയും നിയമം വേളിച്ചരടിനെ അറുത്തിട്ടില്ലെന്നു മാത്രം. സ്നേഹം സുഖത്തേക്കാളേറെ ദു:ഖമാണ് പാരിതോഷികമായി നൽകുന്നത് എന്ന് ഞാൻ മനസിലാക്കി.

ഞാൻ പത്രം വൃത്തിയായി മടക്കിവെച്ചു. കണ്ണൻ എന്തിനാണ് കരയുന്നത്? ശുഭയും കുട്ടനുംകൂടെ അവനെ തള്ളിയിട്ടതാണ്. കരച്ചിൽ കേട്ട് നാരായണി വീടിനു പുറത്തേക്ക് വന്നിരിക്കുന്നു. അവൾ താഴെ കിടക്കുന്ന കണ്ണനെ ഒറ്റക്കയ്യിൽ തൂക്കി വരാന്തയിൽ കൊണ്ടിട്ടു. ചന്തിക്ക് നല്ല ചുട്ട ഒരടികൊടുത്തു. ശുഭയെയും കുട്ടനെയും തല്ലാൻ വടിയോങ്ങിയപ്പോഴേക്കും അവർ ഓടി. നാരായണി വടിയുമായി പുറകെ ഓടി. അപ്പോഴേക്കും ഞാൻ മുറ്റത്തിറങ്ങി ഇടപെട്ടു. എന്നെ കണ്ടതും കണ്ണൻ കരച്ചിൽ തുടങ്ങി.

"മൂന്നുപേരും കുളിച്ചു സുന്ദരന്മാരായി വന്നാൽ ചേച്ചി ഒരു മധുരം തരുന്നുണ്ട്."

ഞാൻ പ്രലോഭിപ്പിച്ചു. അതു ശരിക്കും ഏറ്റു. പിന്നെ ആദ്യം കുളിക്കുന്നതിനുവേണ്ടിയായി മത്സരം.

നാരായണി കുട്ടികളേയും കൂട്ടിവന്നപ്പോൾ ഞാൻ മൂന്നാൾക്കും

ഓരോ കഷണം കേക്കു കൊടുത്തു. കുട്ടനാണ് വിരുതൻ. അവന് കിട്ടിയത് വേഗം വായിലാക്കി കണ്ണന്റെ ഓഹരി സൂത്രത്തിൽ തട്ടിയെടുക്കും. മറ്റു കുട്ടികളെ വീട്ടിലേക്ക് പഠിക്കാൻ വിട്ട് ഞാൻ കണ്ണനെ സ്റ്റൂളിൽ പിടിച്ചിരുത്തി. കണ്ണന് ഒട്ടും ധൃതിയില്ല. എത്ര വിശന്നാലും ഭക്ഷണം കിട്ടിയാൽ അവൻ പതുക്കെയേ കഴിക്കൂ. ഓരോ തരിയും ആസ്വദിച്ചു കൊണ്ട്.

"നാരായണി എന്തിനാ ഈ ഒന്നുമറിഞ്ഞൂടാത്ത കുഞ്ഞുങ്ങളെ തല്ലുന്നത്? തല്ലിയാൽ ഗോപി തിരിച്ചുവരുമോ?"

നാരായണി പൊട്ടിക്കരഞ്ഞു.

"സഹിക്കാൻ കഴിയില്ല ചേച്ചി – എനിക്ക് ഓർക്കാൻ കഴിയുന്നില്ല. എന്നെ വിട്ട് ഗോപ്യേട്ടൻ മറ്റൊരുത്തീടെകൂടെ."

"സഹിക്കണം. മരിക്കാൻ പറ്റുമോ, നിനക്ക് മൂന്ന് കുട്ടികളില്ലേ? അവർ വളർന്നുവലുതായാൽ ഈ സങ്കടമൊക്കെ മാറും. ഒക്കെ മറക്കും. മനസ്സിലെ കരുവാളിച്ച പാടുകൾ മായും."

ഞാൻ സാന്ത്വനം പറഞ്ഞു.

ഗോപി ഒരു സുമുഖനായിരുന്നു. പുതിയ ഇഷ്ടക്കാരിയും സുന്ദരി ആയിരിക്കും. നവാനന്ദങ്ങളിൽ പുരുഷൻ സകലതും മറക്കുന്നു. നാരായണിയുടെ അധ്വാനത്തിന്റെ പ്രതിഫലംപോലും തട്ടിയെടുത്തു മദ്യപിക്കുന്ന ആ ലമ്പടനെ എനിക്കു വെറുപ്പായിരുന്നു. രണ്ടു കുട്ടികളായപ്പോൾ പ്രസവം നിർത്താൻ അവൻ സമ്മതിച്ചില്ല. 'കുട്ടികള് ദൈവത്തിന്റെ വരമല്ലേ? അവൻ ചോദിച്ചുവത്രെ. എന്നാൽ കുട്ടികളുടെ വായിൽ അന്നം കൊടുക്കാൻ അവൻ താൽപ്പര്യപ്പെട്ടില്ല.

ഗോപി ഉപേക്ഷിച്ചു പോയപ്പോൾ, നാരായണിയെ ഒഴിഞ്ഞുകിടന്നിരുന്ന സെർവന്റ്സ് ക്വാട്ടേഴ്സിലേക്ക് ഞാൻ നിർബന്ധിച്ചു കൊണ്ടുവന്നു.

നാരായണി ഒരു സുന്ദരി അല്ലായിരുന്നു. നിറം കറുപ്പ് കുഴിഞ്ഞ കവിളുകൾ. അതുകൊണ്ടു തന്നെ കവിളെല്ലുകൾ മുഖത്ത് എഴുന്നു നിന്നു. എന്നാൽ ഓജസ്സുറ്റ രണ്ടു കണ്ണുകൾ അവൾക്കുണ്ടായിരുന്നു. ജോലിചെയ്യാനുള്ള ആരോഗ്യം, ചുറുചുറുക്ക്. എനിക്ക് മറ്റെന്താണ് ആവശ്യം? കാലത്ത് എട്ടുമണിയോടെ എന്റെ ആപ്പീസുവക വണ്ടിയെത്തും. അപ്പോഴേക്കും ചൂടാറാത്ത പാത്രത്തിൽ നാരായണി ചോറും കറികളും ഒരുക്കി എന്റെ ബാഗിൽ വയ്ക്കും. പ്രഭാതഭക്ഷണത്തിനായി എനിക്കു പ്രിയമുള്ള പലഹാരങ്ങൾ ഉണ്ടാക്കിത്തരും.

ആദ്യമൊന്നും നാരായണി സ്വന്തം വീട്ടിലെ പട്ടിണി എന്നെ അറിയിച്ചില്ല. ഭർത്താവും അവളും ജോലിചെയ്താൽ സുഖമായി കഴിയുമല്ലോ എന്നേ ഞാനും കരുതിയുള്ളു. രാവിലെ വാർക്കുന്ന ചോറിന്റെ വെള്ളം ഒരു നിധിപോലെ നാരായണി പാത്രത്തിലാക്കും. അവൾക്ക് കഴിക്കാൻ കൊടുക്കുന്ന പലഹാരവും പൊതിഞ്ഞുകെട്ടും. 'ഇത്ര നേരത്തെ എനിക്ക് കഴിച്ചൂടാ ചേച്ചി' എന്നാണ് അഭിമാനിയായ അവൾ ന്യായം പറഞ്ഞത്. പിന്നീട് കുട്ടികൾ ഇവിടെയെത്തിയപ്പോഴാണ് അവരിലൂടെ വിശപ്പിന്റെ

കഥകൾ ഞാനറിഞ്ഞത്. വയറുനിറയെ കഞ്ഞിവെള്ളം കുടിച്ചാണ് സ്കൂളിൽ പോയിരുന്നത്. ഉച്ചയ്ക്ക് കഞ്ഞി സ്കൂളിൽ കിട്ടും. നാരായണിയുടെ പലഹാരം കാലത്തും ഉച്ചയ്ക്കുമായി കണ്ണനു കൊടുക്കും.

ഇപ്പോൾ കാലത്തെ ഭക്ഷണം നിർബന്ധമായും ഇവിടെ ഉണ്ടാക്കും. കണ്ണനും നാരായണിയും ഉച്ചയ്ക്ക് ഉണ്ണും. പക്ഷെ, രാത്രിയിൽ എനിക്ക് കഴിക്കാനുള്ള ചപ്പാത്തിയും കറിയും ഉണ്ടാക്കിവെച്ചാൽ നാരായണി ക്വാർട്ടേഴ്സിൽ കുട്ടികളുടെ അടുത്തെത്തും. എത്ര നിർബന്ധിച്ചാലും അവൾ ഭക്ഷണം കൊണ്ടുപോവില്ല.

പലപ്പോഴും ഞാൻ ഓരോന്നോർത്തു വേദനിക്കുന്ന രാത്രികളിലും നാരായണി എനിക്കു കൂട്ടുവരും. ഓരോരോ കഥകൾ പറയും. ഞാൻ ശബ്ദം കുറച്ചുവെയ്ക്കുന്ന പാട്ടിനൊത്ത് പതുക്കെ താളം പിടിക്കും. അവൾ ഒരു പരദൂഷണകുതുകി ആയിരുന്നില്ല. വിദ്യ കുറവാണെങ്കിലും അവൾ ജീവിതമൂല്യങ്ങളിലും സ്നേഹപാശങ്ങളിലും വിശ്വസിച്ചു.

ഭർത്താവ് പോയ ഉടനെ അവൾ ധൈര്യം സംഭരിച്ച് പിടിച്ചു നിന്നു. പിന്നീട് അവൾ പലപ്പോഴും ഘനഗഹനമായ മൗനത്തിലേക്ക് വീണു. അവളുടെ ചുറുചുറുക്കെല്ലാം പോയി. യന്ത്രത്തെപ്പോലെ ജോലി ചെയ്യും. നിസ്സാരകാര്യങ്ങൾക്ക് കുട്ടികളെ അടിയ്ക്കും. അവളും സ്വന്തം പുരുഷനിൽ നിന്നകന്നതിന്റെ നീറ്റൽ അനുഭവിക്കുകയാണ്. അവളുടെ പുരുഷൻ മദ്യപനാണ്, ലമ്പടനാണ്, കുടുംബസ്നേഹം ഇല്ലാത്തവനും ആണ്. പിന്നെന്തിന് അയാളുടെ അഭാവത്തിൽ ഖേദിക്കണം? ഒരു വലിയ ആപത്ത് ഒഴിഞ്ഞുകിട്ടി എന്ന് വിചാരിച്ചു കൂടെ? സ്നേഹത്തിന്റെ നെടുതൂണായ വിശ്വാസം, അതു തകർന്നാൽ പിന്നെ എന്തു ദാമ്പത്യം?

അധികം വഴക്ക്, അധികം സംശയം അധികമധികം കുത്തുവാക്കുകൾ.

ഞാനും അതൊക്കെ ഓർത്തു.

എന്റെ ഭർത്താവ് മദ്യപനായിരുന്നില്ല. ദുർവൃത്തനായിരുന്നില്ല. പക്ഷെ, ഞാൻ അദ്ദേഹത്തിൽ മാത്രം ഒതുങ്ങിക്കഴിയണമെന്ന്, ജോലി ഉപേക്ഷിച്ചു വീട്ടിലിരിക്കണമെന്ന് അദ്ദേഹം ആഗ്രഹിച്ചു. ഞാൻ ജോലിക്കു പോകുന്നത് കണ്ണിൽകണ്ടവരെ വശീകരിക്കാനാണത്രെ. വിദ്യാസമ്പന്നന്റെ സംസ്കാരശൂന്യത. ഞാൻ പലതും സഹിച്ചു. പക്ഷെ, ഇതെന്റെ ആത്മസത്വത്തെ ഹനിച്ചുകളഞ്ഞു. ഇതെനിക്കു പൊറുക്കാനാവുന്നതായിരുന്നില്ല. എന്നെ മതിക്കാത്തവരെ എനിക്കും മതിപ്പില്ല.

വേർപെട്ടു കഴിഞ്ഞപ്പോൾ എനിക്കു മനസിലായി വിചാരിച്ചതിൽ കൂടുതൽ പൊള്ളുന്ന കനലിലേക്കാണ് ഞാൻ കാലെടുത്തു കുത്തിയതെന്ന്. സമുദായം എന്ന കപടമുത്തശ്ശി എനിക്കുനേരെ മൂർച്ചയുള്ള കല്ലുകൾ എറിയുവാൻ തുടങ്ങി. അവർക്കു ഞാൻ ആണിനൊതുങ്ങി ജീവിക്കാത്തവളായി. ഒരു കാര്യവുമില്ലാതെ വെറുതെ ഭർത്താവ് ഉപേക്ഷിക്ക്യോ? എന്റെ സഹപ്രവർത്തകർ ഞാൻ കേൾക്കേയും, കേൾക്കാതെയും ദുഷിപ്പുകൾ പറഞ്ഞു. നാഥനില്ലാത്ത ഓരോ സ്ത്രീയും ഇത്തരം

കൂരമ്പുകൾ ഏൽക്കുന്നുണ്ടാകും. ഒറ്റപ്പെട്ടുപോകുന്നുണ്ടാവും. അതുകൊണ്ടുതന്നെയാവാം ജ്വലിക്കുന്ന അഗ്നിഗോളങ്ങൾ വിഴുങ്ങേണ്ടിവന്നാലും അവൾ എല്ലാ സഹിച്ചു കഴിയുന്നത്. അവൾ സ്വാതന്ത്ര്യം ഇച്ഛിക്കാഞ്ഞിട്ടല്ല, പക്ഷെ അവൾ മനുഷ്യരെ ഭയപ്പെടുന്നു.

സ്ത്രീകൾ പ്രജ്ഞയുടെയും ഭ്രാന്തിന്റെയും നടുക്കു ജീവിച്ചാൽ ആർക്കും വിരോധമില്ല. തന്നെത്തന്നെ ബലികൊടുത്തു കഴിഞ്ഞാൽ പ്രശ്നമല്ല. അവളുടെ വറ്റാത്ത കണ്ണുനീർ തിളക്കത്തിന്റെ പ്രഭയിൽ അവർ മീശ മിനുക്കുന്നു. ദാമ്പത്യം അവർക്കും കുടഞ്ഞുകുതറുമ്പോൾ മുറുകുന്ന കെട്ടാണ്, അനങ്ങുമ്പോൾ അയഞ്ഞുപോകുന്ന ചങ്ങലയല്ല.

പക്ഷെ, ഞാൻ കെട്ടുകൾ തകർത്തെറിഞ്ഞു. ഓരോ മനുഷ്യനും ഒറ്റയ്ക്കാണ് എന്ന അനിഷേധ്യയാഥാർഥ്യത്തെ ഉൾക്കൊണ്ടു. ഏകാകിതയുടെ ഈ അസ്വാസ്ഥ്യത്തിനും സ്വസ്ഥ്യമുണ്ട് എന്നും അറിഞ്ഞു.

ചില രാത്രികളിൽ കുട്ടികൾ ഉറങ്ങിയാൽ നാരായണി എന്റെ കട്ടിലിനു താഴെ നിലത്തിരുന്ന് ഓരോരോ വ്യസനങ്ങൾ പറയും. ഭർത്താവ് അതുവരെ തന്നോടു കാണിച്ചുപോന്ന ക്രൂരതകളെക്കുറിച്ച് നിറഞ്ഞ കണ്ണുകളോടെ പറയും. ഞാൻ രോഷം കൊണ്ടു ജ്വലിക്കും.

"ഇനി തിരിച്ചുവന്നാലും നിനക്കവനെ വേണ്ട നാരായണി. നിന്റെ കുട്ടികൾ ഒന്നു വലുതാവട്ടെ."

"ഇനി വന്നാൽ ഞാൻ ചൂലെടുക്കും. തൊലിവെളുത്ത ആ ഒരു മെട്ടോളുണ്ടല്ലോ, പോട്ടെ, അങ്ങോട്ടുതന്നെ."

നാരായണി മൂക്കു ചീറ്റി.

ഒരു ജീർണിച്ച വസ്ത്രംപോലെ അവളെ വലിച്ചെറിഞ്ഞ ഗോപി. എന്നിട്ടും നാരായണിക്ക് അവനെ മറക്കാനാവുന്നില്ല. ഞാനും മോഹനേട്ടനെ ഒരു നിമിഷത്തേക്കു പോലും മറന്നിട്ടില്ല. എന്നാൽ ആസ്വാർഥതയും സംസ്കാരശൂന്യമായ വാക്കുകളും ഒരു നേരത്തേക്കുപോലും എനിക്കു സഹിക്കാനും ആവില്ല. സ്നേഹിക്കാൻ ആരുമില്ലാത്ത അവസ്ഥ. അത് അതിഭീകരമാണ്.

സ്നേഹത്തിന്റെ തെളിമയും, ഇനിമയും പലപ്പോഴും എന്നെ വ്യാമോഹിപ്പിക്കും. ഞാൻ എന്നോടുതന്നെ നിശ്ശബ്ദം സംവദിച്ചുകൊണ്ടിരിക്കും. മനസിന്റെ അരങ്ങിൽ ആടിത്തകർക്കുന്ന കഥാപാത്രങ്ങൾ. അവ മൃഗങ്ങളെപ്പോലെ പരസ്പരം കടിപിടികൂടുകയാണ്. ദിവസങ്ങളും മാസങ്ങളും അങ്ങനെ നിരങ്ങിനീങ്ങി. നാരായണി പഴയപോലെ ഉണർവുള്ളവളായി. പഴയപോലെ തമാശകൾ പറയും, പൊട്ടിച്ചിരിക്കും. ഞാൻ മാസത്തിലൊരിക്കൽ നിത്യരോഗിയായ അമ്മയെ കാണുവാൻ ചെല്ലും. തിരിയെവരുമ്പോൾ ഒരു വലിയ ടിൻ പറങ്കിയണ്ടിപ്പരിപ്പ് അമ്മ എന്നെ ഏൽപ്പിക്കും.

"എനിക്കോ അവിടെ വന്ന് ഒരു ദിവസം നിന്ന് നിന്നെ നോക്കാനുള്ള ആരോഗ്യം ഈശ്വരൻ തന്നില്ല. ദൈവസും അഞ്ചോ എട്ടോ പരിപ്പ് അതു നീ മുടക്കാതെ കഴിക്കണം. വേറെ ആർക്കും ഇതുമാത്രം പങ്കു

വെക്കേണ്ട." എന്റെ ശോഷിച്ചുവരുന്ന ദേഹത്തെ നന്നാക്കിയെടുക്കാൻ അമ്മ കണ്ടുപിടിച്ച തന്ത്രമായിരുന്നു അത്. മറക്കാതെ, മരുന്നുപോലെ അത് ഞാൻ കഴിക്കുകയും ചെയ്യും.

കഴിഞ്ഞ കുറച്ചു ദിവസങ്ങളിലായി എനിക്കുതോന്നി, മേശപ്പുറത്തിരിക്കുന്ന ടിൻ മറ്റാരോ തുറക്കുന്നുണ്ടെന്ന്. അളവിലും വല്ലാത്ത കുറവു തോന്നിച്ചു. ഞാൻ നാരായണിയോട് ഒന്നും ചോദിക്കാതെ ടിന്നെടുത്ത് അലമാരക്കകത്ത് വെച്ചുപൂട്ടി.

നാരായണിയിൽ എന്തൊക്കെയോ മാറ്റങ്ങൾ ഞാൻ ശ്രദ്ധിച്ചു. എന്റെ വീട്ടിലെ മുട്ടില്ലാത്ത ജീവിതം കൊണ്ടോ എന്തോ അവളുടെ ഉടൽ പുഷ്ടിപ്പെട്ടു. ഒട്ടിയ കവിളുകൾ നികന്നു. അതെല്ലാം എന്നിൽ ആനന്ദവും സംതൃപ്തിയും ഉളവാക്കി.

ഒരു ദിവസം കടുത്ത പനി, തലവേദന ഇവയുമായി ഞാൻ ഉച്ചയ്ക്ക് മുമ്പേ ക്വാർട്ടേഴ്സിലെത്തി. സെർവന്റ്സ് ക്വാർട്ടേഴ്സിന്റെ വാതിൽ പുറത്തുനിന്ന് പൂട്ടിയിട്ടിരിക്കുന്നു. ഞാനെന്റെ ക്വാർട്ടേഴ്സിലെത്തി. പുറംവാതിൽ ചാരിയിട്ടേയുള്ളു. സ്വീകരണമുറിയിലെ സോഫയിൽ കിടന്നു കണ്ണൻ ഉറങ്ങുന്നു. നാരായണി എവിടെ?

ഞാൻ ദേഷ്യത്തോടെ അകത്തേക്കു നടന്നു. പുറംവാതിൽ തുറന്നിട്ട് ശ്രദ്ധയില്ലാതെ അവളെവിടെപ്പോയി? കിടപ്പറയിലേക്കു കാലെടുത്തുവെച്ച ഞാൻ നടുങ്ങിപ്പോയി. തലേന്ന് ഓഫീസിൽ നിന്നെത്തി ഞാൻ അഴിച്ചു സ്റ്റാന്റിൽ തൂക്കിയ സിൽക്കുസാരി, ഉടുത്ത മുണ്ടിനു മുകളിൽ ചുറ്റി നാരായണി കണ്ണാടിയിൽ മുഖം മിനുക്കുന്നു. ഡ്രസ്സിംഗ്ടേബിളിന്റെ മുകളിൽ വെച്ച സകല സാധനങ്ങളിലും അവൾ കൈവെച്ചിട്ടുണ്ട്. ചുണ്ട് ചുകപ്പിച്ചിരിക്കുന്നു. മുഖത്ത് യാർഡ്‌ലി പൗഡർ തേച്ചുപിടിപ്പിക്കുകയാണ്. കാതിൽ എന്റെ തിളക്കമാർന്ന കമ്മലുകൾ. ആരെക്കാണിക്കാനാണ് ഈ ചമയം? എന്റെ ദേഹം വിറച്ചു. "നാരായണീ –" ഞാൻ ഉറക്കെ വിളിച്ചു. നാരായണി ആകെ ഞെട്ടിപ്പിടഞ്ഞു തിരിഞ്ഞുനോക്കി.

"നാരായണി ചെയ്യുന്ന പലതും എനിക്കീയിടെ പിടിക്കുന്നില്ല. എന്റെ സാരിയും കമ്മലും അഴിച്ചുവെച്ച് നാരായണി പോ എന്റെ കൺമുമ്പിൽ നിന്ന്. ഉം വേഗം പോ."

ഞാൻ ജീവിതത്തിലാദ്യമായി അലറി.

നാരായണി ആകെ തകർന്ന മട്ടിൽ എന്നെയൊന്നു നോക്കി. പാദങ്ങൾക്ക് കീഴെ തുടിക്കുന്ന ഭൂമി ആകെ കറങ്ങുന്നതുപോലെ തോന്നി. ഈശ്വരാ! അവളുടെ അടിവയർ! അലതകർത്തുകൊണ്ട് എന്റെയുള്ളിലെന്തോ മുട്ടിത്തകർന്നു.

അവൾ വിറയ്ക്കുന്ന കൈകൾകൊണ്ട് ആഭരണവും വസ്ത്രവും അഴിച്ചുവെച്ചു.

"ഇനി നാരായണിക്ക് പോകാം. എനിക്കിനി നിന്നെ കാണേണ്ട. ഇങ്ങനെയല്ല ഞാൻ നിന്നെ കരുതിയത്. വിശ്വസിച്ച് വിശ്വസിച്ച്....."

എന്റെ ശബ്ദം ഇടറിപ്പോയി.

തലയിൽ വെള്ളിടി വീണതുപോലെ നാരായണി നടുങ്ങി. നെഞ്ചിൽ കൈവെച്ചു.

"നീ ആരെക്കാണിക്കാനാണ് ഈ ഒരുങ്ങുന്നത്? ഭർത്താവില്ലാത്ത നീ ഇങ്ങനെ അതും കണ്ണന്റെ മുമ്പിൽ വെച്ച്."

"ചേച്ചി" നാരായണി പതുക്കെ ചുണ്ടിലെ ചായം മുണ്ടിൻതലപ്പെടുത്തു മാച്ചുകൊണ്ട് പറഞ്ഞു.

"ചേച്ചീടെ വസ്ത്രങ്ങള് ആദ്യായിട്ടാ ഞാനിട്ടുനോക്കിയത്. ചേച്ചിയെപ്പോലെ സുന്ദരിയാവാൻ, അതിന് ഞാൻ നൂറ് മാപ്പു പറയാം. പിന്നെ എന്നോടു പെണക്കം തോന്നരുത്. ആണിന്റെ തുണയില്ലാതെ, ആണിന്റെ സ്നേഹം കിട്ടാതെ, എനിക്കു ജീവിക്കാൻ പറ്റൂല. ചേച്ചീടെ കരളൊറപ്പ് എനിക്കില്ല. സ്വന്തം പുരുഷൻ വന്നുമുട്ടിയാൽ ഏതു പെണ്ണാ വാതിലു തൊറക്കാത്തത്? മറ്റേപ്പെണ്ണ് ചതിച്ചപ്പോ ഗോപ്യേട്ടൻ എന്റടുത്തുവന്നു. കളയാൻ പറ്റ്വോ? മക്കള് മൂന്നായില്ലേ? അവറ്റയ്ക്ക് അച്ഛാന്ന് വിളിക്കാനും ഒരാളുവേണ്ടേ? മൂന്നുമാസായി ഗോപ്യേട്ടൻ ഞങ്ങളുടെയൊപ്പംണ്ട്. ചേച്ചിയോടു പറയാൻ പേടി. അതുകൊണ്ടു ചേച്ചി വരാറായാൽ ഗോപ്യേട്ടൻ പുറത്തുപോകും. രാത്രി തിരിച്ചെത്തും. എനിക്ക് വീണ്ടും ഗർഭം ഉണ്ടായി. ചേച്ചീടെ ഈ കോപ്പുകളൊക്കെ ആദ്യായിട്ടാ തൊടുന്നത്. ഇതു സത്യാണ്. പക്ഷെ, ചേച്യേപ്പോലെ ഞാനൊരിക്കലും സുന്ദരിയാവില്ല. എങ്കിൽ ഇനിയൊരിക്കലും ഗോപിയേട്ടൻ എന്നെ വിട്ട് മറ്റൊരുത്തിയെ....."

നാരായണി പൊട്ടിക്കരഞ്ഞു. പുറത്തു കണ്ണൻ ഉണർന്നെന്നു തോന്നുന്നു.

"ഇനി ഒരു തെറ്റുകൂടെ ഞാൻ ചെയ്തിട്ടുണ്ട്. ചേച്ചീടെ ആ ടിന്നിലെ കശുവണ്ടിപ്പരിപ്പ്..... എന്തു പ്രാന്താന്ന് അറിഞ്ഞൂടാ. ഗർഭപ്പൂതി ആയിരിക്കും. മാപ്പാക്കണം, അതും ചേച്ചിയറിയാതെ കട്ടുതിന്നു. ഇനി പോട്ടെ. എന്നെ ശപിച്ചാലും എന്റെ മക്കളെ ശപിക്കല്ലേ ചേച്ചി."

നാരായണി യാത്രപറയുംപോലെ കുനിഞ്ഞ് എന്റെ കാലിൽ തൊട്ടു. കരഞ്ഞുചുവന്ന മുഖം തുടച്ചു മുറിയിൽ നിന്നിറങ്ങിപ്പോയി.

എത്ര തെറ്റുകൾ ചെയ്തിട്ടും, എത്ര കണ്ണുനീർ കുടിച്ചിട്ടും, എത്ര ഉള്ളു പൊരിഞ്ഞിട്ടും, സ്ത്രീ പുരുഷനെ വീണ്ടെടുക്കുന്നു. ഞാനെന്തിന് അവളെ തടയണം? അവളിനി സ്വന്തം ഭാഗധേയം സൃഷ്ടിക്കട്ടെ. ആർക്കും ആരും തുണയാവുന്നില്ല. ഓരോ മനുഷ്യനും മറ്റൊരാളേക്കാൾ ഏകാന്തൻ.

ഞാൻ വസ്ത്രം മാറാൻപോലും മറന്ന് അങ്ങനെ നിന്നുപോയി.

പുറത്തു നാരായണിയുടെ മകൻ ഉറക്കെ കരഞ്ഞു.

ചോലമരങ്ങളില്ലാത്ത വഴി

"**ന**മുക്കൊന്ന് പോവുകയല്ലേ നല്ലത്? ഒരിക്കൽക്കൂടി ചിന്തിച്ചു നോക്കൂ. ഇനിയൊരവസരം."

മൂന്നാമത്തെ തവണയും ഗോകുലന്റെ ശബ്ദം ടെലിഫോണിൽ റിസീവറിലൂടെ അരിച്ചെത്തി. അവന്റെ ശബ്ദം ഒരു ജലദോഷക്കാരന്റേത് പോലെയായിരുന്നു. എന്തോകൂടി പറയുവാൻ മുരടനക്കുമ്പോൾ ഞാൻ ഇടപെട്ടു.

"ആവശ്യമില്ല, ഗോകുലാ. കടയടച്ചു ഗോകുലൻ വേഗമൊന്ന് വന്നാൽ മതി."

റിസീവർ താഴെ വെച്ചപ്പോൾ മുതൽ ഞാൻ ചിന്താകുലനായി. അങ്ങനെ പറയേണ്ടിയിരുന്നില്ല. പ്രത്യേക തരം മധുരപലഹാരങ്ങൾ നിർമിച്ച് വിൽക്കുന്ന മഹാനഗരത്തിലെ മികച്ച മിഠായിക്കട പുലർത്തുന്നവനാണ് ഗോകുലൻ. ഇന്നാണെങ്കിൽ ഒരു സിനിമാതാരത്തിന്റെ ഏതോ ആഘോഷത്തിനായി ഒരു വലിയ ഓർഡർ ഉള്ള ദിവസം.

ഞാൻ കരയുകയായിരുന്നില്ല. ഇത്രയും വലിയ ഒരു ദുരന്തവൃത്താന്തം കേട്ടിട്ടും എനിക്ക് കരയുവാൻ തോന്നിയില്ല.

ഉച്ചയൂണ് കഴിഞ്ഞ് എന്റെ സഹായി നന്ദന മല്ലിക് ഊൺ തളത്തിലെ വെറുംതറയിൽ കിടന്നുറങ്ങുകയായിരുന്നു. അവളുടെ ചടച്ച പിൻഭാഗവും, മടക്കിവെച്ച കാലിന്റെ അടിയിലെ ചെളിയും. വേണ്ട, ഉറങ്ങിക്കൊള്ളട്ടെ. ഇന്ന് വൈകിട്ടത്തെ പലഹാരം മേംസാബ് തന്നെ ഉണ്ടാക്കിവെക്കുന്നുണ്ട്. നീരജ് സ്കൂളിൽ നിന്നെത്താറായാൽ നന്ദന ഉണർന്ന് അവന് വേണ്ട കാപ്പിയും സബ്ജിയും ഉണ്ടാക്കും. പക്ഷെ, ഇന്ന് വേണ്ട നന്ദനാ, നീ നിന്റെ ഉറക്കവും സ്വപ്നങ്ങളും ഇപ്പോൾ തകർക്കേണ്ടതില്ല.

ഞാൻ അടുക്കളയിൽ കയറി ശബ്ദം കേൾപ്പിക്കാതെ മകനുവേണ്ടി പക്കോഡ ഉണ്ടാക്കാൻ തുടങ്ങി. എണ്ണയിൽ ചീർത്തുവരുന്ന പലഹാരം

നോക്കിനിന്നപ്പോൾ എനിക്ക് ഓർമവന്നത്, ഇത് മായക്കിഷ്ടപ്പെട്ട പല ഹാരമാണല്ലോ എന്നാണ്.

ഞാൻ കിടപ്പറയിലേക്ക് തിരിയും മുമ്പ് ഇസ്തിരി മേശമേൽ നന്ദന കൂനകൂട്ടിവെച്ച അലക്കിയുണങ്ങിയ വസ്ത്രങ്ങൾ എടുത്ത് മടക്കുവാൻ തുടങ്ങി. മതി. അതും മടുത്തപ്പോൾ കിടപ്പറയിലെ കട്ടിലിൽ ചെന്നിരുന്നു. ഒന്ന് കിടക്കാം. എന്നാൽ തേൾക്കുത്തേറ്റതു പോലെ ഞാൻ പിടഞ്ഞെഴുന്നേറ്റു. വീണ്ടും അടുക്കളയിൽ ചെന്ന് ഒരു കപ്പ് ചായയുമായി ബാൽക്കണിയിലെത്തി.

എതിർവശത്തെ ഫ്ളാറ്റിൽ മുൻവശത്ത് കംപ്യൂട്ടറിന്റെ മുമ്പിൽ തപസിരിക്കുന്ന ചെറുപ്പക്കാരൻ എന്നെ കണ്ടു.അവന്റെ സൗന്ദര്യം തികഞ്ഞ മുഖം എന്തിനോ തുടുത്തു. ഞാൻ ഒരാഴ്ചയായി ആ ബാൽക്കണിയിൽ ചെന്നു നിൽക്കുമ്പോഴെല്ലാം, പുതുതായി താമസത്തിനെത്തിയ ആ ചെറുപ്പക്കാരൻ എന്നെ കണ്ടാൽ കംപ്യൂട്ടറിന് മുമ്പിൽ നിന്നെഴുന്നേറ്റു ബാൽക്കണിയിൽ വന്ന് എന്നെ നോക്കും. മുറിവേറ്റ പക്ഷിയുടെ ചിറകുപോലെ എന്റെ നിറമുള്ള ദുപ്പട്ട പിടയ്ക്കും. ഒരു രസത്തിന്, നന്ദന ഉറങ്ങുമ്പോഴെല്ലാം ഞാൻ അവിടെ നിന്ന് അവന്റെ മനോജ്ഞമായ കണ്ണുകളിലേക്ക് നോക്കി പുഞ്ചിരിതൂകും.

ഇപ്പോൾ വലിയൊരു വെള്ള മഗ്ഗിൽ ചായ മൊത്തിക്കൊണ്ട് അവൻ ഇങ്ങോട്ട് ഉറ്റുനോക്കുകയാണ്. എന്റെ കണ്ണുകൾ അവനെ കാണുന്നുണ്ടായിരുന്നില്ല. എനിക്ക് ചിരിക്കുവാനും തോന്നുന്നില്ല.

ഞാൻ വെറുതെ അതിഥികൾക്കായി ഒഴിച്ചിട്ട മുറിയുടെ വാതിൽ തുറന്നു. മലർക്കെ തുറന്നുകിടന്ന വാർ ഡ്രോബിൽ ഹാംഗറിയിലാടുന്ന രോമവസ്ത്രം. ശിരസറ്റ കബന്ധം പോലെ. നോക്കി നിൽക്കെ മുല്ലപ്പൂച്ചിരിയും, വള്ളിച്ചൂരൽ പോലുള്ള ഉടലും വെച്ച് ആ രോമക്കുപ്പായത്തിനുള്ളിൽ മായ നീണ്ടു നിവർന്നു നിൽക്കുന്നു.

അനന്തപുരിയിലെ കവിസമ്മേളനത്തിൽ കൂടാനാണ് മായ എത്തിയത്. അതെന്നായിരുന്നു? ഏതായാലും ഗോകുലന് അവളുടെ ആഗമന വാർത്ത അത്ര പിടിച്ചില്ല. കവികളെല്ലാം ഉന്മാദമുള്ളവരെന്ന് അവൻ അന്ധമായി വിശ്വസിച്ചു.

"ഞാൻ രാത്രിയിൽ കടയിൽ നിന്ന് ക്ഷീണിച്ചെത്തുമ്പോൾ എന്നോട് മിണ്ടാൻ പോലും നിനക്ക് നേരം കിട്ടില്ല. അവൾ വന്നെത്തിയാൽ ......'

ഞാൻ ഉറക്കെ ചിരിച്ചു.

"നല്ല ആളെ പറ്റിയാണ് ഈ പറയുന്നത്. രാത്രി ഒമ്പത് കഴിഞ്ഞാൽപ്പിന്നെ ഞാനെന്നല്ല ആരു പറഞ്ഞാലും അവൾ നിൽക്കില്ല. അപ്പോഴാണ് അവളുടെ എഴുത്തും വായനയും....."

"ഹാവൂ," ഗോകുലൻ കളിയായി നെടുവീർപ്പിട്ടു.

മായ ഒരു മാസം എനിക്കൊപ്പം താമസിക്കാനെത്തുന്നു എന്നായിരുന്നു എഴുത്തിലെ മുന്നറിയിപ്പ്. അവൾ വന്നെത്തുംവരെ അവളെക്കുറിച്ച് ഓരോ കഥകൾ ഓർത്തും പറഞ്ഞും ഞാൻ രാത്രികളെ പകലാക്കി. അവൾ സ്നേഹിക്കുന്നവന്റെ വേദന അറിഞ്ഞവളായിരുന്നു. നിറഞ്ഞ

സൂര്യവെളിച്ചത്തെയും, ഭയലേശമില്ലാത്ത ലോകത്തെയും സ്വപ്നം കണ്ട വൾ. പരീക്ഷണങ്ങളിൽ പരിക്ഷീണയാവുന്ന എന്നെ അവൾ പരിഹസിക്കും.

പക്ഷെ, ജീവിതവിഷം ഇഷ്ടത്തോടെ പാനം ചെയ്യുന്ന അവളുടെ പരിഹാസം എന്നെ ചൊടിപ്പിച്ചില്ല.

സുന്ദരിയും ഊർജസ്വലയുമായ എന്റെ അമ്മയെ അർബുദം പിറകിലൂടെ വന്ന് അടക്കം പിടിച്ചപ്പോൾ, വേദനിച്ച് വേദനിച്ച് ഉറക്കം വരാതെ കിടന്ന അമ്മ നിതാന്തമായി ഉറങ്ങിപ്പോയപ്പോൾ, ഉറങ്ങുവാൻ കിടന്ന അനുജന്റെ ശരീരം മരണത്തിന്റെ തണുപ്പു തട്ടി നിശ്ചലമായപ്പോൾ, അപ്പോഴെല്ലാം അവളെന്നെ മൃദുവായി ആലിംഗനം ചെയ്ത് ചെവിയിലേക്ക് ആശ്വസിപ്പിച്ചു: "കൂടുതൽ സഹിക്കാൻ കഴിവുള്ളവർക്ക് ദൈവം കൂടുതൽ ദു:ഖം കൊടുക്കുന്നു."

"ഗോകുലന് കേൾക്കണോ രസം? കുട്ടിക്കാലത്ത് മായേടെ വല്ലാത്ത പ്രകൃതം കണ്ട് എല്ലാവരും അന്തിച്ചുപോയിരുന്നു. അവളുടെ അമ്മ ഒരിക്കൽ എന്റെ മുത്തശ്ശിയോട് പറഞ്ഞു. ഈ കുട്ടി സാധാരണ കുട്ട്യോളെപ്പോലെ എന്തെങ്കിലുമൊന്ന് ആവശ്യപ്പെടുകയും ശാഠ്യം കാണിക്കുകയും ചെയ്യുന്നത് കാണാൻ കൊതിയാവുണു എന്ന്. കുട്ടിയായിരിക്കുമ്പോഴേ അവൾക്ക് വാശിയില്ല, ആവശ്യങ്ങളില്ല, പരാതികളും ഇല്ല. ആരെങ്കിലും എന്തെങ്കിലും കൊടുത്താൽ കഴിക്കും. തിരക്കിലത് മറന്നുപോയാൽ മിണ്ടാതെ വിശപ്പു സഹിച്ചിരിക്കും. അവൾക്ക് ഒരു കുട്ടിക്കാലം ഉണ്ടായിരുന്നില്ലെന്ന് പറയാം."

"മതി നിന്റെ മായാപുരാണം എനിക്കുറക്കം വരുന്നു." ഗോകുലൻ കഥ പറയുന്ന എന്നെ കട്ടിലിലേക്ക് തള്ളിയിട്ട് കിൽറ്റിനകത്തേക്കാക്കി.

ശാഠ്യം മാറിയ കുട്ടിയുടെ മുഖത്തോടെ ഉറങ്ങിക്കിടക്കുന്ന ഗോകുലനെ നോക്കിക്കൊണ്ട് ഞാൻ ഉറക്കാതെ കിടന്നു.

സ്കൂളിൽ വെച്ച് മായ അധികം സംസാരിക്കില്ല. എന്നാൽ ഇന്റർവെല്ലിന് ബെല്ലടിച്ചാൽ അവൾ എന്റെ കൈപിടിച്ച് പുറത്തിറങ്ങും. സ്കൂൾ ഗ്രൗണ്ടിന് പടിഞ്ഞാറുവശത്തെ അരമതിലിനടുത്തേക്ക് എന്നേയും വലിച്ച് അവൾ ഓടും. അരമതിലിൽ വരിവരിയായി പുളിയുറുമ്പുകൾ നിലം തൊടുന്നില്ലെന്ന മട്ടിൽ ധൃതിപിടിച്ച് അരിച്ചു നീങ്ങുന്നുണ്ടാവും. അവയെ അഗാധദൃഷ്ടികളോടെ നോക്കി നിൽക്കേ അവളുടെ പ്രജ്ഞ ജാഗ്രത്താവും. നേർത്ത ചുണ്ടുകൾ മുറുകും. ഇതാ ഇതാ ഒന്ന്, രണ്ട്...... ഉറുമ്പിൽ ജാഥയ്ക്കിടയിൽ ചത്തുകിടക്കുന്നവയെ അവൾ ശ്രദ്ധയോടെ പെറുക്കിയെടുക്കും. "വാ, ശേഷക്രിയ ചെയ്യാം."

(അമ്മ മരിച്ചതിന് ശേഷമാണ് അവൾ ശേഷക്രിയ എന്ന വാക്ക് കൂടുതൽക്കൂടുതൽ പ്രയോഗിക്കുവാൻ തുടങ്ങിയത്. അമ്മ മരിച്ചുവെന്ന് മനസിലായിട്ടും, ചിത കത്തിത്തീർന്നിട്ടും കരയാത്ത കുട്ടിയായിരുന്നു അവൾ.)

ചത്ത ഉറുമ്പുകളെ ഇടതുകൈവെള്ളയിൽവെച്ച് വേദനിപ്പിക്കാതെ എടുത്ത് കിണറ്റിൻകരയിൽ കൊണ്ടുപോയി കരുതലോടെ കുളിപ്പിക്കും. കണ്ണീരോടെയും ശ്രദ്ധയോടെയും മതിലിനുതാഴെ ചെറിയ കുഴികളു

ണ്ടാക്കും. എന്നിട്ട് ഓരോ ഉറുമ്പിനേയും ഓരോ കുഴിയിൽ കിടത്തും. മണ്ണിട്ട് അതിനു മീതെ ഒരിലവെക്കും. അതിനും മുകളിൽ മതിലിന്മേൽ പടർന്ന മഞ്ഞപ്പൂക്കൾ പൊട്ടിച്ചുവയ്ക്കും. ബെല്ലടിക്കുമ്പോൾ ഞങ്ങൾ ക്ലാസിലേക്കോടും.

ആ ഉറുമ്പ് സ്വർഗത്തിലോ, നരകത്തിലോ എത്തുക എന്ന ഉൽക്കണ്ഠ അവളിൽ പെരുകും. ക്ലാസിൽ ഉത്തരം തെറ്റിച്ച് അടി വാങ്ങിക്കും. വൈകുന്നേരം പൂച്ചെടി വളർന്ന് പൂക്കളുണ്ടായോ എന്ന് അവൾ ചെന്ന് നോക്കും. ഞാനൊരു വലിയ തത്വജ്ഞാനിയെപ്പോലെ പറയും:

"ഈ മായേടെ ഒരു മണ്ടത്തരം. പൂവ് മണ്ണിൽ വെച്ചാൽ പൂച്ചെടി കിളിർക്കില്ല. ഇല വെച്ചാലും തെഴുക്കില്ല."

'അപ്പോ എന്റെ അമ്മയെ ദഹിപ്പിച്ചിടത്ത് ഒരു പൂമരം വളർന്നതോ?"

അതിന്റെ ഉത്തരം എനിക്കറിഞ്ഞൂടായിരുന്നു. അച്ഛന്റെ സ്ഥലമാറ്റത്തോടനുബന്ധിച്ച കൂടുമാറ്റത്തിൽ ഞാനവളിൽ നിന്നകന്നു. കോളേജിലെത്തിയപ്പോൾ ഞങ്ങൾ വീണ്ടും ഒന്നായി. അക്കാലത്താണ് മായ കവിതയെഴുതിത്തുടങ്ങിയത്. ജീവിതം അവൾക്ക് കയ്പു മാത്രമേ നൽകിയുള്ളൂ. അവളെ 'നിയമരാഹിത്യമാണ് നിയമം' എന്ന ഭ്രാന്തൻ തത്വശാസ്ത്രത്തിനുടമയാക്കിയത് നിയതിയുടെ ഈ നീചനീതി ആയിരിക്കാം. പിന്നീടവളെ ലോകം അറിവും അലിവുമുള്ള കവയിത്രി സ്വന്തം മടിത്തട്ടിലേക്ക് ഏറ്റെടുത്തു.

ഉള്ളുകൊണ്ടവൾക്ക് സമ്മതമായ ബന്ധമാണ് അച്ഛൻ അവൾക്കായി കൊണ്ടുവന്നത്. വിവാഹനിശ്ചയം കഴിഞ്ഞപ്പോഴാണ് അവർ തമ്മിൽ അടുത്തത്. ക്ഷുദ്രവും നീചവുമായ അവന്റെ സ്വാർഥതയും വ്യർഥതയും അവളെ അമ്പരപ്പിച്ചു. "ഈ വിവാഹം എനിക്ക് സുഖം തരില്ലച്ഛാ. ഇതിനേക്കാൾ ഭേദം ഒറ്റക്ക് കഴിയുകയാണ്." അവൾ തീർത്തു പറഞ്ഞു. 'നിത്യനരകത്തിൽ അഗ്നിഭുജിച്ചു കഴിയുവാനുള്ളതല്ല എന്റെ ജന്മം' എന്ന് അവൾ പിന്നീട് എനിക്കെഴുതി.

വിവാഹവും പ്രസവവും കഴിഞ്ഞ് എന്റെ മഹാനഗരത്തിലെ വലിയ ഫ്ളാറ്റിന്റെ വിസ്തൃതമായ സ്വീകരണമുറിയിലേക്കാണ് ഈ വാർത്ത കടന്നുവന്നത്. ഈശ്വരാ, എന്റെ മായേടെ താവളം എവിടെയാണ്? ചോലമരങ്ങളില്ലാത്ത വഴിയിലൂടെ ഇങ്ങനെ എത്രകാലം അവൾക്ക് നടക്കുവാൻ ആവും? എനിക്കുള്ളിൽ നെരിപ്പോടു പോലെ ഒരു ആധി എരിയുവാൻ തുടങ്ങി.

എവിടെയാണ് ഒരു പെണ്ണിന്റെ യഥാർഥ ഇണ എന്ന് എങ്ങനെ അറിയും? 'ഇതാ ഇതാ കണ്ടുപിടിച്ചു' എന്ന് അഹങ്കരിക്കുമ്പോഴാണ് മനസിലാവുന്നത്, ഇതല്ല ഇതല്ല എന്ന്, പിന്നീടെങ്ങനെ തിരുത്താനാവും വഴിയിലെ ഈ പിഴവ്?

മായ മഹാനഗരത്തിലെത്തിയപ്പോൾ ഞാൻ അത്ഭുതപ്പെട്ടു. ഒരു മാറ്റവും ഇല്ല. കണ്ണുകളിൽ മുറ്റിനിൽക്കുന്ന ഗൗരവഭാവം ഒഴിച്ചാൽ മുഖം പഴയതു പോലെ സുന്ദരം. ഉന്നത ഗാത്രയായ അവളുടെ നേർത്ത ഉടൽ എന്നിൽ അസൂയ ഉളവാക്കി. എപ്പോഴുമെന്നതുപോലെ അവൾ ഉത്സാ

ഹത്തോടെ പുഞ്ചിരിച്ചു. എന്റെ കഴുത്തിലുമ്മവെച്ചു കൊണ്ട് അവൾ എന്നെ കെട്ടിപ്പിടിച്ചു. "നീയൊരു സുന്ദരിക്കുട്ടി ആയിട്ടുണ്ടല്ലോ."

പകൽ മുഴുവനും യാത്രാക്ഷീണം കൂടാതെ അവൾ സംസാരിച്ചു കൊണ്ടിരുന്നു. വെയിൽ ചാഞ്ഞു. സന്ധ്യമങ്ങി. ഇരുട്ട് തെളിഞ്ഞു. അപ്പോഴാണ് അവളുടെ ഭാവം മാറിയത്.

"രാത്രികൾ എനിക്ക് സംസാരിച്ചു തീർക്കാനുള്ളതല്ല മോഹിനീ എനിക്കൊരുപാട് ജോലിയുണ്ട്."

അവൾ ക്രൂരമായ ഒരാനന്ദത്തോടെ എന്നെ മുറിക്ക് പുറത്താക്കി കതകടച്ചു.

അന്നു രാത്രിയിൽ ഗോകുലൻ ഒരു വലിയ പലഹാരപ്പെട്ടിയുമായാണെത്തിയത്. മായക്കുവേണ്ടി അന്നത്തെ പുത്തൻ പലഹാരങ്ങൾക്കായി ഞാൻ കൈനീട്ടിയപ്പോൾ ഗോകുലൻ പെട്ടി മച്ചിലേക്കുയർത്തിപ്പിടിച്ചു.

"ഇത് നിന്റെ കൂട്ടുകാരിയെ നേരിട്ടേൽപ്പിക്കാം.'

ഞാൻ വിഷണ്ണയായി വിരൽ കടിച്ച് അടഞ്ഞ വാതിൽക്കലേക്ക് നോക്കി.

അതികാലത്തെഴുന്നേൽക്കുന്ന ശീലം എനിക്കില്ല. നീരവങ്ങളായ പുലർച്ചെകളിലുള്ള സുഖനിദ്രയായിരുന്നു ജീവിതത്തിൽ എന്റെ ലക്ഷൂറി എന്ന് ഞാൻ അവകാശപ്പെട്ടിരുന്നു. രാവിലത്തെ നടത്തത്തിന് ഒപ്പം പോകാൻ അതുകൊണ്ടുതന്നെ ഗോകുലൻ നിർബന്ധിച്ചില്ല. അവന്റെ കിളരം കൂടിയ രൂപത്തിന്റെ ആകർഷണീയത ഏറ്റുന്നതിൽ സന്തോഷിച്ച ഞാൻ അലാറംവെച്ച് അവനെ വിളിച്ചുണർത്തി പുറത്തേക്കയച്ചു.

അടുക്കളയിൽ നന്ദന കയറിക്കഴിഞ്ഞേ ഞാനുണരൂ. എട്ടുമണി കഴിഞ്ഞാൽപ്പിന്നെ ഒരു പിടച്ചിലാണ്, ബ്രേക്ക്ഫാസ്റ്റ്, ടിഫിനൊരുക്കൽ.....

ഉള്ളിന്റെയുള്ളിൽ ഗോകുലൻ ഒരു അനാഥനായിരുന്നു. ഈ ജീവിതം അവനും മുറിവുകൾ പാരിതോഷികമായി നൽകി. കേട്ടതിന്റെ മധുരത്തേക്കാൾ കേൾക്കാത്തതിന്റെ നിമഗ്നമായ മാധുര്യം അവനെ മോഹിപ്പിച്ചു. എന്നാലൊരു ഭ്രമങ്ങളിലും അവൻ ഭ്രമിച്ചില്ല. എനിക്ക് പലപ്പോഴും നിരാശയുണ്ടായി. എന്നെ വശഗയാക്കാൻ, എന്നിൽ ജീവിതകാമനയുണർത്താൻ ഗോകുലന്റെ സ്നേഹത്തിനാവുന്നില്ലെന്ന്, പനീറിന്റെയും, പിസ്തയുടെയും സമ്മിശ്രഗന്ധമായിരുന്നു അവന്റെ വിയർപ്പിന് പോലും. നഗരത്തിലെ ഏറ്റവും വലിയ മിഠായീവാല ആയിരുന്നിട്ടും അവൻ മധുരവസ്തുക്കളെ വെറുത്തില്ല. ഞാനാണെങ്കിൽ അവ കാണുവാൻപോലും ആഗ്രഹിച്ചതുമില്ല.

സംഗീതത്തിന്റെ ഒരു ദീപ്തലോകം ഗോകുലന് സ്വന്തമായുണ്ടായിരുന്നു.

'വോ ജോ മിൽ ഗയാ ഉസേ യാദ് രഖ്
ജോ നഹീ മിലാ ഉസേ ഭൂൽ ജാ.....'

തനിക്ക് ലഭിച്ചതിനെ സദാ ഓർമയിൽ സൂക്ഷിക്കുകയും സ്വന്തമാകാത്തതിനെ മറന്നുകളയുകയും ചെയ്യുന്ന സന്ദേശമുള്ള ഉറുദുകവിത അവൻ നന്നായി പാടും.

കടയിൽ നിന്ന് വന്നാൽ ചൂടുവെള്ളത്തിൽ ഷവർ തുറന്ന് സമൃദ്ധമായ ഒരു കുളി. അത് കഴിഞ്ഞ് ചൂട് ചപ്പാത്തി. വെജിറ്റബിൾ കുറുമ. പിന്നെ ബാൽക്കണിയിലെ ആട്ടുകട്ടിലിൽ ചെന്ന് ഒരു കിടപ്പുണ്ട്. അപ്പോൾ അന്തരീക്ഷം സംഗീതസാന്ദ്രമായിരിക്കും. അടുത്തു ഞാനുണ്ടാവുന്നത് പ്രിയം. ഞാനില്ലെങ്കിലും അപ്രിയമില്ല. ഗ്രഹിക്കാനും ത്യജിക്കാനും അവന് കഴിവുണ്ട്. ഉറുദുഗാനങ്ങളിലെ ദു:ഖസാന്ദ്രതയിൽ അവന്റെ അനാഥത്വം കൃഷ്ണമേഘങ്ങളായി പെയ്തിറങ്ങും. അപ്പോഴേക്കും ഞാൻ എച്ചിൽപ്പാത്രം സിങ്കിലിട്ട് മേശ കഴുകിത്തുടച്ച്, മേൽകഴുകിയെത്തും. പിന്നെ രാത്രി ഏറെ വൈകുംവരെ ഞങ്ങൾ ഓരോന്ന് പറഞ്ഞു കലഹിച്ചും, പിണങ്ങിയും, അതും കഴിഞ്ഞു ഇണങ്ങിയും ഉറങ്ങിപ്പോകും.

മായ വന്ന ദിവസവും ഞാനങ്ങനെ ഉറങ്ങിപ്പോയി. ഞാനുണർന്നപ്പോൾ അവൾ പുറത്തേക്കിറങ്ങിപ്പൊയ്ക്കഴിഞ്ഞിരുന്നു.

ഗോകുലൻ ധൃതിയിൽ ആഹാരം കഴിക്കുകയാണ്. മായ അടുക്കളവശത്തൂടെ കയറി നേരെ ഭക്ഷണമുറിയിലേക്ക് കടന്നുവന്നു. കഴുത്തിൽ ഒരു വെളുത്ത ഷാൾ ചുറ്റിയിരുന്നു. ഞാൻ പരിചയപ്പെടുത്തി.

“ഗോകുലാ ഇതാണ് നമ്മുടെ മായ. മായേ ഇന്നലെ രാത്രിയിൽ ഗോകുലൻ മായക്ക് പലഹാരപ്പൊതി, സമ്മാനവുമായാണ് എത്തിയത് അപ്പോഴേക്കും നീ.....”

ഗോകുലൻ തീൻമേശയിലിരുന്ന കാർഡ്ബോഡ് പെട്ടിയിൽ കൈവച്ചു. മായ ഗോകുലനെ ഒന്നു നോക്കി തലകുലുക്കി, ചിരിക്കുവാൻ ശ്രമിച്ചു. എന്നിട്ട് സമ്മാനപ്പൊതിയെ ഗൗനിക്കാതെ അകത്തേക്കൊരു പോക്ക്. “അഹങ്കാരി.....” ഗോകുലൻ പാതിയരച്ച ഭക്ഷണത്തിനിടയിലൂടെ മുറുമുറുത്തു. എന്നാൽ ഗോകുലന്റെ കാർ ഗേറ്റ് കടക്കേണ്ട താമസം. എവിടെയോ ഒളിച്ചുനിന്ന മായ ഓടിവന്ന് പലഹാരപ്പെട്ടിയെടുത്ത് ഒറ്റയോട്ടം! ഓടുന്നതിനിടയൽ അവൾ വിളിച്ചു പറഞ്ഞു:

“എന്റെയീ മിഠായിപ്രേമം ഗോകുലനോട് പറഞ്ഞേക്കല്ലേ, നിന്റെ മിഠായിക്കടയിലെ കേടുവന്ന സകല പലഹാരങ്ങളും അവനെന്നെക്കൊണ്ട് തീറ്റിക്കും.”

മായ എന്നും മധുരപലഹാരങ്ങൾ ഇഷ്ടപ്പെട്ടു. എന്നിട്ടും അവളൊരിക്കലും തടിച്ചില്ല. തടിച്ചിയായി ഞാൻ എന്തു കഴിക്കാതിരുന്നിട്ടും ഒട്ടും മെലിഞ്ഞതുമില്ല.

മായയും ഗോകുലനും പാമ്പും കീരിയും പോലെ ശത്രുതതുടങ്ങിയപ്പോൾ ഞാൻ വിഷമിച്ചു. ഒരാൾക്ക് മറ്റൊരാളോട് കാരണമില്ലാതെ കലി! ഞായറാഴ്ചയാണ് പ്രശ്നം. രണ്ടാളേയും പ്രീതിപ്പെടുത്താൻ ശ്രമിച്ച് ഞാൻ തളരും. ഗോകുലന്റെ ഹിന്ദുസ്ഥാനിപ്പാട്ടുകൾ എനിക്ക് ജീവനാണ്. ആ നേരത്ത് മാത്രമാണ് മായയും കക്ഷി ചേരുക. എങ്കിലും അവൾ ഏതെങ്കിലുമൊരു പുസ്തകമെടുത്ത് കാണാമറയത്തിരിക്കുകയേ ഉള്ളു.

ഗോകുലൻ ഒരു ദിവസം കാലത്ത് നടത്തം കഴിഞ്ഞെത്തി കുളമുറിയിലേക്ക് കയറുംമുമ്പ് തുറന്നു കിടന്ന മായയുടെ മുറിയിലേക്ക് കയറി. അവൾ തിരിച്ചെത്തിയിരുന്നില്ല.

"നിന്റെ ഭ്രാന്തിപ്പെണ്ണ് എന്തൊക്കെ എഴുതിക്കൂട്ടുന്നു എന്നറിയണ മല്ലോ...." തടുക്കാൻ കഴിയും മുമ്പ് മായയുടെ കവിതയെഴുതുന്ന ഡയറി അവൻ തപ്പിയെടുത്ത് വായന തുടങ്ങി. മായയ്ക്കുള്ള ഇഡ്ഡലിയും സാമ്പാറും തയ്യാറാക്കാനായി ഞാൻ അടുക്കളയിലേക്ക് നീങ്ങി.

ഗോകുലൻ കുളി കഴിഞ്ഞു മൂളിപ്പാട്ടോടെ ബാത്ത്റൂമിൽ നിന്നിറ ങ്ങുകയായിരുന്നു. ഞാനവന്റെ വസ്ത്രശേഖരത്തിൽ നിന്നും അന്നത്തെ വസ്ത്രം തെരഞ്ഞെടുക്കാനായി അലമാരയിൽ കൈവെച്ചു. അപ്പോഴാണ് ആരോ എയ്തുവിട്ട അസ്ത്രംപോലെ മായ കിടപ്പുമുറിയിലേക്ക് പാഞ്ഞു വന്നത്.

"മോഹിനീ എന്റെ ഡയറിയെവിടെ? നിനക്കറിഞ്ഞൂടെ അതാരും കാണുന്നതെനിക്ക് ഇഷ്ടമല്ലെന്ന്?" അവൾ അടക്കം വിട്ട് അലറി.

"ഓ, അതാ ഡയറിയുടെ പുറംചട്ടയുടെ ചന്തം നോക്കാൻ ഞാനെ ടുത്തതല്ലേ?"

ഗോകുലൻ കുപ്പായമൊക്കെ നിവർത്തിക്കൊണ്ട് നിസ്സാരമായി പറ ഞ്ഞു. "ദേ കിടക്കുന്നു." അവൻ ഡയറി ചെറുതായി ഒന്ന് ചുഴറ്റിക്കൊണ്ട് കട്ടിലിലേക്കിട്ടു. എന്റെ മുഖത്തേക്ക് അവളുടെ നോട്ടം കത്തുന്ന ഒരു തീപ്പന്തമായി വന്ന് പതിച്ചു. അവൾ ചവുട്ടിക്കുതിച്ച് മുറിവിട്ടിറങ്ങിപ്പോയി.

പിന്നെ അവളെ മെരുക്കിയെടുക്കാൻ എത്ര ദിവസം പിടിച്ചു! അവൾ മിണ്ടില്ല. നോക്കില്ല. ഒന്നും കഴിക്കില്ല. വല്ലാത്തൊരു പെണ്ണ്!

മഞ്ഞും വെയിലും ഗൗനിക്കാതെ പുറത്തിറങ്ങി നടന്ന മായക്ക് ഇട യ്ക്കിടെ പനി വന്നു. അവൾ കമ്പിളിനകത്ത് മൂടിപ്പുതച്ചു കിടക്കുമ്പോൾ ഞാൻ വേവലാതിയോടെ മരുന്നുപെട്ടി തപ്പിത്തുടങ്ങും. അവൾ ക്ഷീണിച്ച ശബ്ദത്തിൽ പറയും:

'എനിക്ക് വേണ്ടി മരുന്നു തിരയേണ്ട മോഹിനി, മരുന്നുചെന്നാൽ പനി മാറും. അപ്പോൾ പരേതാത്മാക്കളോടും ദേവഗണങ്ങളോടും നാഗ സുന്ദരിമാരോടും എനിക്ക് സംവദിക്കാനാവില്ലല്ലോ. ഗന്ധർവലോകത്തിൽ അലയാൻ പറ്റില്ല. നക്ഷത്രങ്ങളെല്ലാം താഴെ വീണെന്നും, പുതിയ പൂച്ച ക്കുട്ടിയെ വളർത്താൻ കിട്ടിയെന്നും, ചാമ്പമരം കായ്ച്ചുവെന്നും പറയുന്ന ഏതോ വാത്സല്യത്തിന്റെ തണലിലിരുന്ന് കണ്ണുനിറഞ്ഞൊഴുകും വരെ ചിരിക്കാൻ കഴിയില്ല."

"ആവൂ. ഇതൊന്നും എനിക്ക് പ്രശ്നമല്ല. നിനക്കിപ്പോൾ കുറച്ച് മാറ്റമുണ്ട്. നീ മരണത്തെക്കുറിച്ചൊന്നും പറയുന്നില്ല."

"മുമ്പ് ആത്മഹത്യ വളരെ രസമാണെന്ന് കരുതിയിരുന്നു. എന്നാൽ എനിക്കിപ്പോൾ ആത്മഹത്യയെക്കുറിച്ച് ഓർമ വരാറില്ല. എന്നിട്ടുമെന്തേ ഓരോ നിമിഷത്തിനും മരണത്തിന്റെ വല്ലാത്ത ഗന്ധവും വർണവും."

ഞാൻ വിഷയം മാറ്റാൻ ചോദിച്ചു.

"നിന്റെ കവിതകളിൽ നിന്ന് സർപ്പത്താൻ ഇഴഞ്ഞു പുറത്തേക്ക് പോയെന്നാണ് തോന്നുന്നത്." അവൾ ഉറക്കെ ചിരിച്ചു.

"ഓ അതാ കിഴക്കേ സർപ്പക്കാവ് ചുറ്റിക്കയറിപ്പോകുന്ന വഴിയി ലൂടെ അതിപ്പോഴും എന്നെത്തേടി ഇഴഞ്ഞു നടക്കുകയാണ്."

ഗോകുലനില്ലാത്ത നേരത്ത് അവൾ പുതിയ കേസറ്റുകൾ കൊണ്ടുവന്നു കേൾക്കും.

'ഫിർ കഹീ രാഹേ ഗുസർ കർ ശായദ്....
ഹം കഭീ മിൽ സകേ..... മഗർ ശായദ്.....'

അവൾ സംഗീത സാഗരത്തിൽ ഒഴുകിനീങ്ങുന്ന ഒരിലയാകും. നാം വീണ്ടുമൊരിക്കൽ കണ്ടുമുട്ടിയേക്കാം. എന്നാലൊരുപക്ഷെ..... എന്ന പാട്ടിൽ അവൾ ലയിച്ചു ചേരും. മണൽക്കാട്ടിലും മരുക്കുന്നിലും പ്രണയിതാവിനായി അലയുന്നവന്റെ ദു:ഖം.....

"ദു:സ്വപ്നങ്ങളില്ലാത്ത നിദ്രയിലേക്ക് മിഴി തലോടിയുറക്കുന്ന താരാട്ടിന്റെ സുഖമാണ് മോഹിനി എനിക്കീ കവിത. പനിക്കിടയിലെ അർധമയക്കങ്ങളിലേക്കനാഥമാകുമ്പോൾ അമ്മ വന്ന് നെറ്റിയിലുമ്മ വയ്ക്കുംപോലെ...."

അവൾ വന്ന് കുറച്ചു ദിവസങ്ങൾക്ക് ശേഷമാണ് ഞാൻ മനസിലാക്കിയത്, അവൾക്കൊരു സ്നേഹഭാജനം ഉണ്ടെന്ന്.

"നിന്നോട് കാര്യം പറയാൻ ഞാൻ മറന്നു. ഞാനിന്ന് പരിത്യജിക്കപ്പെട്ടവളല്ല, പരിലാളിക്കപ്പെട്ടവൾ. ഓരോ മനുഷ്യനും ഈ ലോകത്ത് ആനന്ദിക്കുവാൻ അവകാശമില്ലേ?"

വിശദാംശങ്ങൾ ചോദിച്ചറിയാൻ എനിക്ക് ധൈര്യം വന്നില്ല. അവൾ പറഞ്ഞതുമില്ല.

"കെടാൻ പോകുന്ന തിരികൾക്ക് ഒരുപാട് വെളിച്ചം കിട്ടുമ്പോലെ അവസാനിക്കാറായ ജീവിതങ്ങൾക്കും ഒരുപാട് സ്നേഹം കിട്ടും, ല്ലേ?" അവൾ ചിരിച്ചു.

"ആരു പറഞ്ഞു മായ അവസാനിക്കുകയാണെന്ന്? ഇനിയല്ലേ നീ ജീവിക്കാൻ പോണത്? പിയുഷപ്രേമധാരയുടെ മഹത്വ സുഗന്ധത്തിലാറാടി..."

ഞാൻ കളിയാക്കി. അവളുടെ കണ്ണുകൾ അശ്രു നക്ഷത്രങ്ങളായി നനഞ്ഞു തിളങ്ങി. മായ പെട്ടെന്ന് എന്റെ മടിയിലേക്ക് മുഖം പൂഴ്ത്തി. അവളുടെ ഹൃദയത്തിന്റെ സ്പന്ദവേഗം കൂടുകയാണല്ലോ. ഗദ്ഗദത്തോടടുത്ത ഒരു ശബ്ദത്തിൽ അവൾ പറഞ്ഞു:

"വെള്ളക്കടലാസിലേക്ക് ഹൃദയത്തിൽ തൊട്ടൊരു വർണം പകരാൻ ശ്രമിക്കുന്നുവെന്ന് മാത്രം. ഈ നിറവും ഈ ഗന്ധവുമൊന്നും ഉൾക്കൊള്ളാനാവുന്നുമില്ല......"

വാടിക്കരിഞ്ഞ പനിനീർപ്പൂമുഖത്തോടെ കിടന്ന അവളെ തിരിച്ചു കിടത്തി നെറ്റിയിൽ തലോടിക്കൊണ്ട് ഞാൻ ആശ്വസിപ്പിച്ചു.

"ഒക്കെ ശരിയാവും.... ശരിയാവും.... സ്നേഹത്തിന്റെ മധുരപാനീയം നുകരുമ്പോഴും നിനക്കെന്തിനീ ശങ്ക?"

അവൾ എഴുന്നേറ്റിരുന്നു ഡയറി തുറന്ന് എഴുതിപ്പാതിയായ കവിത എനിക്ക് നേരെ നീട്ടി.

'പറക്കുന്ന ഈ ജനത്തെ പണയം വെച്ച്
മായാമന്ദിരം പണിയുന്ന വിഡ്ഢി!
ഇത് നിനക്ക് ശവക്കോട്ട തീർക്കില്ലെന്ന്

ആർക്കറിയാം!'

"എല്ലാവരും പറയുന്നു എനിക്ക് സ്നേഹിക്കാനറിയില്ലെന്ന്, സ്നേഹത്തിന് പകരം വേദന നൽകുന്ന ക്രൂരയത്രെ ഞാൻ. ഒരു മരണത്തിലും കണ്ണീരൊഴുക്കാത്തവൾ. ഒരു വേർപാടിലും ചിരിയൊതുക്കാത്തവൾ. പ്രായം തെറ്റിയിട്ടും വിവാഹത്തിന് സമ്മതിക്കാത്തതിന് രക്ഷിതാക്കൾക്ക് എന്നോട് മടുപ്പും വെറുപ്പും. നീറിച്ചാമ്പലാകുന്ന ഒരു മനസ്സ്. അതാരു കാണാൻ!'

അശ്രുക്കളിൽ ആഴ്ന്നുപോകുന്ന ജീവിത സൗന്ദര്യങ്ങളെ വീണ്ടെടുക്കുവാൻ എന്റെ മായക്ക് കഴിയട്ടെ. ഞാൻ പ്രാർഥിച്ചു.

യഥാർഥ സ്നേഹത്തിന്റെ സ്ഫടിക നിർമലപ്രവാഹത്തിലൊഴുകിക്കൊണ്ട് മായ രാത്രികളിൽ ധാരാളം കവിതകൾ ചമച്ചു. പകൽ അവ വെട്ടിയും തിരുത്തിയും ഇരിക്കും. ആകാശതടാകത്തിന്റെ വക്കത്തിരുന്ന് മുഖശ്രീ നോക്കുന്ന ചന്ദ്രബിംബം പോലെ സ്വന്തം കവിതയിലേക്ക് മുഖം കുനിച്ചിരുന്ന അവളെ ഞാൻ ഇമയനക്കാതെ നോക്കും. പുറത്തെ കഴിവുകളിലല്ല, അകത്തെ കരുത്തിൽ ജീവിക്കുന്നവളാണവൾ.

ഉച്ചയൂണ് കഴിഞ്ഞാൽ എനിക്കുറങ്ങാതെ കഴിയില്ല. മായ ആ നേരത്തും വീട്ടിലിരിക്കില്ല. അവൾ തന്റെ പുസ്തകങ്ങൾ നിറച്ച തുണിസ്സഞ്ചി ചുമലിലിട്ട് പുറത്തിറങ്ങും.

"നീ എവിടേക്കാണീ പോക്ക് മായേ. ഉച്ചവെയിലത്ത് ഒന്നടങ്ങിയിരുന്നൂടേ?" തുടക്കത്തിൽ ഞാൻ ചോദിച്ചിരുന്നു.

"വേണ്ട മോളെ എന്റെ ആഭ്യന്തരത്തിൽ നീ കയ്യിടേണ്ട. ഞാൻ നിന്റെ വീട്ടീന്ന് ഇറങ്ങിയങ്ങ് പോകും. നിനക്കറിയില്ലേ എന്നെ?"

അവളുടെ ക്ഷോഭിച്ചുതുടുത്ത മുഖത്തേക്ക് നോക്കി ഞാൻ പുഞ്ചിരിതൂകി. അവളെ വെറുക്കുവാൻ ആർക്കും സാധിക്കില്ല. എന്നാൽ ഗോകുലൻ മാത്രമെന്തേ ഇങ്ങനെ?

"നിന്റെയീ ചങ്ങാതിപ്പെണ്ണിനെ വീട്ടിലാർക്കും വേണ്ടേ? ആരും അന്വേഷിച്ചു കാണുന്നില്ലല്ലോ."

ഒരു ദിവസം ഗോകുലൻ പരിഹസിച്ചു.

"ഏത് വീട്ടുകാർ ഗോകുലൻ! ആരാണ് അവൾക്കുള്ളത്! എഴുതി തള്ളിയെന്ന് പറയുന്ന ആങ്ങളെയോ? അവളോട് നമുക്കുള്ളത്ര സ്നേഹവും അടുപ്പവും വീട്ടുകാർക്കില്ല. അവൾ ഒരു അനാഥയാണ്. എല്ലാ അർഥത്തിലും."

ഗോകുലന്റെ മുഖം അപ്രസന്നമായി. അവിടെ വ്യസനം വന്നു നിറഞ്ഞു.

"സോറി ഞാൻ വെറുതെ പറഞ്ഞതല്ലേ? നീയുള്ളപ്പോൾ പിന്നെ അവൾക്കാരുടെയെങ്കിലും ആവശ്യമുണ്ടോ?"

ഒരു രാത്രിയിൽ പുറത്തെ മഞ്ഞുകൊണ്ട് ഇരുട്ടത്ത് വരാന്തയിലിരിക്കുന്ന മായയെ ഞാൻ കണ്ടുപിടിച്ചു. കയ്യിലെ കടലാസിലേക്ക് അലസമായി നോക്കിക്കൊണ്ട് ഞാൻ പറഞ്ഞു:

"എന്തേ നിന്റെ ചപല പ്രേമം അലസിപ്പിരിഞ്ഞോ? അവന്റെ കത്തായിരിക്കും. ഒന്നു നോക്കട്ടെ."

അവൾ നിർജീവഭാവത്തിൽ കടലാസ്സ് എന്നെ ഏൽപ്പിച്ചു. പക്ഷെ, ഞാനത് വായിച്ചില്ല.

"വിഷമം പിടിച്ചൊരു കണക്ക് ചെയ്യാൻ ശ്രമിക്കുകയാണ് മോഹിനീ. ഉത്തരം പിഴച്ചാൽ ക്ലാസ്സിന് പുറത്ത്. ഏത് വഴിക്ക് ചെയ്താലാണ് കണക്കൊന്ന് നേരെയാക്കിയെടുക്കുക!"

അവൾ തന്നെത്താനെന്നവണ്ണം ചോദിച്ചു. ഞാനവളെ ചുമലിൽ പിടിച്ച് കിടക്കയിൽ കൊണ്ടുചെന്നിരുത്തി.

"ഈ പ്രണയമെന്നത് ഇതൊക്കെയാണോ? ഈ തനിച്ചിരിക്കലും മിഴിനീരൊഴുക്കലും, പിന്നെ ഉത്തരം കിട്ടാത്ത കണക്കുചെയ്യലും?"

ഞാൻ അവളുടെ കീഴ്ത്താടി ഉയർത്തിപ്പിടിച്ചുകൊണ്ട് ചോദിച്ചു. അവൾ പുഞ്ചിരിച്ച് എന്റെ കണ്ണുകളിലേക്ക് നോക്കി.

"ഉം കരയാനും ചിരിക്കാനും സമ്മതിക്കാത്ത സുഖം."

അവൾ കണ്ണുനീരിനെയും പുഞ്ചിരിയെയും തോൽപ്പിക്കുന്നവളായിരുന്നു.

"നാളത്തെ മോർണിങ് ഫ്ളൈറ്റിന് ഞാൻ പോകുന്നു." ഒരു വൈകുന്നേരം കയറിവന്നയുടനെ അവൾ പ്രഖ്യാപിച്ചു.

"ഗോകുലനോടൊന്ന് പറയാതെ," ഞാൻ പാതിക്ക് നിർത്തി.

"നിന്റെ ഗോകുലനോട് ചോദിച്ചിട്ടാണോ ഞാൻ വന്നത്?" അവൾ വസ്ത്രങ്ങൾ അടുക്കാൻ തുടങ്ങി.

ഗോകുലനാണെങ്കിൽ അന്ന് പതിവിൽക്കവിഞ്ഞ് വൈകിയാണെത്തിയത്. മായ ഉറങ്ങാൻ കിടന്നിരുന്നു. ഏതോ പാർട്ടിയിൽ പങ്കുകൊണ്ട് അസാരം മദ്യപിച്ചാണ് ഗോകുലന്റെ വരവ്. വിഷയം എങ്ങനെ അവതരിപ്പിക്കണം എന്ന പിരിമുറുക്കത്താൽ ബാത്ത്റൂമിൽ നിന്ന് ഗോകുലനെത്തും വരെ കൈകൾ പിറകിൽ കെട്ടി ഞാൻ ഉലാത്തിക്കൊണ്ടിരുന്നു.

"എന്താ നീയിങ്ങനെ? മനസ്സ് വല്ലാതെ അസ്വസ്ഥമാവാറുള്ളപ്പോഴുള്ള ഈ നടത്തം?" ഗോകുലൻ നനഞ്ഞ തലമുടി തുവർത്താതെ അന്വേഷിച്ചു.

"അതെ ഗോകുൽ..... മായ....." കേട്ടുകഴിഞ്ഞപ്പോൾ അൽപ്പം കുഴഞ്ഞ നാക്കോടെ ഗോകുലൻ പുലമ്പി:

"ങ്ഹാ പോട്ടെ നിന്റെ കളിത്തോഴി. മായ പോലെ വന്നു. മായ പോലിതാ പോണു." അവൻ ഉറക്കത്തിലേക്ക് കൂപ്പുകുത്തി.

"അതാണ് മായ." ഞാൻ ആരോടെന്നില്ലാതെ പറഞ്ഞു.

പിറ്റേന്ന് പുലർച്ചെ അലാറം വെച്ചുണർന്ന് വാതിൽ തുറന്നപ്പോഴുണ്ട്, മായ പോകാനൊരുങ്ങി, ബാഗൊരുക്കി ഡൈനിങ് ടേബിളിനരികെ നിൽക്കുന്നു. ശുഭ്രവസ്ത്രധാരിയായി, ഒരു പ്രാർഥനപോലെ.... അവൾ എന്റെ രണ്ടുകയ്യും കൂട്ടിപ്പിടിച്ചു. എന്തെല്ലാമോ പറഞ്ഞു.

പല്ലുതേച്ച്, മുടിചീകി ഫ്രഷായിവന്ന ഗോകുലന് നേരെ കൈനീട്ടി അവൾ പറഞ്ഞു: "കാണാം."

പിന്നെ എന്നെ കെട്ടിപ്പിടിച്ചു: "എനിയും വരാമെടീ, ആരും ബുദ്ധിമുട്ടേണ്ട, ടാക്സി പുറത്ത് കാത്തുനിൽക്കുന്നു."

പക്ഷെ ഞാൻ കൈകൂപ്പിക്കൊണ്ട് കരയുംപോലെ ഗോകുലനോട പേക്ഷിച്ചു: "എനിക്ക് വല്ലാത്ത വയറുവേദന. ഗോകുൽ ഒന്നിവളെ എയർപോർട്ട് വരെ കൊണ്ടുപോകൂ...... പ്ലീസ്."

താഴെ ഗേറ്റിന് പുറത്ത് ഹോൺ. ഗോകുലന്റെ കാറിതാ വന്നെത്തി. ഏതോ മരണശൈത്യം എന്റെ രക്തക്കുഴലുകളെ മരവിപ്പിച്ചു. ഞാൻ കിടപ്പറയുടെ വാതിലടച്ചു താഴിട്ടു. താഴെ കതക് തുറക്കുന്ന ശബ്ദം.

എങ്ങനെയാണ് അവനെ അഭിമുഖീകരിക്കേണ്ടത്? ആകെ തകർന്നതുപോലെയും, വൃദ്ധനായതു പോലെയും വന്നുകയറുന്ന ഗോകുലനെ എങ്ങനെയാണ് സ്വീകരിക്കേണ്ടത്?

ആത്മാവിന്റെ മണ്ണിലേക്ക് അള്ളിപ്പിടിച്ചു കിടക്കുന്ന വേരുകൾ. സ്നേഹത്തിന്റെ വേരുകൾ അതു പറിഞ്ഞു പോന്നാൽപ്പിന്നെ ഒരു മനുഷ്യന് ജീവിതമുണ്ടോ? തായ്ത്തടിയിൽ പൂപ്പൽ പറ്റും. വൈകാതെ അത് വീഴും. ഞാൻ ശ്വാസം ദീർഘമായി അകത്തേക്ക് വലിച്ചു.

യാത്രക്കൊരുങ്ങി ശുഭ്രവസ്ത്രം ധരിച്ചിരുന്ന മായ എന്നോട് അന്നേ യാത്രാമൊഴി പറഞ്ഞ് പിരിഞ്ഞുവല്ലോ. തീൻമേശയിലേക്ക് ചാരി എന്നെ ആലിംഗനം ചെയ്തുകൊണ്ട് അവൾ ചെവിയിൽ മന്ത്രിച്ചു:

'തിരിച്ചേൽപ്പിക്കാൻ സാധിക്കാത്ത സമ്പത്ത് എന്തിനാണ് മോളെ നീയെന്നെ ഏൽപ്പിച്ചത്? എനി നിന്റെ ജീവന്റെ നിരന്തര ഹോമത്തിന് വേണ്ട ഹവിസ്സ് ഇവിടെയാണ്...." അവൾ സ്വന്തം നെഞ്ചിൽ തൊട്ടു പറഞ്ഞു. "എനിക്കെല്ലാം മനസിലായി."

"സാരമില്ല മായേ, നീയൊരിക്കലും ആത്മഹത്യ ചെയ്യരുത്. എനിക്ക് ഇതിലപ്പുറവും സഹിക്കാൻ കഴിവുണ്ടെന്ന് ദൈവത്തിനറിയാം."

അവളുടെ നെറ്റിയിലെ പാടീരിരശോഭയിലേക്ക് ഞാൻ ചുണ്ടുകള മർത്തി.

"ഗോകുലന് ഒരിക്കലും മനസിലാവാത്തവിധം ഞാൻ ജീവിക്കാം. ഈ രഹസ്യത്തെ ഞാനറിഞ്ഞതായി ഭാവിക്കാതെ സൂക്ഷിക്കാം. ഒരു ഭാര്യയുടെ സ്നേഹശീലങ്ങൾ പാലിച്ച് പാലിച്ച് തളരും വരെ....." തൊണ്ട യിടറാതെ ഞാൻ പറഞ്ഞു.

"മോഹിനീ, ഗോകുലന് എന്താണ് വേണ്ടതെന്ന് നീ അറിഞ്ഞില്ല. അവനെ എനിക്ക് മനസിലായി. നിന്റെ ചെങ്കോലിനേക്കാൾ ആത്മീയ തൃപ്തി എന്റെ പിച്ചച്ചട്ടിക്കാണ്. ഞാൻ പോകാം. കാരണം നിന്റെ രോഗ ശാന്തിക്ക് വേണ്ട തിക്തരസം ഞാൻ നുണയേണ്ടതുണ്ട്."

അലകീറിപ്പായുന്ന കാലസരിത്തിൽ ഒരിലപോലെ മായ മാഞ്ഞു എന്ന മനം തകർക്കുന്ന സത്യത്തിന്റെ ഇടിമിന്നുമ്പോൾ എങ്ങനെ ഞാൻ ഗോകുലനെ ആശ്വസിപ്പിക്കും! അഗ്നിശൈലത്തിലെന്നപോലെ നീറിച്ചാമ്പലാകുന്ന ഗോകുലനെ ഒരു ജലസാന്നിധ്യംപോലെ നെഞ്ചിലേക്കേറ്റെടുക്കാനായി ഞാൻ വാതിൽ തുറന്നു.

www.ingramcontent.com/pod-product-compliance
Lightning Source LLC
LaVergne TN
LVHW040800051026
849519LV00007BA/2577
* 9 7 8 9 3 8 2 3 2 8 3 1 5 *